தென்னிந்தியாவில் பாபாசாகேப் அம்பேத்கர்

முனைவர் க.ஜெயபாலன்

வெளியீடு
பாபாசாகேப் அம்பேத்கர் கலை
இலக்கியச் சங்கம்

- தென்னிந்தியாவில் பாபாசாகேப் அம்பேத்கர் - ஆசிரியர் : முனைவர் க. ஜெயபாலன் - முதல் பதிப்பு : ஆகஸ்ட் 2022 - பக்கம் : 336 - நூல் அளவு : டெமி 1/8 (14 X 21.5 cms) - தாள் : 70 ஜி.எஸ்.எம். மேப்லித்தோ - அச்சு : முல்லை அச்சகம், சென்னை - 600002, பேச : 044-42663840 - பாபாசாகேப் அம்பேத்கர் கலை இலக்கியச் சங்க வெளியீடு - 6.

ISBN : 978-93-5659-877-5

- நூல் கிடைக்குமிடம்: பாபாசாகேப் அம்பேத்கர் கலை இலக்கியச் சங்கம், B-33, த.வீ.வா.குடியிருப்பு, முகப்பேர் சாலை, திருமங்கலம், சென்னை - 600040, பேச : 9884744460, 9003056091.

- விலை : ரூ. 350/-

- Babasaheb Ambedkar in South India - Dr. K. Jayabalan - First Edition : August 2022 - Pages : 336 - Book size : 14 X 21.5 cms - Printed at Mullai arts and Crafts, Chennai - 600002, Phone : 044 - 42663840 Published by Babasaheb Dr.Ambedkar Arts and Literature Society, Chennai - 600040

ISBN : 978-93-5659-877-5

- Books available at
    Babasaheb Dr.Ambedkar Arts and Literature Society,
    B-33, TNHB Quarters, Mugapper Road, Chennai - 600040.
    Phone : 9884744460, 9003056091.

    Mullai arts and Crafts, Chennai - 600002, 044-42663840

- **Price : ₹ 350/-**

பாபாசாகேப் டாக்டர் அம்பேத்கர்

14.04.1891 - 06.12.1956

திவான் பகதூர் **இரட்டைமலை சீனிவாசன்**
பேராசிரியர் **இலட்சுமி நரசு**
தந்தை பெரியார் **ஈ.வெ. இராமசாமி**
தந்தை **ந. சிவராஜ்**
அன்னை **மீனாம்பாள் சிவராஜ்**
ஆகியோர் நினைவுக்குச் சமர்ப்பணம்

பொருளடக்கம்

வாழ்த்துரை - எம். தேவகுமார்
அணிந்துரை - துரை. ராஜேந்திரன்
மதிப்புரை - வாலாசா வல்லவன்
நட்புரை - முனைவர் பெ. விஜயகுமார்
என்னுரை - முனைவர் க. ஜெயபாலன்

பாபாசாகேப் அம்பேத்கர்
தென்னிந்திய வருகைகள் (கால அட்டவணை)

1. டாக்டர் அம்பேத்கரின் முதல் தென்னிந்திய வருகையும் சென்னை உரைகளும் | 40
2. ஹைதராபாத்தில் டாக்டர் அம்பேத்கர் | 45
3. கர்நாடக மண்ணில் பாபாசாகேப் அம்பேத்கர் | 48
4. தார்வாட்டில் டாக்டர் அம்பேத்கர் உரை | 52
5. பாபாசாகேப் டாக்டர் அம்பேத்கரின் மதுரை வருகை | 58
6. கேரள மண்ணில் பாபாசாகேப் அம்பேத்கர் | 61
7. பாபாசாகேப் அம்பேத்கரின் சென்னை வருகைகள் | 67
8. பாபாசாகேப் அம்பேத்கரின் நான்காவது சென்னை வருகை | 69
9. தென்னிந்தியாவின் முதுபெரும் தலைவரான திவான் பகதூர் இரட்டைமலை சீனிவாசனாரும் பாபாசாகேப் அம்பேத்கரும் | 71
10. அண்ணல் அம்பேத்கரும் தந்தை சிவராஜூம் | 77
11. சென்னை வருகை பற்றி தந்தை பெரியாரின் குறிப்பு | 86
12. பாபாசாகேப் டாக்டர் அம்பேத்கரின் பதிப்பியல் பணி | 89

6 ◆◆ தென்னிந்தியாவில் பாபாசாகேப் அம்பேத்கர்

13.	உலகப் பௌத்தத் தோழமை மாநாட்டில் (இலங்கை) டாக்டர் அம்பேத்கர்	93
14.	பர்மாவில் (மியான்மர்) பாபாசாகேப் அம்பேத்கர்	96
15.	பாபாசாகேப் அம்பேத்கரின் கோலார் தங்கவயல் வருகை: படிப்பினைகளும் வரலாற்று முக்கியத்துவமும்	100
16.	பெங்களூரில் மாணவர் விடுதியில் (08.07.1954) மாமேதை பாபாசாகேப் அம்பேத்கரின் கனிவான உரை	106
17.	நாசிக் இயோலா (13.10.1935) மாநாட்டில் டாக்டர் அம்பேத்கரின் மதமாற்ற அறிவிப்பும் தமிழ்நாட்டின் திருநெல்வேலியில் இருந்து வெளிவந்த "அறிவு" இதழின் விமர்சனங்களும்	109
18.	நீங்கள் உங்கள் அறிவுக்கு வேலை கொடுங்கள் - தந்தை பெரியார்	113
19.	பாபாசாகேப் அம்பேத்கரும் சக்கரவர்த்தி இராஜகோபாலாச்சாரியும் கஸ்தூரிரங்க சந்தானமும்	114
20.	பாபாசாகேப் அம்பேத்கர் நூல்களின் தமிழாக்கம்	119
21.	இந்தியா முழுவதும் பேசப்பட்ட மொழி தமிழ் திராவிட (நாக) இனம் இந்தியா முழுவதும் ஆண்ட இனம் - பேரறிஞர் பாபாசாகேப் அம்பேத்கரின் ஆய்வுரைகள்	123
22.	கேரள வைக்கம் போராட்டம்	128
23.	பரோடா ராஜா அவர்களின் பெரு நீதி பண்டித அயோத்திதாசர் தீர்க்க தரிசனங்கள்	132
24.	பாபாசாகேப் டாக்டர் அம்பேத்கரும் ராவ்பகதூர் மயிலை சின்னத்தம்பி ராசாவும்	136
25.	வடக்கும் தெற்கும் : பாபாசாகேப் அம்பேத்கர்	140

26. ஆட்சியை, அதிகாரத்தை மக்களுக்காகப் பயன்படுத்திய மகத்தான பாரத இரத்தினங்கள் பாபாசாகேப் அம்பேத்கரும் கர்மவீரர் காமராசரும் | 141

27. பாபாசாகேப் அம்பேத்கரின் எச்சரிக்கைகள் | 143

28. பாபாசாகேப் அம்பேத்கரும் 'ஜெய்பீம்' ஆங்கில ஏடும் | 146

29. தங்க வயல் தமிழர்களின் முன்னோடி மொழிபெயர்ப்புப் பணிகள் | 148

30. பிராமணரல்லாதார் இயக்கத்தின் தோற்றம், வளர்ச்சி, தேக்கநிலை குறித்து பாபாசாகேப் அம்பேத்கர் விமர்சனம் | 150

31. பாபாசாகேப் அம்பேத்கரின் சூத்திரர்கள் யார்? நூலினூடே வெளிப்படும் மராட்டிய சிவாஜியின் எழுச்சியும் பேரறிஞர் அண்ணா படைத்த சந்திரமோகன் (சிவாஜி கண்ட இந்து ராஜ்யம்) நாடகமும் | 155

32. மாநில சுயாட்சி - பாபாசாகேப் அம்பேத்கரின் முன்னோடிச் சிந்தனைகள் | 158

33. பாபாசாகேப் அம்பேத்கர் பற்றித் தென்னாட்டு அறிஞர், கவிஞர் பாராட்டுகள் | 159

34. பாபாசாகேப் அம்பேத்கரைப் போற்றிய தென்னாட்டுக் கவிஞர்கள், அறிஞர்கள் - 2 | 162

35. பாபாசாகேப் அம்பேத்கரைப் போற்றிய தென்னாட்டுக் கவிஞர்கள், அறிஞர்கள் பகுதி - 3 | 164

36. சென்னையில் பாபாசாகேப் அம்பேத்கரின் அறிவு முழுக்கத்துக்கான எதிர்வினைகள் | 166

37. சென்னைப் பகுத்தறிவாளர் சங்கத்தில் பாபாசாகேப் அம்பேத்கரின் உரை | 169

38. இந்தியக் கிறிஸ்தவம் குறித்த ஆய்வுகளில் தென்னிந்தியா பற்றிய குறிப்புகள் | 172

39. பாபாசாகேப் அம்பேத்கரின் பார்வையில் "இந்தியக்
   கிறிஸ்துவத்தின் எதிர்காலமும் கிறிஸ்தவ
   சமயப் பரப்பு ஞானிகளின் பணிகளும்" | 175

40. இருபது வயதிலேயே பாபாசாகேப் அம்பேத்கருக்குச்
   சென்னையில் ஆங்கிலத்தில் வரவேற்பு
   அளித்த அன்னை சத்தியவாணி முத்து | 179

41. பண்டைக் கால இந்திய வணிகம் - கட்டுரையில்
   தமிழ்நாட்டு வாணிபச் சிறப்பு பற்றிய செய்திகள் | 181

42. பாபாசாகேப் அம்பேத்கரும் (1891-1956)கேரளாவைச்
   சார்ந்த சுவாமி தர்மதீர்த்தரும் (1893 - 1978) | 188

43. இந்திய அரசமைப்புச் சட்ட அவையில் பாபாசாகேப்
   அம்பேத்கரைப் பாராட்டிய டி.டி.கிருஷ்ணமாச்சாரி | 191

44. தமிழ்நாட்டில் குன்னூர் ராணுவ அதிகாரிகள்
   கல்லூரியில் டாக்டர் அம்பேத்கர் | 194

45. திராவிட இயக்கமும் பௌத்த மறுமலர்ச்சி இயக்கங்களும்
   இணைந்து நடத்திய ஈரோடு - புத்தர் மாநாடு | 195

46. ஹைதராபாத் முற்போக்காளர் குழுவின் சார்பில்
   போர்ட் கிளப்பில் நடைபெற்ற கூட்டத்தில்
   டாக்டர் பாபாசாகேப் அம்பேத்கர் உரை | 199

47. தம்பிக்கு அண்ணாவின் கடிதங்களில்
   பாபாசாகேப் அம்பேத்கரின் கருத்துரைகள் | 201

48. வாழும் காலத்திலேயே பாபாசாகேப்
   அம்பேத்கருக்கு இலக்கியத்தில் கவுரவ டாக்டர்
   பட்டம் வழங்கிய ஆந்திர மாநில உஸ்மானிய
   பல்கலைக்கழகம். | 203

49. தென்னிந்தியப் பௌத்த மறுமலர்ச்சி இயக்கத்தை
   அடையாளம் கண்ட டாக்டர் பாபாசாகேப்
   பி.ஆர். அம்பேத்கர் | 207

50. பாபாசாகேப் அம்பேத்கர்
   சென்னை வருகை (இறுதிப் பயணம்) | 210

பின்னிணைப்புகள்

1. சென்னை மாகாண ஆதிதிராவிட முன்னோடிகளின் அரசியல் விழிப்புணர்வு பற்றி பாபாசாகேப் அம்பேத்கர் | 215

2. ஹைதராபாத் அம்பேத்கர் பி.எஸ். வெங்கடராவ் வாழ்க்கைச் சுருக்கமும் மும்பை மாநாட்டுத் தலைமை உரையும் | 219

3. காந்தியின் உண்ணாவிரதமும் தாழ்த்தப்பட்டோர் தனித்தேர்தலும் ம.வெ. சிங்காரவேலர் | 233

4. டாக்டர் அம்பேத்கருக்கு நமது வேண்டுகோள் - ம.வெ. சிங்காரவேலர் | 240

5. சபாஷ் அம்பேத்கார் - குத்தூசி குருசாமி | 243

6. ராவ்பகதூர் என். சிவராஜ் பி.ஏ.பி.எல்.லைத் தவிர வேறு எந்தப் பெயரையும் என்னால் சிந்திக்க முடியாது! - பாபாசாகேப் அம்பேத்கர் | 251

7. நினைவலைகளில் டாக்டர் அம்பேத்கர் அன்னை மீனாம்பாள் | 252

8. கோவை ஜி.டி. நாயுடுவும் அண்ணல் அம்பேத்கரும் | 259

9. பசுமாத்தூர் முருகேசன் சாமிதுரை (13.03.1913 - 30.08.1981) வாழ்வும் பணியும் | 261

10. டாக்டர் அம்பேத்கரின் பௌத்த மதமாற்றம் பாராட்டுக்குரியது - அறிஞர் அண்ணா | 264

11. நமது அஞ்சலி - பேரறிஞர் அண்ணா | 269

12. வேலூர் டவுனாலில் 13.7.58 இல் நடைபெற்ற வேலூர் தாலுக்கா பௌத்த மாநாட்டில்

	- திரு. A. T. வேலாயுதம்	*273*
13.	அண்ணல் அம்பேத்கரும் தென்னிந்தியத் தலைவர்களும் - எக்ஸ்ரே ந.அ. கருணாகரன்	*287*
14.	டாக்டர் பாபாசாகேப் அம்பேத்கரும் வடஆர்க்காடு மாவட்டமும் - டாக்டர் சா. பெருமாள்,	*294*

துணைநூற் பட்டியல் | *305*

சிறப்புப் பெயரகராதி | *308*

தென்னிந்தியாவில் பாபாசாகேப் அம்பேத்கர் : சில பதிவுகள் | *330*

நூலாசிரியர் : சில குறிப்புகள் | *333*

◆◆

வாழ்த்துரை

பேராசிரியர் க.ஜெயபாலன் கண்ணன் அவர்களுக்கு எனது பாராட்டுக்கள். புத்த மதம் சார்ந்த கருத்துக்களை வெளியிடுவதிலும் பாபாசாகேப் அம்பேத்கர் குறித்தும் அவரது அற்புதமான உரைகள் பாராட்டுக்குரியன. இந்த உரைகள் பௌத்தம் மற்றும் அம்பேத்கரியம் பற்றிப் பொதுமக்களுக்குக் குறிப்பிடத்தக்க அளவில் ஊக்கமளிப்பதாகும். தென்னிந்தியாவில் பாபாசாகேப் பி. ஆர். அம்பேத்கர் பற்றிய அவரது சமீபத்திய வெளியீடு மிகவும் பாராட்டத்தக்கது. பாபாசாகேப் டாக்டர் பி. ஆர். அம்பேத்கர் பற்றிய இத்தொகுப்பு மக்கள் அறிவுக்கு விருந்தளிக்கிறது. மேலும் நிகழ்கால மற்றும் வருங்கால சந்ததியினரின் அறிவுச் சுரங்கங்களை வளமாக்கும்.

அயோத்திதாச பண்டிதர், ஐயாக்கண்ணு புலவர், பண்டிதமணி ஜி. அப்பாதுரையார் போன்ற தென்னிந்தியர்களிடமிருந்து, குறிப்பாக அகில இந்திய அட்டவணை சாதித் தலைவர்கள் (அன்றைய காலத்தில் கர்நாடகத்தில் இருந்தது மைசூர் அட்டவணைச் சாதியினர் கூட்டமைப்பு) மற்றும் பௌத்தர்களிடம் இருந்து பாபாசாகேப் நிறைய கற்றுக்கொண்டார் என்றால் மிகையில்லை.

II

பாபாசாகேப் டாக்டர் பி. ஆர். அம்பேத்கர் 1954 ஆம் ஆண்டு ஜூலை 12 ஆம் தேதி பெங்களூர் மற்றும் கோலார் தங்க வயலுக்குச் சென்றது வரலாற்றுச் சிறப்புமிக்கது. மைசூர் மகாராஜா ஸ்ரீ ஜெய சாம்ராஜ்யவுடையார் அவர்களுடனான நேர்காணல் அளப்பரியது. வரலாற்றுச் சந்திப்பு - மைசூர் மகாராஜா பாபாசாகேப் சந்திப்பு பெங்களூரு சதாசிவநகரில் பாபாசாகேப் அம்பேத்கரின் மக்கள் கல்விக் கழகத்திற்கு 5 ஏக்கர் நிலம் நூலகம் மற்றும் கல்லூரிகள் கட்டுவதற்காக வழங்குவதில் நிறைவுற்றது

பாபாசாகேப் அம்பேத்கரின் கோலார் தங்கவயல் வருகை இந்திய வரலாற்றில் ஒரு மைல்கல். பாபாசாகேப் டாக்டர் பி.ஆர்.அம்பேத்கரை முதலில் பெங்களூரு எச்ஏஎல் விமான நிலையத்தில் கே.முனுசாமி (Banksman) (AISCF பொதுச் செயலாளர்) பி.எம்.சுவாமிதுரை, தலைவர், எம்.எல்.ஏ. ஆகியோர் வரவேற்றனர். அதன்பிறகு, பாபாசாகேப் அம்பேத் கரை முதலமைச் சருக்கும் அவர்களின் அமைச்சர்களுக்கும் AISCF பொதுச் செயலாளர் கே.முனுசாமி அவர்களே அறிமுகப்படுத்தி னார். பெங்களூர் மருத்துவக் கல்லூரியின் புல முதன்மையர் டாக்டர் மாணிக்கம் பாபாசாகேப்புக்கு அறிமுகம் செய்து வைக்கப்பட்டார். அதன்பிறகு KGF க்கு வந்து பண்டிதமணி அப்பாதுரையாரை அறிமுகப்படுத்தினார் மற்றும் புத்த விஹாரில் நடந்த கூட்டம் **1956** இல் பட்டியல் சாதியினரைப் பெருமளவில் புத்த மதத்திற்கு மாற்றுவதற்கான மைல்கல்லாக அமைந்தது.

டாக்டர் பி.ஆர்.அம்பேத்கரின் தென்னிந்தியப் பயணங்கள் குறித்து மிகுந்த உழைப்புடன் நீங்கள் எழுதிய அற்புதமான புத்த கத்தை நான் முழு மனதுடன் பாராட்டுகிறேன். பொதுமக்களின் நலனுக்காக உங்களின் மகத்தான சேவைக்கு நான் தனிப்பட்ட முறையில் பாராட்ட கடமைப்பட்டுள்ளேன். மேலும் பல அற்புத மான சேவைகளை உங்கள் பணிகளின் மூலமாக எதிர்பார்க்கி றேன் நன்றி ஐயா.

பிப்ரவரி 5, 2022. | தங்கள் அன்புக்குரிய
கோலார் தங்க வயல் | **எம்.தேவகுமார்** எம்.ஏ.,எல்.எல்.பி

BEML லிமிடெட் (ஓய்வு)
கோலார் தங்க வயல்
கர்நாடக மாநிலம்

◆◆

அணிந்துரை

பாபாசாகேப் அண்ணல் அம்பேத்கர் அவர்கள் 1956 ஆம் ஆண்டு மார்ச் மாதம் 18ஆம் நாள் லக்னோவில் நடைபெற்ற ஒரு கூட்டத்தில் "படித்தவர்கள் என்னை ஏமாற்றிவிட்டார்கள்" என்று கண்கலங்கி தமது மக்களிடையே உரை நிகழ்த்தினார். ஆனால் அண்ணலின் ஏமாற்றமான அந்தப் பேச்சைப் பொய்யாக்கி ஆறுதலை உண்டாக்கும் வகையில் தங்களது பேச்சாலும், எழுத்தாலும் அண்ணல் கொள்கைகளை மக்களிடையே பரப்பிவரும் அரும்பணிகளைச் செய்து வரும் பலர் இந்திய நாடெங்கும் உள்ளனர். அவர்களது வரிசையிலே வைத்து எண்ணப்பட வேண்டியவர்கள்தான் 'தமிழ்நாடு பாபாசாகேப் அம்பேத்கர் கலை இலக்கியச் சங்கத்தின்' தலைவர் பேராசிரியர், முனைவர் க. ஜெயபாலன் மற்றும் பேராசிரியர்கள், முனைவர்கள் பெ. விஜயகுமார், து. பார்த்திபன், வை. ராமகிருஷ்ணன், பாவலன், மற்றும் பலர். கல்வியில் உயர்ந்து, பட்டம் பதவியினைப் பெற்று, நல்ல பல பதவிகளில் அமர்ந்து, பொருளாதாரத்தில் உயர்ந்து இருப்பினும் அண்ணலுடைய கொள்கைகளைத் தவறாமல் கடைபிடித்தும் நம் மக்களுக்கு அவற்றைத் தெள்ளென உணர்த்திடும் பெருந்தொண்டினை ஆற்றியும் வருபவர்கள் இவர்கள்.

அவ்விதம் அண்ணலின் எண்ணங்களை மெய்ப்படுத்தும் விதமாக ஆதியர்களின் வரலாற்றினை மீட்டு நம் மக்களுக்கு எடுத்து இயம்பியும், நூல்களை எழுதியும் வரலாறு படைத்து வரும் இலக்கியக் கர்த்தாக்களின் மத்தியில் மிக முக்கிய அங்கமாகத் திகழ்பவர்கள் தமிழகத்தின் 'அண்ணல் அம்பேத்கர் கலை இலக்கியச் சங்கத்தின்' பேராசிரியர்கள் க.ஜெயபாலன், பெ. விஜயகுமார், து. பார்த்திபன், எ. பாவலன், வை.ராமகிருஷ்ணன் போன்றோர். (இவர்களில் மூத்தவராகத் திகழ்ந்து இன்று இல்லாமற்போயிருக்கும் புலவர் வே. பிரபாகரன் அவர்கள் இல்லாதது மிகப்பெரிய குறை.) அத்தகைய இலக்கியங்களின்

வரிசையில் 'தென்னிந்தியாவில் பாபாசாகேப் அம்பேத்கர்' எனும் இந்நூல் வரலாற்று முக்கியத்துவம் வாய்ந்த ஒன்று. நூலுக்கு அணிந்துரை வழங்க வேண்டும் என்று என்னைப் பேராசிரியர் க. ஜெயபாலன் அவர்கள் கேட்டுக் கொண்டபோது உள்ளபடியே என்னுடைய சிந்தனை அண்ணலுடைய கோலார் தங்கவயல் வருகையை நோக்கி பின்சென்றது. அண்ணல் வந்து சென்றபோது நேர்மறையாகவும் எதிர்மறையாகவுமான இருவேறு பரிமாணங் களை அவரது பயணம் பெற்றிருந்தது. பௌத்தத்தில் தானும் தமது மக்களும் இணைவது குறித்த சிந்தனை அவரது வருகையின் முக்கிய அம்சமாக இருந்தது. அடுத்தது தன்னை உள்ளாற, உண்மையாக நேசிக்கும் தன் மக்களிடம் கலந்து உறவாடுவது, உரையாடுவது என்ற சிந்தனை. இந்து மதத்தைவிட்டு வெளியேற வேண்டும் என்று முடிவெடுத்து விட்ட அண்ணல் அகில உலகமெங்கும் பல்கி பரவியிருந்த பௌத்தத்தை உள்வாங்கி, அது இந்திய நாட்டு மக்களுக்குப் பொருந்துமா என்று ஆராய்ந்து இறுதியிலே ஒரு முடிவும் காணாமல் திகைத்து நின்றபோது, அண்ணலிடம் உரையாடிய கோலார் தங்கவயல், சாம்பியன் ரீப்ஸ், தென்னிந்தியப் பௌத்தச் சங்கத்தின் தலைவர் பண்டிதமணி ஜி.அப்பாதுரையார் அவர்கள், ஜாதியற்ற ஒரு சமூகத்தைப் படைக்க வேண்டுமென்று பண்டிதர் அயோத்திதாசர் அவர்களால் உருவாக்கப்பட்டதுதான் சாக்கியப் பௌத்தச் சங்கம் எனவும் அதனுடைய அங்கம்தான் தென்னிந்தியப் பௌத்தச் சங்கம், ஆதலால் நீங்கள் தயங்காமல் தென்னிந்தியப் பௌத்தச் சங்கம் பின்பற்றும் அலாதியான பௌத்தக் கூறுகளை அதன் வழியிலே பின்பற்றி நடக்கலாம் என்று கூறியது அண்ணலுக்குள் புதிய ஒளியைப் பாய்ச்சியதே வரலாறு.

அடுத்ததாக, அண்ணல் எதிர்பார்த்த அளவில் தங்கவயல் மக்களும் தங்கவயல் தலைவர்களும் நடந்து கொள்ளாதது அவருக்கு வருத்தத்தை ஏற்படுத்தியது. (பேராசிரியர் க. ஜெயபாலன் மற்றும் திரு.இ. அன்பன் இணைந்து ஏற்பாடு செய்த ஒரு காணொளியில் நான் ஏற்கனவே விவரித்துள்ளேன்.)அதனால் பாபாசாகேப் அவர்கள் பொதுக்கூட்டத்தில் கலந்து கொள்ளாமல் திரும்பிச் சென்றார் என்பதும் வரலாறு. 'தென்னாட்டில் அம்பேத்கர்' என்ற நூலைத் திரு. பெங்களூர் கோமகன் அவர்கள் தமிழ் மொழியில் 1980 லேயே

எழுதியுள்ளார் எனவும் அந்த நூலைக் குறிப்பிட்டுத் தேடிக் கொண்டிருப்பதாகவும் திரு. ஜெயபாலன் அவர்கள் குறிப்பிட்டிருக்கிறார். நாமும் கூட அதை இன்னும் தேடிக்கொண்டேயிருக்கிறோம். ஒருவேளை அந்நூல் கிடைத்தால் பல சந்தேகங்களுக்கு விளக்கம் காணலாம். இந்நூலாசிரியர் திரு. ஜெயபாலன் அவர்கள் 'என்னுரை' என்ற பகுதியின் இறுதியில் "மாமனிதர்களை, அவர்களது வாழ்க்கை நிகழ்வுகளைப் படிப்பது என்பது மிகவும் சுவாரசியமானது. ஆனால் அதே நேரம் அந்த மாமனிதர்களின் பேரொளியில் நாம் கரைந்து விடாத வண்ணம் அந்த மாமனிதர்களின் ஒளிக் கூறுகளை எடுத்து நம்மை நாமே புதுப்பித்துக் கொள்ள வேண்டும்" என்ற பகவன் புத்தரின் உரையைக் குறிப்பிடுகிறார். ஆம், அண்ணல் அம்பேத்கர் எனும் பேரொளியில் கரைந்து நிற்கும் நாம் அம்மாமனிதரின் கொள்கை ஒளிக் கூறுகளை எடுத்து நமது சமுதாயத்தைப் புதுப்பித்துக் கொள்ள வேண்டும் என்ற எண்ணத்தில் இந்த அணிந்துரையை எழுதுகிறேன்.

    அண்ணல் காட்டிய மிகச்சிறந்த பாதைகள் இரண்டு. ஒன்று அரசியல் பாதை. இன்னொன்று சமூகப் பாதை. அரசியலில் அதிகாரம் பெறவேண்டும் என்று 'ரிபப்ளிகன் பார்ட்டி ஆப் இந்தியா' (இந்தியக் குடியரசுக் கட்சி) என்ற ஒரு பாதையையும் சமூக அமைதியைப் பெறவேண்டி 'புத்திஸ்ட் சொசைடி ஆப் இந்தியா' (இந்தியப் பௌத்தச் சங்கம்) என்ற மற்றொரு பாதையையும் நாம் புதுப்பித்துக் கொள்ள வேண்டும். அண்ணல் சென்னைக்கு வந்தபோது பிராமணரல்லாதார் இயக்கத்தினுடைய வளர்ச்சியும் டாக்டர் அம்பேத்கரை ஆதரவு சக்தியாக அடையாளம் கண்டு போற்றியது என்பதை அறிகிறோம். ஆனால் அந்த ஆதரவு சக்தியைப் பின்னாளில் அடையாளம் காணாமல் மறைத்துவிட்டது என்பதையும் நாம் உணர்ந்தாக வேண்டும். இது வருத்தம் தரக்கூடிய ஒரு செய்தியாகவே இருக்கிறது. அண்ணலுடைய தென்னிந்திய வருகையிலே கர்நாடகம், ஆந்திரம், கேரளம் ஆகியவை இடம் பெற்றிருந்தாலும் மிகப்பெரும் எழுச்சியாக அது வளர்ந்தது, கோலார் தங்கவயலில்தான். தம் மக்களின் நிலையைக் குறித்து அண்ணல் அம்பேத்கர் அவர்கள் மாண்டேகு செம்ஸ்போர்டு அவர்களிடம் கூறும்போது, "உள்நாட்டு சுயாட்சியுடன் சேர்ந்து

தீண்டப்படாதவர்களுக்கு வகுப்புவாரி பிரதிநிதித்துவம் அளிக்கப்படவில்லை என்றால் ரத்தம் சிந்தும் நிலைமை ஏற்படும் என்று அம்மக்கள் கூறியதாக" அண்ணலுடைய பேச்சும் எழுத்தும் தொகுதிகளில் பார்க்கிறோம். இதிலிருந்து நம் மக்கள் அந்தளவுக்குப் போராட்டக் குணத்தோடு விளங்கினார்கள் என்பது நன்றாகவே விளங்குகிறது. அதேபோல, பாபாசாகேப் அண்ணலுடைய அரசியலுக்கும் சமூகச் செயற்பாட்டிற்கும் தமிழகத்தில் தந்தை பெரியார் அவர்களும் தங்கவயலில் பண்டிதமணி அப்பாதுரையார் அவர்களும் துணையாக விளங்கினார்கள். அவர்களைப் போலவே, பர்மாவில் டாக்டர் ஆர்.எல். சோனி அவர்கள் உதவிகரமாக இருந்தார்.

"ஆரம்பத்தில் தந்தை பெரியாரவர்களின் 'சுயமரியாதை இயக்கம்' தங்கவயல் மக்களிடையே கடவுள், சாத்திரம், சடங்கு, மதம், சமயபேதம், பழக்கவழக்கம் போன்றவைகளில் நம்பிக்கை யற்று, அவற்றைக் கண்டித்துப் பிரச்சாரம் செய்து வந்ததால், கிறிஸ்தவர், வைணவர், சைவர், சமயப்பற்றிலும் மதப்பற்றிலும் கடவுள் பக்தியிலும் ஆழ்ந்த பற்றுக் கொண்ட எல்லா மதத்தினர் மனமும் புண்படச் செய்ததால் கொதித்தெழுந்தார்கள். சுயமரியாதை இயக்கத்தையும் அதன் ஸ்தாபனங்களையும் அதில் பற்றுக் கொண்டு பணியாற்றும் பலரையும் தாக்கி, பல முனைகளிலும் எதிர்ப்புக் கணைகள் தொடுத்து, பகைமையை வளர்த்து, கலவரங்களை உண்டு பண்ண முனைந்தார்கள். தங்கவயல் மக்கள் ஒருவரோடு ஒருவர் மோதி, அதனால் பல தொந்தரவும் தொல்லைகளும் பலருக்கு ஏற்பட்டதோடு அல்லாமல் ஒரு பகுதி மக்கள் மற்றொரு பகுதிக்குச் செல்லவும் அஞ்ச வேண்டிய பயங்கரச் சூழ்நிலை தலைதூக்கி உச்சநிலை அடைந்தது. இந்தச் சமயங்களில் எத்தனையோ தோழர் கள் தாக்குண்டு ஒரு இனச் சமூக மக்களே பல கொடுமைகளுக்கு உள்ளானார்கள்" என்று 1945இல் தங்கவயல் பெரியார் எம்.சி. துரை அவர்கள் கூறிய வார்த்தைகளே பின்னாளில் 'கோலார் தங்கவயல் வரலாறு' நூலாசிரியர் திரு.கே. எஸ். சீதாராமன் அவர்கள் தனது நூலிலே கீழ்காணுமாறு எதிரொலித்திருக்கிறார்.

"சுயமரியாதை இயக்கத்தின் நாத்திக உணர்வு வலுப் பட்டிருந்த தங்கவயலில், அம்பேத்கார் இயக்கமான 'அகில இந்திய

ஷெட்யூல்டு வகுப்பினர் சம்மேளனம்' துரிதமான வளர்ச்சி யைக் கண்டது...... திராவிடர் இயக்கமும், பெடரேஷன் இயக்கமும் போட்டி மனப்பான்மையோடு செயல்பட முற்பட்டன. இதன் பொருட்டு 1940-46 க்கு இடைப்பட்ட காலத்தில் பெரும் மோதல்கள் ஏற்பட்டன. தொன்னூறு சதவிகித தாழ்த்தப்பட்டோரிடையே கட்சியின் பேரில் பிளவுகள் வளர்ந்து ஒரே குடும்பத்தைச் சேர்ந்த சகோதரர்களிடையேயும் கசப்பு உணர்வு வளர்ந்தது."

அண்ணல் அம்பேத்கர் அவர்களின் சீரிய சிந்தனையில் உருவாகிய அனைத்தும் இன்று அவர் மறைந்திருந்தாலும் அவர் கூறியவை மறையாமல் இன்றளவும் இந்தியாவில் ஏற்படும் ஒவ்வொரு சச்சரவுகளுக்கும் விடையாக இருக்கின்றன. அது அரசியல் ஆனாலும் சரி, சமூகப் பிரச்சினையானாலும் சரி, பொருளாதாரப் பிரச்சினையானாலும் சரி எந்தப் பிரச்சினைக்கும் அண்ணல் அம்பேத்கர் அவர்களின் தீர்வே இறுதியானதாக இருக்கிறது. குறிப்பாகக் கிறித்துவ மதத்தின் வளர்ச்சிக்கு மூன்று காரணங்கள் வேகத்தடை போட்டு உள்ளன என்று விவரிக்கிறார்.

"கிறித்தவ நிறுவனங்கள் தங்களது உயர்கல்விகளை யெல்லாம் இந்தியாவில் ஜாதிப்பிரிவு மக்களுக்கு விழுந்து விழுந்து பணியாற்றி னாலும் அவர்களில் எவரும் கிறித்தவத்தை நோக்கித் திரும்புவது இல்லை. மாறாக தீண்டப்படாத மக்கள் கிறித்தவத்தில் ஈர்க்கப் பட்டாலும் கிறித்தவர்கள் அவர்களை இன்னும் சரியான விதத்தில் அங்கீகரிக்கவில்லை. இந்தியாவில் கிறித்தவர்கள் இன்னும் தீண்டாமை உணர்வுடன் இருக்கின்றனர்" என்ற அண்ணலது சொல் இன்றும் உயிர்ப்போடு இருக்கிறது என்பதைக் காணும்போது ஏமாற்றமே மிஞ்சி நிற்கிறது. முக்கியமாக இந்தியாவில் சமய வாழ்க்கையைச் சமூக வாழ்க்கையை மாற்றி அமைக்காமல் அரசியல் களத்தில் மட்டும் மாற்றங்களைக் கொண்டுவந்துவிட முடியாது என்ற அண்ணலின் கூற்று மிக அற்புதமானது. இந்தியக் கிறித்தவர்கள் பால் நான் ஆழமான அக்கறை கொண்டு இருக்கிறேன். ஏனெனில், அவர்களில் மிகப் பெரும்பான்மையினர் தீண்டப்படாத ஜாதிகளில் இருந்து ஈர்க்கப்பட்டவர்கள். நான் செய்துள்ள விமர்சனங்கள் நண்பனின் விமர்சனங்களே அன்றி, ஒரு எதிராளியின் விமர்சனங் கள் அல்ல. அவர்களின் குறைகளை அவர்களது கவனத்திற்குக்

கொண்டு வந்ததற்குக் காரணம் அவர்கள் பலம் உடையவர்களாக இருக்க வேண்டும் என்று நாம் விரும்புவதால் தான். ஏனென்றால், அவர்களைப் பெரும் அபாயங்கள் எதிர்நோக்குகின்றன என்கிறார்.

தமிழகத்தின் ஒரு தலைசிறந்த கல்லூரியான 'நந்தனம் கலைக் கல்லூரியில்' பணியாற்றினாலும் அண்ணல் எதிர்பார்த்த படி சமூகத்திற்குத் தன்னுடைய கடமையைச் செய்ய வேண்டும் என்ற நோக்கில் பல்வேறு இலக்கியங்களைக் குறிப்பாக அண்ணலு டைய இலக்கியங்களை மக்களிடையே பரப்பி வரும், பௌத்தத்தின் கூறுகளைக் காணொளி வாயிலாகப் பரப்பிவரும் அன்பிற்குரிய பேராசிரியர் க. ஜெயபாலன் அவர்கள் தன்னுடைய குழுவினரு டன் மிக அரிய பெரிய சாதனைகளாகப் பல்வேறு புத்தகங்களை வெளியிட்டு வருகிறார்கள், சொற்பொழிவும் நிகழ்த்தி வருகிறார் கள். அவ்விதம் அந்தக் குழு அண்ணல் அம்பேத்கர் அவர்களால் ஆசீர்வதிக்கப்பட்டவர்களாக இருக்கவேண்டும் என்று நான் விரும்புகிறேன். அண்ணலுடைய கூற்றுப்படியே யார் ஆசீர்வதிக் கப்பட்டவர்கள் என்றால்,

"எந்த மக்களிடையில் தாங்கள் பிறந்துள்ளார்களோ அவர் களை உயர்த்தும் கடமையை உணர்ந்துள்ளவர்களே ஆசீர்வதிக் கப்பட்டவர்கள். தமது பொன்னான நாட்களை, தமது சக்தியை, தமது பலத்தை அடிமைத்தனத்தை எதிர்க்கும் இயக்கத்தை முன்கொண்டு செல்ல அர்ப்பணிப்பதற்குப் சபதம் மேற்கொள்ப வர்களே ஆசீர்வதிக்கப்பட்டவர்கள். நல்லது கெட்டது எது வந்தாலும், சூரிய ஒளி வீசினாலும், கடும் புயல் வீசினாலும், கௌரவம் வந்தாலும் அவமரியாதை ஏற்பட்டாலும் தங்களது மனித மாண்பைப் பூரணமாகத் திரும்ப பெறுகின்ற வரையில் போராட்டத்தை நிறுத்துவதில்லை என்று சபதம் ஏற்பவர்களே ஆசீர்வதிக்கப்பட்டவர்கள்" என்பதாக அண்ணல் கூறுகிறார். அந்த வகையில் அண்ணலின் புகழையும் அண்ணலின் எண்ணங்களை யும் மக்களிடையே பரப்பி மக்கள் மத்தியிலே அவர் கண்ட அரசியல் அதிகாரத்தையும் அவர் கண்ட சமூக எழுச்சியும் ஏற்படுத்துவது ஒன்றே இந்நூலாசிரியரின் சீரிய கடமையாக இருக்க வேண்டும் என்ற என்னுடைய ஆழ்மனத்தின் ஆசையைத் தெரிவித்துக்கொண்டு, 'தென்னிந்தியாவில் பாபாசாகேப் அம்பேத்கர்'

என்ற இந்த அரிய நூலினைப் பேராசிரியர் ஜெயபாலன் அவர்கள் தலைமையில் வெளியிடும் 'பாபாசாகேப் அம்பேத்கர் கலை இலக்கியச் சங்கத்திற்கு' என்னுடைய அன்பு வாழ்த்துக்களை உரித்தாக்கிக் கொள்கிறேன்.

அனைவரும் இந்நூலைப் படித்துப் பயன்பெறும்படி கேட்டுக் கொள்வதோடு தாங்களும் இணைந்து அண்ணல் கூறியபடி ஆசீர்வதிக்கப்பட்டவர்களாகத் திகழவேண்டும் என்பதே என்னுடைய ஆழ்ந்த விருப்பம். மேலும் மேலும் இத்தகைய இலக்கியங்கள் வந்துகொண்டே இருக்கவேண்டும். இந்நூல் முழுமையானதயானதல்ல. தங்கவயலைச் சார்ந்தே, கர்நாடகத்தைச் சார்ந்தே, இன்னும் பல்வேறு விஷயங்களை நான் கேள்விப் பட்டிருக்கிறேன். அதையெல்லாம் தகுந்த ஆதாரத்துடன் பின்னொரு சமயத்தில் வெளியிடலாம் என்ற உறுதியையும் இந்நேரத்திலே தெரிவித்துக் கொள்கிறேன்.

நன்றி!

இவண்,
துரை. ராஜேந்திரன்,
கோலார் தங்கவயல்.

மதிப்புரை

'தென்னிந்தியாவில் பாபாசாகேப் அம்பேத்கர்' என்ற நூலை முனைவர் க.ஜெயபாலன் அவர்கள் மிகச் சிறப்பான முறையில் ஆய்வு செய்து எழுதியுள்ளார். அதற்காக அண்ணல் அம்பேத்கர் அவர்களின் எழுத்துக்களையும் பேச்சுக்களையும் தமிழ், ஆங்கில நூல் தொகுப்புகளையும் பாபாசாகேப் அம்பேத்கர் அவர்களைப் பற்றி அவரின் சமகாலத் தலைவர்கள் எழுதி உள்ளவற்றையும் தற்போதைய ஆய்வு நூல்களையும் படித்து மேற்கோள்களுடன் சான்று ஆதாரங்களுடன் எழுதியுள்ளார்.

1929 மே மாதம் **26**ஆம் தேதி ஞாயிறு நாசிக் சமூகச் சமத்துவச் சங்கத்தின் சார்பில் நடைபெற்ற மகாராஷ்டிர முதல் சுயமரியாதை மாநாட்டின் தலைவராகத் தேர்ந்தெடுக்கப்பட்ட டாக்டர் அம்பேத்கர் அவர்களின் தலைமையுரையின் சுருக்கத்தைத் தந்தை பெரியாரின் குடியரசு இதழ் **16.6.1929** இல் வெளியிட்டிருந்தது. ரிவோல்ட் (Revolt) ஆங்கில இதழும் **23.06.1929,** அம்பேத்கரின் தலைமை உரையை வெளியிட்டிருந்தது.

1930 மே மாதம் **10, 11** ஆம் நாட்களில் ஈரோட்டில் நடைபெற்ற இரண்டாவது சுயமரியாதை மாநாட்டிற்குப் பாபாசாகேப் அம்பேத்கர் அவர்களுக்கு உரையாற்ற அழைப்பு அனுப்பப்பட்டது. பணிச்சுமைக் காரணமாக வர இயலாத நிலையைத் தெரிவித்துவிட்டு, எம்.ஆர். ஜெயகர் அவர்களை அழைக்குமாறு கூறியிருந்தார். எம். ஆர். ஜெயகர் அவர்கள் கலந்து கொண்டு சிறப்புரை ஆற்றினார். பெரியார் **07.11.1928** இல் ரிவோல்ட்(Revolt) என்ற ஆங்கில வார இதழைத் தொடங்கினார். **1930** மார்ச் வரை வெளிவந்த அந்த இதழை அண்ணல் அம்பேத்கர் அவர்களுக்கு அனுப்பி வந்தார்கள். எனவே **1928** முதல் சுயமரியாதை இயக்கத்தினருக்கும் அண்ணல் அம்பேத்கருக்கும் தொடர்பு இருந்து வந்தது.

பாபாசாகேப் அம்பேத்கர் அவர்களின் நூல்களை வெளியிட மராட்டிய மாநிலக் காங்கிரஸ் அரசு சரத்பவார் முதலமைச்சராக இருந்தபொழுது முடிவு செய்தது. திரு. வசந்த்மூன் அவர்களைப் பதிப்பாளராகக் கொண்டு மராட்டிய அரசின் கல்வித்துறை மூலமாக 14.04.1979 இல் முதல் தொகுதியை வெளியிட்டது. ஆண்டுதோறும் தொடர்ச்சியாக டாக்டர் அம்பேத்கரின் நூல்களை வெளியிட்டு வந்தது.

அண்ணல் அம்பேத்கரின் நூற்றாண்டு விழாவின்போது 1990இல் திரு. வி.பி. சிங் அவர்கள் இந்திய நாட்டின் பிரதமராக இருந்தார். அரசியல் சட்டத்தில் இடம் பெற்றுள்ள 22 மொழி களில் அண்ணல் அம்பேத்கரின் நூல்களை மொழிபெயர்த்து வெளியிட நிதி ஒதுக்கினார். இந்திய அரசின் சமூக நீதி துறையின் சார்பில் பேராசிரியர் எஸ். பெருமாள் அவர்களைப் பதிப்பாசிரி யராகக் கொண்டு 14.04.1993 இல் இருந்து தமிழ் நூல் தொகுதிகள் வெளிவந்தன. 2014 ஜனவரி காங்கிரஸ் அரசில் சமூகநீதித் துறை அமைச்சராக இருந்த குமாரி செல்ஜா அவர்கள் அம்பேத்கர் பவுண்டேஷன் தலைவராக இருந்து அண்ணல் அம்பேத்கரின் ஆங்கில நூல்களைத் தொகுதி ஒன்றில் இருந்து 17 வரை ரூ 3000 விலையில் மறுஅச்சு செய்து வெளியிட்டார்.

அண்ணல் அம்பேத்கரின் கொள்கைகள் பெரிய அளவில் பரவி இளைஞர்களிடையே விழிப்புணர்வை ஏற்படுத்தியன. தனஞ்செய் கீர் ஆங்கிலத்தில் 1954 ஆம் ஆண்டு வெளியிட்ட அண்ணல் அம்பேத்கர் வாழ்க்கை வரலாற்றை மொழிபெயர்ப்பில் 1992 இல் மார்க்சிய பெரியாரிய பொதுவுடமைக் கட்சியின் சார்பில் தமிழில் வெளியிட்டோம். இந்த நீண்ட வரலாற்றை இன்றைய இளைஞர்கள் அறிந்து கொள்ள வேண்டும். அண்ணல் அம்பேத்கர் அவர்களின் தென்னிந்தியப் பயணங்களில் அவர் கலந்து கொண்ட நிகழ்வுகள், அவர் ஆற்றிய சொற்பொழிவுகளின் சுருக்கம், அவர் சந்தித்த தலைவர்கள், அண்ணல் அம்பேத்கரை வரவேற்று கூட்டம் நடத்தியவர்களின் விவரங்கள், அதுகுறித்து இதழ்களில் வெளிவந்த செய்திகள் என அனைத்தையும் நல்ல முறையில் தொகுத்து முனைவர் க.ஜெயபாலன் அளித்துள்ளார்.

அண்ணல் அம்பேத்கர் அவர்களின் ஆய்வு நூல்களில் சூத்திரர் யார்? தீண்டப்படாதவர்கள் (மண்ணின் மைந்தர்களின் மறைக்கப்பட்ட வரலாறு), காங்கிரசும் காந்தியும் தீண்டப்படாத மக்களுக்குச் செய்ததுதான் என்ன? போன்ற நூல்களில் பொதிந்துள்ள கருத்துக்களையும் எடுத்துக்காட்டியுள்ளார். தமிழர் வாணிகம் குறித்து தமிழ் இலக்கியங்களில் இருப்பதை நாம் அறிந்துள்ளோம். வடமொழி இலக்கியங்களில் இருந்து அண்ணல் அம்பேத்கர் அவர்கள் இதுகுறித்து எழுதியுள்ளதை நூலாசிரியர் மேற்கோள் காட்டியுள்ளது சிறப்பிற்குரியதாகும். திராவிடர்கள்தான் நாகர்கள் என்பதை அண்ணல் அம்பேத்கர் அவர்கள், பண்டைய இந்திய வரலாற்றை ஆராய்ந்து நிறுவியுள்ளதை இந்நூலாசிரியர் மேற்கோளாகக் காட்டியுள்ளார்.

அண்ணல் அம்பேத்கர் அவர்களுடன் பணியாற்றிய தோழர்களுக்கும் அவருக்குமான உறவுகளும் முரண்களும் ஏற்பட்டதையும் விளக்கியுள்ளார். குறிப்பாக மயிலைச் சின்னத் தம்பி ராசா (எம். சி. ராசா) அவர்கள் தாம் இந்து மதத்திலிருந்து மாற மாட்டேன் என்று கூறிய போது அண்ணல் அம்பேத்கர் அவர்கள் எம். சி. ராசா இந்துவாக இருந்து தீண்டாமை என்னும் கொடுமையிலிருந்து விடுபடாமலேயே இறக்க நேரிடும் என்பதைச் சுட்டிக் காட்டியுள்ளார். இந்தியச் சமூகம் குறித்தும் இந்தியச் சமயங்கள் குறித்தும் அண்ணல் அம்பேத்கரின் ஆய்வுகள் மிகவும் கூர்மையானவை.

வடமொழியில் எழுதப்பட்ட மூல புராணங்கள் எல்லாம் கற்றுத் தேர்ந்து 'இந்துமதத்தில் புதிர்கள்' என்ற நூலில் இந்து மதக் கடவுள்களை எல்லாம் அக்குவேறு ஆணிவேறாகக் கிழித்து தொங்க விட்டுள்ளார். நால்வருண சமூக அமைப்பின் கொடுமை களை ஆராய்ந்து எழுதியுள்ளார். கிறிஸ்தவ மதத்தில் சாதிப்பாகு பாடு என்பது குறித்தும் பண்டித அயோத்திதாசர், பெரியார், அண்ணல் அம்பேத்கர் மூவரின் பார்வையும் ஒரே மாதிரி உள்ளது என்பதை இந்நூலாசிரியர் விளக்கியுள்ளார்.

இந்திய அரசியல் சட்ட வரைவுக் குழுவில் இடம் பெற்றிருந்தவர்கள் பொறுப்பற்ற முறையில் செயல்படாமல் இருந்த போது அத்தனை சுமைகளையும் தாங்கிக்கொண்டு அதை

எழுதி முடித்துள்ளதை டி.டி. கிருஷ்ணமாச்சாரியின் பாராட்டு ரையை மேற்கோளாகக் காட்டியிருப்பது பாராட்டத்தக்கது. அண்ணல் அம்பேத்கர் பௌத்தம் மாறியபோது அறிஞர் அண்ணா அவர்கள் அதை ஆதரித்து திராவிட நாடு இதழில் எழுதிய கட்டு ரையை இணைத்திருப்பது இந்நூலுக்கு மகுடம் சூட்டுவது ஆகும்.

அண்ணல் அம்பேத்கர் அவர்களின் இலங்கைப் பயணம், பர்மா பயணத்தில் பெரியாருடன் பௌத்த மாநாட்டில் கலந்து கொண்டது, கேரளப் பயணம், தங்கவயல் பயணம், ஆந்திரப் பயணம், கோவையில் ஜி.டி. நாயுடு அவர்களின் விருந்தினராகக் கலந்து கொண்டது உள்ளிட்ட பல்வேறு செய்திகளை மிக விரிவாக இந்த நூலில் பேராசிரியர் க. ஜெயபாலன் அவர்கள் எழுதியுள்ளார். பேராசிரியர் க. ஜெயபாலன் அவர்களின் முயற்சி மென்மேலும் விரிவடைய வேண்டும் என்று வாழ்த்துகின்றேன். அவருக்கு உதவிய தோழர்களுக்கும் என்னுடைய வாழ்த்துக்களை தெரிவித்துக் கொள்கிறேன்.

தோழமையுடன்
09.4.2022 **வாலாசா வல்லவன்**
சென்னை -600005. 2/12, சி.என்.கே. சந்து
சேப்பாக்கம், சென்னை - 600005
செல்பேசி: 86681 09047

நட்புரை

'தென்னிந்தியாவில் பாபாசாகேப் அம்பேத்கர்' எனும் நூல் பேராசிரியர் முனைவர் க. ஜெயபாலன் அவர்களின் கடின உழைப்பின் வழியாக வெளிவந்துள்ளது. இதில் பாபாசாகேப் அம்பேத்கர் தமிழகம், ஆந்திரம், கர்நாடகம், கேரளம் ஆகிய மாநில வருகையும் முக்கிய ஆளுமைகளின் சந்திப்பும் அதனால் சமூகம் அடைந்த விழிப்புணர்வு பற்றியும் விரிவாகப் பேசுகிறது.

இன்றைக்கு அறிவு விழிப்புணர்வு மேலோங்கி இருக்கின்ற காலம். ஒவ்வொரு செயலுக்குமான விளைவுகளும் அது சமூகத்தில் ஏற்படுத்தும் தாக்கத்தையும் நுட்பமாக அறிந்து வெளிப்படுத்தி வருகின்றனர். மறைக்கப்பட்ட, திரிக்கப்பட்ட பல்வேறு செய்திகளையும் ஆளுமைகளையும் இன்றைக்கு அறிவு உலகம் நேர்மையாக வெளிக்கொணர்ந்து கொண்டிருக்கிறது. அதில் பேராசிரியர் அவர்களின் பங்களிப்பு மிக முக்கியமானது. வீ.வே. முருகேச பாகவதர் போன்ற ஆளுமைகளைத் தமிழ் உலகுக்கு மீண்டும் அடையாளம் காட்டியவராகவும் அவரது சிந்தனைகளை நூல்கள் வழியே மக்களிடையே கொண்டு சேர்த்தவராகவும் இருக்கிறார்.

தென்னிந்தியாவில் பாபாசாகேப் அம்பேத்கர் எனும் தலைப்பில் பேராசிரியர் அவர்கள் நூலாக்கம் செய்யும் பொழுது முதலில் தோன்றியது யுவான் சுவாங் பற்றி தான். யுவான் சுவாங்கின் வருகையை இந்திய அறிவுச் சமூகம் மடைமாற்றம் செய்து சீனப் பயணி என்பதாக அடையாளப்படுத்தியது. இன்றுவரை யுவான் சுவாங் என்றாலே இந்தியாவைக் காண வந்த சீனப் பயணி

என்பதாகவே பொதுப்புத்தியில் நிறுத்தியுள்ளது. இதன் மூலம் அவரது பௌத்தம் குறித்த பல்வேறு பணிகள் பின்னுக்குத் தள்ளப்பட்டுவிட்டன.

அதேபோன்று பாபாசாகேப் அம்பேத்கரின் பல்வேறு சிந்தனைகள் இன்று திரிக்கப்பட்டுள்ளன. இந்துத்துவத்திற்கு எதிரானக் கருத்தியலை வைத்த அம்பேத்கரை 'இந்துத்துவ அம்பேத்கர்' என்று ஆதரவாகக் காட்டும் போக்கும் வேகமாக நடைபெற்றுக் கொண்டிருக்கிறது. ஒரு பக்கம் அம்பேத்கர் சிந்தனைகளைத் திரிப்பதும் மற்றொரு பக்கம் ஆய்வுகளின் வழி அம்பேத்கரின் சிந்தனைகளை நிலை நிறுத்துவதும் வலுவூட்டுவதும் அறிவுத் தளத்தில் நடைபெற்றுக் கொண்டிருக்கின்றன. இத்தகைய அறிவு வாதங்கள் நடைபெற்றுக் கொண்டிருக்கும் சூழலில் பேராசிரியர் அவர்கள் இந்நூலைப் படைத்துள்ளார். பாபாசாகேப் அம்பேத்கரின் சிந்தனைகளில் ஆழங்கால்பட்ட பேராசிரியர் அவர்கள் இந்நூலில் பாபாசாகேப் அம்பேத்கரின் தென்னிந்திய வருகை என்பது வெறும் பயணம் என்பதோடு நின்றுவிடாமல், அது விளிம்புநிலை மக்களின் சமூக, சமய, பொருளாதார, கல்வி, அரசியல் விழிப்புணர்வு மற்றும் மேம்பாட்டுக்கானது என்பதை மிகச் சரியாகக் கவனப்படுத்தி உள்ளார்.

இந்நூல் இரு பார்வையை வெளிப்படுத்துகிறது. ஒன்று தென்னிந்தியாவின் மீதான பாபாசாகேப் அம்பேத்கரின் பார்வை. மற்றொன்று தென்னிந்தியத் தலைவர்கள் பாபாசாகேப் அம்பேத்கரை ஏற்றுப் போற்றிய விதம். இவ்விரண்டு பார்வைகளும் இந்நூலில் மிகச்சிறப்பாக வெளிப்பட்டிருக்கின்றன.

தென்னிந்தியாவின் முற்போக்குக் கூறுகளும் தமிழ் மொழியும் பாபாசாகேப் அம்பேத்கரை வெகுவாக ஈர்த்தன என்பதை நூலாசிரியர் (என்னுரையில்) குறிப்பிட்டுள்ளார். தமிழகத்தின் தலைவர்களில் ஒருவராக விளங்கிய தாத்தா ரெட்டைமலை சீனிவாசன் அவர்களோடு பாபாசாகேப் கொண்ட நட்பு, விளிம்புநிலை மக்களுக்கான விடுதலையைப் பெறுவதில் இருவரும் இணைந்து பணியாற்றியதென அனைவரும் அறிந்த ஒன்று. அதுமட்டுமல்லாமல் தந்தை சிவராஜ், அன்னை மீனாம்பாள், தந்தை பெரியார் உள்ளிட்டவர்களோடு சமூக

அடிப்படையிலான நட்பும் தொடர்பும் பாபாசாகேப் அம்பேத்கருக்கு இருந்தது. தென்னிந்தியப் பயணங்களின் வழியே தமிழக பௌத்த செயல் பாடுகளை அறிந்து லட்சுமி நரசுவின் 'பௌத்தத்தின் சாரம்' என்ற நூலைப் பதிப்பித்து வெளியிட்டார். கோலார் தங்க வயல் பயணத்தின் போது ஜி. அப்பாதுரையார் வழியாகத் தமிழக பௌத்தச் செயல்பாட்டாளர்களையும் அவர்களது பணிகளையும் அறிந்து கொண்டது பாபாசாகேப் அம்பேத்கர் பௌத்தம் தழுவுவதற்கு உந்துதலாக அமைந்தது.

தமிழகத்தில் இருந்த விளிம்புநிலை தலைவர்களும் முற்போக்குச் சிந்தனை கொண்டவர்களும் பாபாசாகேப் அம்பேத்கருக்குப் பெரும் ஆதரவாக இருந்தனர். அவரது கருத்துகளைப் பேச்சின் வழியாகவும் பத்திரிகையின் வழியாகவும் நூல்களின் வழியாகவும் வெளியிட்டு மக்களுக்கு விழிப்புணர்வை ஏற்படுத்தினர். இந்தியத் தேசம் பழமைவாதத்தில் இருந்து விடுபட்டு முற்போக்கு நவீனச் சிந்தனைகளைத் தாங்கி சீர்பெறுவதற்குப் பாபாசாகேப் அம்பேத்கரின் செயல்பாடுகள் முதன்மையாக இருந்ததை உணர்ந்தனர். எனவே பாபாசாகேப் அம்பேத்கர் தமிழகத்தையும் தமிழர்கள் அம்பேத்கரையும் பற்றி உயர்வான மதிப்பு கொண்டிருந்ததை இந்நூல் தெளிவாக வெளிப்படுத்துகிறது.

பாபாசாகேப் அம்பேத்கரின் தென்னிந்திய வருகையில் குறிப்பிட்டுச் சொல்லக்கூடிய ஒன்று கோலார் தங்கவயலுக்கு வந்ததாகும். இது **1954** இல் நிகழ்ந்தது. இன்றைக்கு ஏறக்குறைய எழுபது ஆண்டுகளுக்கு மேலாகிறது. ஆனாலும் கூட தங்கவயல் மக்கள் பாபாசாகேப்பின் வருகையை இன்றும் சிலாகித்துப் பேசி வருகின்றனர். இரண்டு மூன்று தலைமுறை கடந்தும் அது குறித்துப் பல தகவல்களைக் கொடுக்கின்றனர்.

இந்நூலாசிரியர் குறிப்பின்படி பாபாசாகேப் அம்பேத்கர் தமிழகத்திற்கு ஏழுமுறை வந்துள்ளார். இங்கு அவர் மக்களைச் சந்தித்து உரையாடி உள்ளார். பல தலைவர்களைச் சந்தித்துக் கருத்து களைப் பகிர்ந்துக் கொண்டார். தமிழக மக்களும் பாபாசாகேப் அம்பேத்கரைத் தலைவராக ஏற்றுப் போற்றுகின்றனர். அவரது சிந்தனைகள் சமூகத்தால் உள்வாங்கப்பட்டுப் பிரதிபலிக்கிறது. ஆனாலும்கூட அவரது வருகையின் வழியாக வெளிப்பட்ட

விழிப்புணர்வு பெரிய அளவில் பேசப்படுவதில்லை. அத்தகைய சிந்தனையைத் தமிழகத்தில் தட்டி எழுப்பவும் தென்னிந்தியாவில் பாபாசாகேப் அம்பேத்கர் ஆற்றிய பணிகள் குறித்த பல தகவல் களை அறியவும் இந்நூல் பெருமளவில் உதவும்.

பேராசிரியர் அவர்களுடைய எழுத்துகளில் எப்பொழுதும் தகவல்களுக்குப் பஞ்சமிருக்காது. புதிய செய்திகள், அறிய வேண்டி யவை எனப் பலவற்றையும் தேடிக் கொண்டுவந்து மலைபோல் குவித்துவிடுவார். அப்படித்தான் இந்த நூலிலும் ஏராளமான செய்திகள் கொட்டிக்கிடக்கின்றன. அவற்றின்மூலம் தேடுதலுக்கும் புதிய ஆய்வுகளுக்கும் வழி அமைத்துக் கொடுக்கிறார்.

"மாவீரன் அய்யன்காளி சகோதரன் ஐயப்பன் ஆகியோரு டன் டாக்டர் அம்பேத்கர் கொண்டிருந்த தொடர்புகள் குறித்தும் பல்வேறு செய்திகள் உள்ளன. அவைகள் வருங்காலத்தில் விரிவாகத் திரட்டி வழங்கப்படும்." (கட்டுரை எண் :6) என்ற கேரள வருகையின் போது ஏற்பட்ட தொடர்புகளும் செய்திகளும் விரிவாக அலசி ஆராயத்தக்கன.

"கோவை பயணத்தில் ஜி.டி. நாயுடு அவர்களுடன் சந்திப்பு டாக்டர் அம்பேத்கர் மீது அவர் கொண்டிருந்த பற்றும் மிக விரிவான ஒன்று. இந்தப் பயணம் குறித்து டாக்டர் அம்பேத்கர் நூல் தொகுப்புகளில்கூட செய்திகள் அதிகமாகக் காணப்பட வில்லை. இந்தப் பயணத்தின் போது பல சிறந்த உரைகளை டாக்டர் அம்பேத்கர் ஆற்றியுள்ளார். உரைகளைத் தந்தை பேரா. ராவ்பகதூர் சிவராஜ் அவர்கள் மொழி பெயர்த்துள்ளார்." (கட்டுரை எண் : 7) பேராசிரியரின் இதுபோன்ற குறிப்பினை அடிப்படையாகக் கொண்டு அறிவுலகம் புதிய செய்திகளை வெளிக்கொணர வேண்டும். ஒரு நூல் வெளிவருவது என்பது எளிதான ஒன்றல்ல. அதற்குக் கடின உழைப்பையும் நேரத்தையும் செலவிட வேண்டியுள்ளது. பேராசிரியரின் சோர்விலா உழைப்பினால் தொடர்ச்சியாகப் பல நல்ல நூல்கள் வெளிவந்து கொண்டிருக்கின்றன.

அரிதின் முயன்றுத் தகவல்களைச் சேகரித்து இந்நூலை எழுதியுள்ளார். பாபாசாகேப் அம்பேத்கரின் தென்னிந்திய வருகை குறித்த அரிய செய்திகளும் அதனோடு தொடர்புடைய புகைப்

படங்களும் இந்நூலுக்கு அணி சேர்க்கின்றன. இத்தகைய ஆக்கங்கள் அறிவு சமூகத்தால் போற்றி வரவேற்கத்தக்க ஒன்று. பேராசிரியர் அவர்கள் மேலும் பல நல்ல நூல்கள் படைத்துப் புகழ்பெற வாழ்த்துகள்.

1.6.2022
தி.நகர்

முனைவர் **பெ. விஜயகுமார்**
உதவிப்பேராசிரியர்,
தமிழ் முதுகலை - ஆய்வுத்துறை,
புதுக்கல்லூரி, சென்னை -600 014.

என்னுரை

"தென்னிந்தியா எப்பொழுதும் முற்போக்காக உள்ளது",

"தமிழ்மொழி இந்தியா முழுவதும் பேசப்பட்ட மொழி",

"இந்தியாவிற்கு இரண்டாவது தலைநகரம் வேண்டும் என்று நான் கூறுகிறேன். ஹைதராபாத் இந்தியாவின் இரண்டாவது தலைநகரமாக இருந்தால் தென்னிந்தியர்கள் தாங்கள் அதிகாரத்திற்கு வெகு தொலைவில் இருப்பதாக உணர மாட்டார்கள்."

"இந்திமொழி பேசும் பகுதி இந்தி பேசாத பகுதி என்று இந்தியா உள்ளது"

இவ்வாறு பாபாசாகேப் அம்பேத்கர் தனது பேச்சிலும் எழுத்திலும் ஆங்காங்கே தென்னிந்தியாவைப் பற்றி எழுதுகிறார். இந்தியா ஒரு தேசமாக ஒற்றை அதிகாரத்தின் கீழ் வெள்ளையர்களால் கொண்டுவரப்பட்டதும் இந்தியா முழுவதும் உள்ள பல்வேறு இன, மொழி, சாதி, பண்பாடு கொண்ட மக்களின் பிரதிநிதிகளாய் பலர் உருவாக்கப்படுகின்றனர். சில தலைவர்களோ இயல்பான தங்கள் ஞானத்தினாலும் பேராற்றலாலும் இந்தியத் துணைக் கண்டம் மட்டுமன்றி உலகம் முழுவதும் தங்கள் உயர்ந்த பணிகளால் தங்கள் ஞானக்கதிர்களால் ஓங்கி தொடர்ந்து சுடர் விட்டு நிற்கிறார்கள். அவ்வகையில் பேரறிஞர் பாபாசாகேப் அம்பேத்கர் இந்திய நாட்டைப் புதிய வகையில் உருவாக்கிய மாபெரும் வரலாற்றின் முகமாக விளங்குகின்றார்.

அவர் தனது வாழ்நாளில் உலகம் முழுவதும் பல்வேறு நாடுகளுக்கும் பயணித்துக் கொண்டே இருந்தார். அதே வகையில் இந்தியாவிற்குள்ளும் பற்பல இடங்களுக்கும் பயணித்துக் கொண்டே இருந்தார். அந்த வகையில் தென்னிந்தியாவில் பாபாசாகேப் அம்பேத்கர் மேற்கொண்ட பயணங்களைப் பற்றிய ஓர் அறிமுக நூல் இது என்று கூறலாம்.

1932,1934,1944,1945,1950,1954 ஆகிய ஆண்டுகளில் சென்னை மாகாணத்தில் விரிவாகப் பயணம் மேற்கொண்டு இருக்கின்றார். மதுரை, கோவை, உதகமண்டலம் எனப் பல இடங்களுக்கும் சென்றுள்ளார். இதே வகையில் கேரளம், கர்நாடகம், ஆந்திரம் என்று தென்னிந்தியாவின் பல்வேறு மாநிலங்களுக்கும் சில தடவை பயணம் செய்துள்ளார். பல்வேறு அரசியல் காரணங்களுக்காகவும் பற்பல வரலாற்றுத் தேடல்களுக்காகவும் தொடர்ந்து பாபாசாகேப் அம்பேத்கர் தென்னிந்தியாவில் பயணங்களை மேற்கொண்டார். தென்னிந்தியப் பயணங்களோடு இணைந்ததாகவே அவரது பர்மா (மியான்மர்) பயணமும் இலங்கை பயணமும் அமைந்தது என்றும் இங்கே குறிப்பிடலாம். பர்மாவில் புத்த மாநாட்டில் பாபாசாகேப் அம்பேத்கரும் தந்தை பெரியாரும் கலந்து கொண்ட படமும் செய்திகளும் இன்றும் தமிழக முற்போக்கு வட்டாரத்தில் பேசப்படும் ஒன்றாகவே உள்ளது.

மராட்டிய மண்ணில் இருந்து பாபாசாகேப் அம்பேத்கரின் வரலாறு தொடங்கினாலும் அவரது எண்ணமும் சிந்தனையும் இந்தியத் துணைக்கண்டம் முழுவதும் வியாபித்து உலகு மானுட உரிமை முழக்கமாக அவரது வாழ்வும் சிந்தனையும் அமைந்தன. அதனால்தான் பாபாசாகேப் அம்பேத்கரை விட வயதில் மூத்தவர்கள் என்றாலும் பல்வேறு தலைவர்கள் அவரோடு இணைந்து நின்று அவரது செயல்பாடுகளுக்குத் தோளோடு தோள் கொடுத்துக் களம் கண்டனர்.

தென்னிந்தியாவில் பிறந்து அடித்தள மக்கள் விடுதலை வரலாற்றில் மாபெரும் அத்தியாயத்தை எழுதிய திவான் பகதூர் இரட்டைமலை சீனிவாசனார் தொடங்கி, சுயமரியாதை இயக்கத்தின் மாபெரும் தலைவர் தந்தை பெரியார், வி.ஐ. முனுசாமிப் பிள்ளை, பாபாசாகேப் அம்பேத்கர், முன்பேயே பல்வேறு பணிகளைச் செய்யத் துவங்கிய ராவ்பகதூர் எம். சி. ராசா, ராவ் பகதூர் எல்.சி. குருசாமி, ராவ்பகதூர் என். சிவராஜ், அன்னை மீனாம்பாள், பண்டிதமணி ஜி.அப்பாத்துரையார், ஐயா கோவை ஜிடி நாயுடு, அறிஞர் அண்ணாதுரை உள்ளிட்ட முன்னோடித் தலைவர்கள் மாபெரும் தொடர்பில் இயங்கினார்கள்.

பள்ளிகொண்டா கிருஷ்ணசாமி, கோலார் தங்கவயலில் இருந்து சி.எம். ஆறுமுகம் உள்ளிட்ட பல தலைவர்கள், தமிழகத்தில் உரிமை ரத்தினம், தொண்டு வ. வீராசாமி, ஐயா எல். இளைய பெருமாள் உள்ளிட்ட பல தலைவர்கள் அடுத்தடுத்த கட்டங்களில் பாபாசாகேப் அம்பேத்கரோடு சிறிய அளவிலும் பெரிய அளவிலும் தொடர்புகளை வைத்திருந்தனர்.

சக்கரவர்த்தி ராஜகோபாலாச்சாரி, டாக்டர் ராதா கிருஷ்ணன், டி.டி. கிருஷ்ணமாச்சாரி என்று பல்வேறு குறிப்பிட்டுச் சொல்லத்தக்க தலைவர்களின், அறிஞர்களின் பாபாசாகேப்புடனான தென்னிந்தியத் தொடர்பும் மிக விரிவான ஒன்று. பாபாசாகேப் அம்பேத்கர் வாழ்ந்த காலத்திலேயே அவரைச் சிறப்பித்துக் கௌரவ டாக்டர் பட்டம் வழங்கிய பெருமை ஆந்திராவின் உஸ்மானிய பல்கலைக்கழகத்திற்கு உண்டு என்பதும் இங்குச் சுட்டத்தக்கது. ஹைதராபாத் நிஜாம், மைசூர் மகாராஜா என்று இருவருமே, இரு பகுதிகளுமே பாபாசாகேப் அம்பேத்கரின் கல்விப் பணிகளுக்குக் கைகொடுத்தன என்பதும் எண்ணிப்பார்க்க தக்க ஒன்று.

அரசியல் உரிமைப் போராட்டம், இயக்கங்கள் என்பதைக் கடந்து தென்னிந்தியாவில் இருந்த பல்வேறு இயக்கங்கள், திராவிட இயக்கங்கள், பொதுவுடைமை இயக்கங்கள் பாபாசாகேப் அம்பேத்கர் உடன் பல தொடர்புகளைக் கொண்டிருந்தன. தென்னிந்தியாவில் பண்டித அயோத்திதாசர், பேராசிரியர் லட்சுமி நரசு, சிந்தனைச் சிற்பி சிங்காரவேலர் உள்ளிட்டோர் தொடங்கி முன் நகர்த்திய பௌத்த மறுமலர்ச்சி இயக்கத்தை 1950-களில் அதை அகில இந்திய பேரியக்கமாக உருவாக்கியதில் பாபாசாகேப் அம்பேத்கரின் இயக்கத்தினருக்குப் பெரும் பங்கு உண்டு என்பதையும் இங்குக் குறிப்பிட்டுச் சொல்ல வேண்டும். இந்த வரலாற்றுத் தொடர்ச்சியை, மனித உரிமை மீட்பை, சமூக மறுமலர்ச்சிப் போக்கை அறிஞர் அன்பு பொன்னோவியம் அவர்கள் சரியாக உணர்ந்து பண்டிதரும் பாபாசாகிப்பும் என்று கட்டுரைத் தொடர் எழுதியதும் குறிப்பிடத்தக்கது.

மும்பை பாபாசாகேப் அம்பேத்கரின் தலைமையகம் என்று கூறினால் சென்னை இரண்டாவது தலைமையகம் என்று

சொல்லத்தக்க வகையில் பல்வேறு பணிகள் சென்னையை மையமிட்டுத் தென்னிந்தியாவில் நடைபெற்றன. தந்தை சிவராஜ் அவர்கள் 1940 களிலேயே "ஜெய்பீம்" என்ற ஆங்கில ஏட்டை சென்னையிலிருந்து துவக்கி நடத்தினார் என்பது மிக முக்கியமான தொரு வரலாறு. மேலும் ஏராளமான இதழ்கள் தொடர்ந்து தென்னிந்தியாவில் இயங்கின என்பதும் இங்குக் குறிப்பிட்டுச் சொல்லத்தக்கன.

இந்தியா, 200 ஆண்டு கால பிரிட்டிஷ் இந்தியா என்ற நிலையிலிருந்து மாறி சுதந்திர இந்தியா என்ற களத்தை அடைவதற்குப் பல்வேறு பணிகளை ஆற்றிய நிலையில் பாபாசாகேப் அம்பேத்கர் முதலும் முடிவுமாக இந்தியராக இருந்தார் என்பது விவரிக்க வேண்டியதில்லை. அதே நேரத்தில் இந்தியாவின் பன்முகத் தன்மையை அவர் புரிந்துகொண்டு இயங்கினார் என்பது இங்கே குறிப்பிடத்தக்கதாகும். அதிகாரம் ஒற்றைப் பரிமாணம் என்பதாக எடுத்துக் கொண்டு இயங்கும் போது அது அதிகார கட்டமைப்பில் ஆபத்தாக முடியும் என்பதை உணர்ந்து ஜனநாயக உணர்வுடன் அனைத்துப் பணிகளையும் மாற்றியதில் பாபாசாகேப் அம்பேத்கர் முன்னோடியாக விளங்கியதால்தான் இன்றைய இருபத்தியோராம் நூற்றாண்டிலும் இந்தியாவின் அனைத்து ஜனநாயகச் சக்திகளும் அவரை ஏந்தி போராட்டக் களங்களில், வாழ்வியல் களங்களில் நிற்கின்றன என்பது அனைவரும் அறிந்ததே.

பாபாசாகேப் அம்பேத்கரின் தென்னிந்திய வருகைகள் பற்றி ஒரு சில கட்டுரைகளும் சிறு நூல்களும் சிலவே வெளியாகியுள்ளன. தென்னாட்டில் அம்பேத்கர் என்று பெங்களூர் கோமகன் அவர்கள் தமிழ் மொழியில் 1980 இலேயே எழுதியுள்ளார். தங்கவயல் அருமை பெரியவர்கள் துரை. இராஜேந்திரன், தேவகுமார், மற்றும் பத்திரிகையாளர் வினோத் உள்ளிட்ட இன்னும் பலரிடமும் இந்த நூலைக் குறிப்பிட்டுத் தேடிக் கொண்டிருக்கின்றோம்; விரைவில் கிடைக்கும் என நம்புவோம். மற்றும் சில உரைகளையும் சில பதிவுகளையும் எக்ஸ்ரே கருணாகரன் அவர்கள் 1990களிலேயே செய்துள்ளார். குறிப்பிடத் தக்க நூல்கள் டாக்டர் அம்பேத்கரையும் தந்தை பெரியாரையும்

இணைத்துத் தமிழ் மொழியில் எழுதப் பட்டுள்ளன. அருமை நண்பர் அம்பேத் அவர்கள் இணைய தளங்களிலும் முகநூலிலும் தொடர்ந்து பாபாசாகேப் அம்பேத்கர் உடன் தென்னிந்திய தலைவர்கள் கொண்டிருந்த விரிவான வரலாற்றுத் தகவல்களைப் பரிமாறி வருகின்றார். அவரின் தேடுதல் பாராட்டுக்குரியது.

அம்பேத்கரின் கேரள வருகை பற்றி அஜய் சேகர் அவர்கள் எழுதியுள்ளார். மற்றும் சிலரும் குறிப்பிடுகின்றனர். கர்நாடக மாநில வருகை பற்றியும் சில பேராசிரியர்கள் எழுதி யுள்ளனர். ஆந்திர மாநில வருகை பற்றியும் பல குறிப்புகள் பாபாசாகேப் அம்பேத்கர் நூல்களிலேயே கிடைக்கின்றன. கர்நாடக மாநிலத்தில் குறிப்பாகக் கோலார் தங்கவயல் வருகையைப் பற்றி அய்யா தேவகுமார் அவர்கள் சித்தார்த்தா புத்தகச் சாலை நூற்றாண்டு மலரிலேயே எழுதினார். காந்தியடி களின் சேவா சங்கத்தில் இணைந்து தீண்டாமை ஒழிப்புக்காகப் பணியாற்றியவர்களில் சுவாமி ஆனந்ததீர்த்தர் டாக்டர் அம்பேத் கருடன் தொடர்பு கொண்டிருந்தார் என்பதை டாக்டர் அம்பேத்கரின் பேச்சும் எழுத்தும் நூலில் காணமுடியும். இந்த ஆனந்ததீர்த்தர் பற்றி அருமையான ஒரு கட்டுரையை ஸ்டாலின் ராஜாங்கம் அவர்கள் எழுதியுள்ளது இங்குக் குறிப்பிடத்தக்கது.

அண்மையில் அம்பேத்கரும் தமிழகமும் என்ற சிறு நூலை இரா.உமா எழுதியுள்ளார். இன்னும் சில கட்டுரைகளையும் சிலர் எழுதியுள்ளனர். ஐயா எழில் இளங்கோவன், ஐயா வாலாசா வல்லவன் உள்ளிட்ட பலரும் பல முன்னோடியாக எழுதியுள்ளனர். இவ்வாறு இருக்கின்ற குறிப்புகளை வைத்துக்கொண்டு இன்னும் பல பதிவுகளைத் தேடி இந்த நூல் தொகுத்துத் தரப்பட்டுள்ளது. இன்னும் விரிந்த அளவில் தொகுக்கப்பட வேண்டிய ஒன்று.

நூலிலுள்ள கட்டுரைகள் எல்லாம் பெரும்பான்மையும் முகநூலில் தினசரி எழுதப்பட்டு ஆங்காங்கே இருந்தன. இவைகளையெல்லாம் ஒன்றுதிரட்டி நூலாக உருவாக்கியதன் சிறப்பு அருமைப் பேராசிரியர் பெ. விஜயகுமார் அவர்களையே சாரும். இந்நூலுக்கு மனமுவந்து பல்வேறு சான்றோர்கள், பெரியவர்கள், வாழ்த்துரைகள், அணிந்துரைகள், பாராட்டுரை

கள் வழங்கியுள்ளனர். அவர்களுக்கு நெஞ்சம் நிறைந்த நன்றிகள்.

நாமே போதும் என்று சொன்னாலும் மனநிறைவு வரும்வரை பல மணி நேரங்களைச் செலவிட்டு உழைத்து நூலுக்கு அட்டைப்படத்தை உருவாக்கியவர் ஐயா யாக்கன் அவர்கள். இந்நூலில் பல்வேறு படங்களைப் பல சான்றோர்கள் வழங்கினர். குறிப்பாக ஐயா தேவகுமார் அவர்களும் அய்யா துரை. இராஜேந்திரன் அவர்களும் பல முக்கியத் தகவல்களையும் அளித்தனர். இந்நூலைப் பாபாசாகேப் அம்பேத்கர் கலை இலக்கியச் சங்கம் வெளியிடுகிறது. அருமைத் தோழமைகள் முனைவர் து.பார்த்திபன், முனைவர் வை. இராமகிருஷ்ணன், பாவலன், முனைவர் விஜயகுமார் உள்ளிட்ட அனைத்து நட்பு வட்டத்திற்கும் மிக்க நன்றிகள். "கழுவப்படும் பெயரழுக்கு" என்ற நூலை எழுதி டாக்டர் அம்பேத்கர் என்ற பெயர் அவரது குடும்பப் பெயர் என்று நிறுவிய அருமையான வரலாற்றுக்குச் சொந்தக்காரரான ஐயா யாக்கன் அவர்கள் இதை சிறப்பாக வடிவமைத்துள்ளார் என்பது மேலும் மகிழ்ச்சிக்குரியது. பிழைத்திருத்தம் செய்து உதவிய அய்யா அழகியநம்பி அவர்களுக்கும், தம்பிகள் அரியாகுஞ்சூர் முனைவர் நாராயணன், முனைவர் குபேந்திரன் ஆகியோருக்கும் மிக்க நன்றி.

"மாமனிதர்களை, அவர்களது வாழ்க்கை நிகழ்வுகளைப் படிப்பது என்பது மிகவும் சுவாரசியமானது. ஆனால் அதே நேரம் அந்த மாமனிதர்களின் பேரொளியில் நாம் கரைந்து விடாத வண்ணம் அந்த மாமனிதர்களின் ஒளிக் கூறுகளை எடுத்து நம்மை நாமே புதுப்பித்துக் கொள்ள வேண்டும்" இதை பகவன் புத்தர் நிறைய உரைகளில் நுட்பமாக வழங்கியுள்ளார். அந்த வகையில் பாபாசாகேப் அம்பேத்கரின் தென்னிந்தியப் பயணங்களை நன்கு படித்து அவரது வாழ்வின் பல்வேறு சிந்தனைகளைப் பெற்று புதிய பாரதத்தை, புதிய மானுட நேயம் மிக்க உலகை உருவாக்குவதில் நாமும் ஒருவகையில் சிறுபங்கு கொள்வோம் என்பதில் தான் இந்த நூலின் முழு வெற்றியும் உள்ளது என்றால் அது மிகையில்லை.

சாதனைகளில் சந்திப்போம்

க. ஜெயபாலன்

12.02.2022
சென்னை - 600040.

பாபாசாகேப் அம்பேத்கர் தென்னிந்திய வருகைகள் (கால அட்டவணை)

1929 ***23.03*** - பெலகாவி
28.12 - தார்வாட் (கர்நாடக மாநிலம்)

1932 ***27,28*** பிப்ரவரி வாக்குரிமைக் குழு உறுப்பினராகச் சென்னை, ஹைதராபாத் பயணங்கள். சென்னையில் ஏறத்தாழப் பத்தாயிரம் பேர் கலந்து கொண்ட மாபெரும் வண்ணமிகு வரவேற்பு வழங்கப்பட்டது. வரவேற்பில் முஸ்லிம்கள், கிறிஸ்தவர்கள் மற்றும் பார்ப்பனரல்லாத மக்களும் கலந்து கொண்டனர். சென்னை மாகாணப் பல்வேறு அமைப்புகள், பெரும் வரவேற்பை வழங்கின.

1934 சென்னையில் வரதராஜபுரத்தில் நீதிபதி கிருஷ்ணசாமி நாயுடுவின் பங்களாவில் டாக்டர் பாபாசாகேப் அம்பேத்கர் அவர்களை வரவழைத்து அவரது மேலான யோசனையைத் தாழ்த்தப்பட்ட ஊழியர் படையின் தலைவராக திரு. டி.சுந்தர்ராவ் மற்றும் நீதிகட்சி தலைவர்களும் கேட்டறிந்தனர்.

1937 ***30.5*** விஜய்ப்பூர் - சோமன்ன கவுடாவின் வழக்குக்காக வருகை புரிந்தார். (கர்நாடக மாநிலம்)

1938 ***31.10*** பெல்காம் மாவட்ட சுதந்திரத் தொழிற்கட்சி மாநாடு, டிசம்பர், ஹைதராபாத்.

1939 ***26.12*** பெல்காம் நகராட்சி டாக்டர் அம்பேத்கருக்கு மிகச்சிறந்த வரவேற்பு வழங்கியது.

1944 ***20.09*** ஹைதராபாத் - வரலாறு காணாத வரவேற்பு வைஸ்ராய் நிர்வாகக் கவுன்சில் உறுப்பினரான டாக்டர் அம்பேத்கருக்கு வழங்கப்பட்டது. இத்தகைய அணி வகுப்பு ஒரு வைஸ்ராய்க்குக் கூட கிடைக்காது என்று பத்திரிகைகள் எழுதின.

23.09 சென்னைக் கன்னிமரா ஹோட்டல் நீதிக்கட்சி-பிராமணரல்லாதார் இயக்கம் பற்றிய உரை நிகழ்ச்சி ஏற்பாடு சண்டே அப்சர்வர் பி. பாலசுப்பிரமணியம்.

24.09 சென்னை பகுத்தறிவாளர் சங்கத்தில் உரை பிரபாத் டாக்கீஸ் - அன்னை சத்தியவாணி முத்து வரவேற்பு - மந்திரி ராமநாதன் உள்ளிட்டோர் பங்கேற்பு.

இந்த வருகையின்போது திவான்பகதூர் இரட்டைமலை சீனிவாசனார், தந்தை பெரியார் உள்ளிட்டோரை அவர்கள் இடத்திற்கே சென்று சந்தித்து விரிவாகக் கலந்துரையாடி விட்டு வந்தார்.

1945 25.12 சென்னையில் உரையாற்றினார். தலைமை: பேராசிரியர் ராவ்பகதூர் என். சிவராஜ். இடம்: சென்னை, பெரம்பூர் பேரக்ஸ் காரன்ஸ்மித் நகர். ஏறத்தாழ 30 ஆயிரம் மக்கள் கூடினர் நீதிக் கட்சியின் பொதுச் செயலாளர் கே.சி. சுப்பிரமணிய செட்டியார், எஸ். முத்தையா முதலியார், டி.எஸ். சாமி, டாக்டர் கிருஷ்ணசாமி, எம். கே. பிள்ளை, சி. ஏ. அப்துல்காதர், எம்.சி. முஹம்மது இப்ராஹிம் முதலிய பலரும் டாக்டர் அம்பேத்கருடன் கூட்டத்தில் கலந்து கொண்டனர்.

28,29.12 மதுரை பயணம் - மதுரையில் சர். பிட்டி. தியாக ராஜன், போடி மீனாட்சிபுரம் செல்வராசு, தேக்கம்பட்டி பாலசுந்தரராசு, டபிள்யூ.பி.ஏ. சௌந்தரபாண்டியனார், அன்னை மீனாம்பாள் உள்ளிட்ட பலரும் அங்கே சந்தித்த னர். இந்தப் பயணத்தின்போது கோயம்புத்தூருக்கும் மேற்கு மாவட்டங்களுக்கும் பயணமானார்.

1950 19.05 ஹைதராபாத் - தொடங்க இருந்த கல்லூரித் தொடர் பான பணியை முன்னிட்டு ஹைதராபாத் நிஜாம் உள்ளிட்ட பலர் சந்திப்பு. 24.05 ஹைதராபாத் சம்மேளன கூட்டம் - சென்னை பயணம், பின்னர் இலங்கை கொழும்பு பௌத்த மாநாடு, பின்னர் திரும்பல் ஜூன் - கேரளா திருவனந்தபுரம் வருகை

26.12. பெல்காம் ஐம்பதினாயிரம் பேர் திரண்ட பேரணி சம்மேளன மாநாடு

1953   12 ஜனவரி : உஸ்மானியாப் பல்கலைக்கழகம் டாக்டர் பட்டம் வழங்கல்

1954   ஜூலை 7 முதல் 14 வரை சென்னை, குன்னூர் ராணுவக் கல்லூரி, பெங்களூர், கோலார் தங்கவயல், மைசூர் பயணங்கள்.

ஜூலை 12ஆம் தேதி சரியாகக் கோலார் தங்கவயல் வந்து சென்றார்.

(சில வருகைகள், தேதிகள், இடங்கள் விடுபட்டிருக்கலாம். அவைகளும் விரைவில் சேர்க்கப்படும்.)

◆ ◆

தென்னிந்தியாவில்
பாபாசாகேப் அம்பேத்கர்

1

டாக்டர் அம்பேத்கரின் முதல் தென்னிந்திய வருகையும் சென்னை உரைகளும்

நன்றி : ஸ்ரீதர் வாக்மரே Sridhar Waghmare

1932 இல் வாக்குரிமை குழு உறுப்பினர் என்ற முறையில் டாக்டர் பி.ஆர். அம்பேத்கர் சென்னைக்கு வருகை புரிந்தார். பிப்ரவரி 28ஆம் தேதியன்று சென்னையில் அவருக்கு ஒடுக்கப் பட்ட வகுப்பு மக்கள் 10 ஆயிரம் பேர் கலந்து கொண்ட வண்ணமிகு வரவேற்பளிக்கப்பட்டது. வரவேற்பு நிகழ்ச்சியில் முஸ்லிம்கள், கிறிஸ்தவர்கள் மற்றும் பிற பார்ப்பனர் அல்லாத மக்களும் கலந்து கொண்டனர். படைஞரின் ஒடுக்கப்பட்டப் பிரிவு தலைவரே நிகழ்ச்சிக்குத் தலைமை வகித்தார். ஒடுக்கப் பட்ட பணியாளர் சங்கம், சென்னை மாகாண ஒடுக்கப்பட்ட வகுப்பினர் கூட்டமைப்பு, ஆதிதிராவிட மலையாளிகள் சபை, ஆதிஆந்திர மகாசபை, அருந்ததியர் மகாசபை உள்ளிட்ட பெரும்பாலான தென்னிந்திய ஒடுக்கப்பட்ட வகுப்பு மக்கள் இயக்கச் சார்பாளர்கள் வரவேற்பில் கலந்துகொண்டனர். கேரளா ஒடுக்கப்பட்ட வகுப்பு மக்கள் சங்கமும் தொழிலாளர்

ஒன்றியமும் ஒருமனதாய் டாக்டர் அம்பேத்கர் அவர்களுக்கு வரவேற்பு அறிக்கை வாசித்து அளித்தனர். (பக்கம்: 97 பாபா சாகேப் அம்பேத்கர் பேச்சும் எழுத்தும் -தொகுதி: 37- தமிழ்)

இருபத்தெட்டு வயதிலேயே பொதுவாழ்வில் புரட்சியாளர்

இருபதாம் நூற்றாண்டு இந்திய அரசியல் தலைவர்களில் மிக இளைய வயதிலேயே பொதுவாழ்க்கையில் நுழைந்தவர் புரட்சியாளர் அம்பேத்கர். 27.1.1919 இல் சவுத்பரோ குழுவிடம் வாக்குரிமை குறித்து தன் கருத்துக்களை எடுத்துரைத்த காலத்தி லிருந்தே புரட்சியாளர் அம்பேத்கரின் பொதுவாழ்க்கை குறிப் பிடத்தக்க பரிணாமத்தை அடைந்தது.

31.1.1920 இல் மூக் நாயக் (ஊமைகளின் தலைவன்) என்ற இதழைத் தொடங்கிய காலத்திலிருந்தே அவருடைய கருத்துப் பரிமாற்றங்கள் கல்வி நிலையங்களில் இருந்து அரசியல் களத்தில் நின்று வெளியே வரத் தொடங்கியது. இவ்வகையில் 1920களில் இருந்து 30 வரை அவர் உயர் கல்விக்கும் இந்தியப் பொது வாழ்வுக்குமாக இடையிடையே பேராசிரியர் பணிகளும் என்று பல்வேறு வேலைகளைச் செய்துக் கொண்டிருந்தார்.

*9.3.1924*இல் பகிஷ்கரித் ஹித்த காரிணி சபா உள்ளிட்ட பல்வேறு அமைப்புகளையும் தொடங்கினார்.

15.12.1925 இல் இந்திய நாணயம் குறித்த ராயல் கமிஷன் முன் சாட்சியமளித்தார்.

*1926*இல் பம்பாய் மாகாணத்தில் சட்டசபை உறுப்பினராக டாக்டர் அம்பேத்கரும் பி.ஜி. சோலங்கியும் நியமிக்கப்பட்டனர்.

1927 இல் மாபெரும் போராட்டமான மஹாத் சத்தியாக் கிரகம் தொடங்கியது. இது நெடுநாள் நீடித்தது. அமராவதி கோயில், பூனாவின் பார்வதி கோயில் என்று பல்வேறு கோயில் போராட்டங்களும் இடையிடையே பெரிய அளவில் நடை பெற்றது.

*29.05.1928*இல் ஒடுக்கப்பட்ட மக்களின் அரசியல் பிரச்சினைகள் குறித்து அறிக்கை சமர்ப்பித்தார்.

இடையே பம்பாய் சட்டக்கல்லூரிப் பேராசிரியராகப் பணியாற்றினார். இதற்கிடையில் பம்பாயில் தொழிலாளர் போராட்டங்கள் நடைபெற்றன.

17.5.1929 இல் சைமன் குழுவிடம் தனியாக ஒரு அறிக்கை வழங்கினார்.

22.10.1929 சென்னையில் நடைபெற்ற ஒடுக்கப்பட்டோர் மாநாட்டில் பேராசிரியர் என். சிவராஜ் அவர்கள் பூனாவின் பார்வதி கோயில் சத்தியாகிரகத்தை ஆதரித்தார்.

இச்சூழலில்தான் 1930இல் இலண்டன் வட்டமேசை மாநாட்டிற்கான அரசியல் உரிமை, இந்தியாவிற்கான சட்டத்தை உருவாக்குதல் குறித்த மாபெரும் கலந்துரையாடலில் தொடர்ந்து டாக்டர் பாபாசாகேப் அம்பேத்கர் அவர்களும் திவான் பகதூர் இரட்டைமலை சீனிவாசன் அவர்களும் பங்கேற்றனர். முதல் வட்டமேசை மாநாட்டில் அண்ணல் காந்தியார் பங்கேற்கவில்லை.

இரண்டாவது வட்டமேசை மாநாடு முடிந்த சூழலில்தான் 27.12.1931 இந்திய வாக்குரிமைக் குழு லோதியன் பிரபு தலைமையில் அமைக்கப்பட்டது. டாக்டர் அம்பேத்கர் குழுவின் உறுப்பினராக நியமிக்கப்பட்டார். இலண்டன் வட்ட மேசை மாநாடு மாபெரும் பணிகள் மற்றும் லோதியன் குழுவின் வாக்குரிமைக் கமிட்டியின் உறுப்பினர் என்ற அடிப்படையில் சென்னைக்கு டாக்டர் அம்பேத்கருடைய வருகை மாபெரும் விழாவாகக் கொண்டாடப்பட்டது.

ஏறத்தாழ 1860 களிலிருந்து தென்னிந்தியாவில் குறிப்பாகச் சென்னையில் மையமிட்டு எழுந்திருந்த மாபெரும் சமூக அரசியல் விழிப்புணர்வு செயல்பாடுகள் டாக்டர் அம்பேத்கரின் வருகையை மிக உயர்ந்த ஒன்றாக ஏற்று அரவணைத்துக் கொண்டது. திவான் பகதூர் இரட்டைமலை சீனிவாசன், ராவ்பகதூர் எம்.சி. ராஜா, தந்தை என். சிவராஜ் உள்ளிட்டோரின் செயல்பாடுகளும் அறிஞர் பண்டித அயோத்திதாசரின் செயல்பாடுகளும் தென்னிந்தியாவில் அடித்தள மக்களிடையே மாபெரும் விழிப்புணர்வை உருவாக்கியிருந்தன. எனவே பம்பாய் மாகாணத்தில் பாபாசாகேப் அம்பேத்கரின் தொடக்ககாலத்தில் பெற்றிருந்த அதே விழிப்புணர்வை, ஈர்ப்பை,

பாராட்டுதல்களைத் தமிழகமும் அவருக்குப் பெருமிதத்தோடு வழங்கியது. மேலும் பிராமணரல்லாதார் இயக்கத்தினுடைய வளர்ச்சியும் டாக்டர் அம்பேத்கரை ஆதரவு சக்தியாக அடையாளம் கண்டு போற்றியது.

கேரளத்தில் நடைபெற்ற வைக்கம் போராட்டமும் தமிழகத்தில் நடைபெற்றிருந்த பல்வேறு சிவில் உரிமைப் போராட்டங்களும் டாக்டர் அம்பேத்கருக்கு நல்லூக்கச் சிந்தனைகளாக இருந்தன என்பதும் எண்ணிப்பார்க்க வேண்டும். இந்திய மாநிலங்களிலேயே 1919லேயே ஒன்பது உறுப்பினர்கள் ஒடுக்கப்பட்ட சமூகத்திலிருந்து நியமன உறுப்பினர்களாகச் சென்னை மாகாணத்தில் ஏற்கப்பட்டனர் என்பதும் இந்திய அரசியல் வரலாற்றில் மிக முக்கியமான ஒன்றாகச் சென்னையை உலகிற்குக் காட்டியது.

டாக்டர் அம்பேத்கர் 1934-இல் சென்னைக்கு வருகை புரிந்தபோது நீதிபதி டபுள்யு எஸ். கிருஷ்ணசாமி அவர்கள் வீட்டில் எடுக்கப்பட்ட படம். திரு.டி.சுந்தர்ராவ், ஏ.டபுள்யு ஹட்டன், எஸ்.முத்தையா, திரு.எல்.சி.குருசாமி, திரு.டி.வரத ராஜுலு. திரு.ஜி.ஏ.கவாய், திரு.வி.தர்மலிங்கம் பிள்ளை, திரு.ஏ.கிருஷ்ணசாமி ஆகியோரும் படத்தில் உள்ளனர்.

நன்றி : 'தமிழரசு' டாக்டர் அம்பேத்கர் நூற்றாண்டுவிழா மலர்

குடி அரசு

டாக்டர். அம்பெத்கார் சொற்பொழிவு.

இந்தியாவிலுள்ள தாழ்த்த வகுப்பார் அனைவரும் எனது குடும்பத்தினராவர்.

நன்றி : பெரியார் – அம்பேத்கர் நட்புறவு நூல்.

இத்தகு சூழலில் **1932** இல் சென்னையில் டாக்டர் அம்பேத்கர் வருகை, ஆற்றிய உரைகள் குறித்துப் பல்வேறு இதழ்கள் பதிவு செய்திருக்கின்றன. இவற்றில் குடியரசு இதழில் வெளிவந்த செய்தியே இங்குப் படமாக வழங்கப்பட்டுள்ளது.

◆◆

2. ஹைதராபாத்தில் டாக்டர் அம்பேத்கர்

இந்தியாவின் பல்வேறு பகுதிகளுக்கும் உலகின் பல பகுதிகளுக்கும் சமூக விடுதலையை நோக்கமாகக் கொண்டு பயணம் செய்து கொண்டே இருந்த டாக்டர் அம்பேத்கர் அவர்கள் ஹைதராபாத் மற்றும் உஸ்மானியாப் பல்கலைக்கழகம் மற்றும் நிஜாம் பேரரசர் மாளிகை எனப் பல இடங்களுக்கு 1932, 1938, 1944, 1950, 1953 களில் என்று பல தடவை ஆந்திர மண்ணில் டாக்டர் பாபாசாகேப் அம்பேத்கர் பயணம் செய்துள்ளார்.

இது பற்றிய பதிவுகள் ஆங்கிலத்தில் சிலவும் தெலுங்கில் சிலவும் வந்துள்ளன. இதுதொடர்பாகச் செய்திகள் கிடைத்தால் நண்பர்கள் பகிர வேண்டுகிறேன்.

1938 டிசம்பர் மாதத்தின் கடைசி வாரத்தில் அவுரங் காபாத்தில், அவுரங்காபாத் மாவட்ட ஒடுக்கப்பட்டோர் வகுப்பு மாநாட்டிற்கு அம்பேத்கர் தலைமை ஏற்றார். ஐதராபாத் சமஸ்தானத்தில்

நடைபெற்ற தீண்டப்படாத வகுப்பாரின் முதலாவது மாநாடு இதுவேயாகும். வரவேற்புக் குழுவின் தலைவர் தீண்டப்படாத வகுப்பாரின் இன்னல்களை நிரல்படுத்திக் கூறினார். ஹைதராபாத் தீண்டப்படாத மக்களிடம் சுயமரியாதை இயக்கத்தின் இன்றியமை யாமையை வலியுறுத்தி டாக்டர் அம்பேத்கர் உரையாற்றினார். (பக்கம் **464 - 465** : டாக்டர் அம்பேத்கரின் வாழ்க்கை வரலாறு தனஞ்செயன் கீர், தமிழில் க.முகிலன்)

20.9.1944 வருகை : வரலாறு காணாத வரவேற்பு வைஸ் ராய் நிர்வாகக் கவுன்சில் உறுப்பினரான டாக்டர் அம்பேத்கர் ஹைதராபாத்திற்கு வருகை தந்தார்.

டாக்டர் அம்பேத்கர் தென்னிந்தியாவில் சுற்றுப்பயணம் செய்தபோது நிஜாம் ஆட்சிக்கு உட்பட்ட ஹைதராபாத் மாகாணத்திற்கு **20.9.1944** அன்று முதல் முறையாக விஜயம் செய்தார். பீகம்பேட் இரயில் நிலையத்தில் ஹைதராபாத் அட்ட வணைச் சாதியினர் கூட்டமைப்புத் தலைவர் ஜே. சுப்பையா, திருமதி. சுப்பையா, திருமதி. ராஜ்மணிதேவி, திருமதி. மத்ரே ஆகியோர் அவரை வரவேற்றனர்.

ஹைதராபாத் மாநில ஒடுக்கப்பட்ட இனத்தைச் சார்ந்த பெண்களும் ஆண்களும் அவருக்கு உற்சாகமாக வரவேற்பு அளித்தது என்றும் நினைவில் நிற்கும். டாக்டர் அம்பேத்கருக்கு அளித்த மரியாதை அணிவகுப்பு மிகச் சிறந்ததாக இருந்தது. இத்தகைய அணிவகுப்பு மரியாதை வைஸ்ராயிக்கும் கூட ஒருபோதும் கிடைத்துவிடாது. அம்பேத்கர் வாழ்க என்ற முழக்கம் வானில் இயங்கும்போது எதிரொலித்தது. செகந்திராபாத் ரயில் நிலையத்திலிருந்து பாச் - பந்து சேவாஹாலுக்கு அவர் அழைத்துச் செல்லப்பட்டார். அதன் பின்னர் நிகழ்ச்சி நடந்த பந்தலுக்கு அழைத்துச் செல்லப்பட்டார். இந்த நிகழ்ச்சியின் வரவேற்பு குழு தலைவரான பிரேம்குமார் டாக்டர் அம்பேத்கரை வரவேற்றுப் பேசினார். சம்மேளனத்தின் சார்பில் ஜே. எச். சுப்பையா உரை நிகழ்த்தினார்.

பெருத்த கரவொலிகளுக்கிடையே டாக்டர் அம்பேத்கர் பேச எழுந்தார். அவர் 45 நிமிடம் இந்தியில் பேசினார். அவரது

கருத்தாழமிக்க இதயத்தைத் தொடும் அழகான பேச்சினால் வந்திருந்தோர் அனைவரும் கட்டுண்டனர். அனைவரும் சமம் என்ற திட்டத்தின் கீழ் ஒன்றுபட்டு நிற்குமாறு கேட்டுக் கொண்டார். அவரின் விரிவான உரைகளையும் செய்திகளையும் டைம்ஸ் ஆப் இந்தியா, பாம்பே க்ரானிக்கிள் உள்ளிட்ட பல்வேறு பத்திரிகை களில் செய்திகளாக வெளியிட்டு உள்ளன. (பக்கங்கள் 393 -394, பாபாசாகேப் டாக்டர் அம்பேத்கர் பேச்சும் எழுத்தும் தொகுதி 37 தமிழ்)

1950 வருகை

'அவுரங்காபாத்தில் அவர் தொடங்க இருந்த கல்லூரித் தொடர்பான பணியை முன்னிட்டு 1950 மே 19ஆம் நாள் டாக்டர் அம்பேத்கர் ஐதராபாத்திற்குச் சென்றார். ஹைதராபாத்தில் அவர் தங்கியிருந்த பொழுது கொழும்புவில் பௌத்த இளைஞர் சங்கம் ஏற்பாடு செய்துள்ள பௌத்த மாநாட்டிற்குத்தான் அழைக்கப் படுகின்ற செய்தியை அறிவித்தார்." (பக்கம் 627-டாக்டர் அம்பேத்கர் வாழ்க்கை வரலாறு, தனஞ்செயன் கீர், தமிழில் முகிலன், மார்க்சிய பெரியாரிய பொதுவுடைமைக் கட்சி.)

உஸ்மானியாப் பல்கலைக்கழகத்தில் கவுரவ டாக்டர் பட்டம்

"தக்காணத்தில் உள்ள ஐதராபாத் உஸ்மானியாப் பல்கலைக் கழகம் 1953 ஜனவரி 12-ஆம் நாள் டாக்டர் அம்பேத்கரின் சிறப்புகளையும் சாதனைகளையும் மதித்துப் போற்றுகின்ற வகையில் அவருக்கு இலக்கியத்தில் சிறப்பு டாக்டர் பட்டம் வழங்கியது. அம்பேத்கரின் மேதைமைத் தன்மையையும் உயர்வினையும் அங்கீகரித்து அவர் இந்திய அரசியலமைப்புச் சட்டத்தை வகுத்தளித்த தந்தை என்பதைப் போற்றி அவருக்கு டாக்டர் பட்டம் வழங்கிய பெருமை இந்தியாவிலேயே இப்பல்கலைக்கழகம்தான் பெற்றது" (பக்கம் 665-மேற்படி நூல்)

இவ்வகையில் இருக்கின்ற செய்திகள் எல்லாம் தெளிவாகத் தொகுக்கப்பட வேண்டும்.

❖❖

3. கர்நாடக மண்ணில் பாபாசாகேப் அம்பேத்கர்

1925களுக்கு முன்னரேயே டாக்டர் பாபாசாகேப் அம்பேத்கர் தனது துணைவியார் அன்னை இராமாபாய் உடல் நலத்திற்காக வட கர்நாடகத்தின் பகுதியான தார்வாட் பகுதிகளுக்கு வந்து இருந்ததை அவர் வாழ்க்கைக் குறிப்புகள் காட்டுகின்றன.

சுதந்திரத் தொழிலாளர் கட்சியின் தலைவர் டாக்டர் அம்பேத்கருக்கு மாபெரும் வரவேற்பு - 1938

"பெல்காம் மாவட்ட சுதந்திரத் தொழிற் கட்சியில் 1938 அக்டோபர் 31ஆம் நாள் கூட்டி இருந்த மாநாட்டிற்கு டாக்டர் அம்பேத்கர் தலைமை தாங்கினார். அம்பேத்கர் நிப்பானிக்கு வந்து சேர்ந்ததும் மாபெரும் கூட்டம் விண்ணதிர கைதட்டி மகிழ்ச்சி பொங்கிட அவரை வரவேற்றது. ஒரு மைல் நீளம் இருந்த ஊர்வலத்தில் ஐம்பது காளைகள் பூட்டிய தேரில் அம்பேத்கரை அமரச் செய்து அழைத்துச் சென்றனர்" (பக்கம்: 457 டாக்டர் அம்பேத்கரின் வாழ்க்கை வரலாறு தனஞ்செய் கீர் தமிழில் க.முகிலன்)

1939இல் மிகச் சிறந்த வரவேற்பைப் பெல்காம் நகராட்சி டாக்டர் அம்பேத்கருக்கு வழங்கியது. இது பற்றிய ஒரு பதிவு பின்வருமாறு உள்ளது:

"பெல்காம் நகர சபையினரால் டாக்டர் அம்பேத்கருக்கு டிசம்பர் 26, 1939 அன்று பாராட்டுரை வழங்கப்பட்டது. பாராட்டுக்கு நன்றி தெரிவித்துப் பேசிய டாக்டர் அம்பேத்கர், தீண்டாமை என்னும் பாவத்திற்கு ஜாதி இந்துக்களின் பொறுப்பு, வேறு எவரும் அல்ல என்று கூறினார். ஒடுக்கப்பட்டோரை மேம்படுத்துவதற்காகத் தீண்டாமையை ஒழிப்பதற்காக அவர் பாடுபட்டு வருகிறார். சுயராஜ்யத்தை அடைவதைவிட ஒடுக்கப் பட்டோரின் பிரச்சனையைத் தீர்க்க வேண்டியது அவசரம் என்றார் அவர். (பக்கம் 277, பாபாசாகேப் அம்பேத்கர் பேச்சும் எழுத்தும், தொகுதி 37 தமிழ்)

அவர் பெல்காம் வந்து சென்ற வரலாற்று நினைவுகளை இன்றைக்கும் பெருமையோடு மக்கள் நினைவு கூறுகின்றனர். இது பற்றிய பல பதிவுகளும் ஆங்கில, கன்னட மொழிகளில் வெளிவந்துள்ளன.

1950 பெல்காம் சம்மேளன மாநாடு

1950 டிசம்பர் 26ஆம் நாள் 50 ஆயிரம் பேர் கலந்து கொண்ட பேரணியில் டாக்டர் அம்பேத்கர் பின்வருமாறு பேசினார்:

"ஒழுக்கத் துணிவும் பண்பு வலிமையும் இந்தியப் பெண் களிடம் இல்லாமலிருப்பது தாம் வரைந்த மசோதாவுக்குக் குறுக்கே நிற்கிறது என்றார். பெண்களின் சமுதாய முன்னேற்றத்தில் எந்த ஒரு பிரபலமான பெண் தலைவரும் அக்கறைகாட்டவில்லை" என்று குறிப்பிட்டார்.

ஸ்மிருதிகள் பல உரிமைகளைப் பெண்களுக்கு வழங்கி யுள்ளன. இவற்றுக்கு ஏற்ற வகையில் மசோதாவை நான் வரைந் துள்ளேன். பெண்களின் சமுதாய முன்னேற்றத்திற்குக் குறுக்கே நிற்கின்ற தடைகளை அகற்றுவதே மசோதாவின் நோக்கம். சுதந்திரம் என்பது செல்வத்தைப் பொறுத்திருக்கிறது. தனது

சுதந்திரத்தைத் தக்கவைத்துக் கொள்வதற்குத் தனது சொத்துக் களையும் உரிமைகளையும் ஒரு பெண் தக்க வைத்துக் கொள்ள வேண்டும்". (பக்கம் 518,பாபாசாகேப் அம்பேத்கர் பேச்சும் எழுத்தும் தொகுதி 37 தமிழ்)

ஐம்பதுகளில் டாக்டர் அம்பேத்கரின் மக்கள் கல்விக் கழகப் பணிகளுக்காகவும் பௌத்த மறுமலர்ச்சி பணிகளுக் காகவும் ஊக்கமான ஆக்கமான உதவிகளைப் பல இந்திய அரசர்கள் செய்தனர். அவ்வகையில் மைசூர் மகாராஜா குடும் பத்தினர் டாக்டர் அம்பேத்கர் மீது உயர் நட்பும் மரியாதையும் கொண்டு பல உதவிகளைச் செய்துள்ளனர். சத்ரபதி சாகு மகாராஜா போலவே மைசூர் மகாராஜாவும் பல முற்போக்குப் பணிகளைச் செய்திருப்பதை வரலாறுகள் காட்டுகின்றன.

1954 ஜூலை 12ல் கோலார் தங்கவயலுக்கு டாக்டர் அம்பேத்கரின் வருகை அவரின் வரலாற்றுப் புத்தகங்களிலேயே பதியப்படாமல் இருக்கின்றது. அண்மைக் காலமாக டாக்டர் அம்பேத்கரின் கோலார் தங்கவயல் வருகை குறித்துப் பல்வேறு கட்டுரைகள் ஒளிப்படங்கள் ஆகியவை பல இணைய தளங் களில் வெளிவந்து கொண்டிருக்கின்றன.

சித்தார்த்த புத்தகச் சாலை நூற்றாண்டு மலரிலும் இது பற்றிய கட்டுரையை ஐயா தேவகுமார் அவர்கள் வழங்கினார். ஐயா துரை ராஜேந்திரன் அவர்கள் ஒரு மணிநேர உரையையும் பாபாசாகேப் அம்பேத்கரின் தென்னிந்தியப் பயணங்கள் குறித்தும் வழங்கினார்.

இவையாவும் இன்னும் விரிவாகத் தேடித் தொகுக்கப்பட வேண்டியுள்ளன. இப்பொருளில் திரு எஸ்.வி.மாகர், திரு எஸ்.கே. கல்லோல்கர் ஆகிய இருவரும் இணைந்து டாக்டர் அம்பேத்கரின் வட கர்நாடக பயணங்கள் குறித்து ஆங்கிலக் கட்டுரை ஒன்றை 2016இல் எழுதியுள்ளனர். தார்வாட் பல்கலைக்கழகப் பேராசிரியர் களான இவர்களின் பணி பாராட்டுக்குரிய ஒன்று. அக்கட்டுரை யின்படி 1924 இல் பகிஷ்கரித் ஹித்தகாரிணி சபா மாநாட்டிற்காக நிப்பானியிலும் 1925 நவம்பர் 11, 12 இல் பெலகாவியிலும் 1927இல் கவாவனிலும் பல்வேறு மாநாடுகளில் பங்கேற்க டாக்டர்

அம்பேத்கர் வருகை தந்துள்ளார். *1929* மார்ச் *23* இல் சமாஜிக் பரிஷா சபா விழாவிற்காகப் பெலகாவிற்கு வந்துள்ளார்.

விஜய்ப்பூர் வருகை - 1937

தனிப்பட்ட முறையில் சோமன்னகவுடா என்பவர் மீது போடப்பட்ட கொலைக் குற்ற வழக்கை எடுத்து வாதாடுவதற்கு அண்டனப்ப அங்காடி இவரும் வழக்கறிஞர். இவர் முதலில் வாதாடி முடியாமல் போகப் பின்னர் இவரின் வேண்டுகோளை ஏற்று வாதாட பாரிஸ்டர் டாக்டர் அம்பேத்கர் வந்து சோமன்ன கவுடாவை விடுதலை செய்து இருக்கின்றார்.

இந்நிகழ்ச்சி நடந்தது *30* மே *1937.* மறுநாள் விஜய்பூரில் மாபெரும் விழா நடத்தப்பட்டது. அதில் அண்டனப்பா அங்காடி, மிஸ்டர் ரேவப்பாகாலே, பி.எச்.மாலி, திரு. ஐடேல் (Aidale MLC), கௌரா குருஜி உள்ளிட்ட பலரும் பங்கேற்றனர். பெலகாவி, சோலாப்பூர் பகுதிகளில் மிகப்பெரிய மறுமலர்ச்சி மிக்க வரவேற்பு உருவானது. மராத்தியில் இரண்டு மணி நேர உரையை டாக்டர் அம்பேத்கர் அவர்கள் ஆற்ற கன்னடத்தில் அதை பரேல் (parale) என்பவர் மொழிபெயர்த்துள்ளார்.

டாக்டர் அம்பேத்கர் மொழியும் நடையும் காண் போரின் உள்ளத்தைக் கொள்ளைக் கொள்ளும் அவரின் பண்பு களும் அவரின் வருகைக்குப் பின்னர் மிகப்பெரிய மாற்றத்தை வட கர்நாடகம் பெற்றது என்றும் அதன் விளைவாக மாபெரும் கல்வி மறுமலர்ச்சி உருவானது என்றும் சமூகக் கொடுமைகள் குறைந்தன என்றும் டாக்டர் அம்பேத்கரின் வருகையைப் பற்றிச் சிறப்பாக இந்தக் கட்டுரை ஆசிரியர்கள் குறிப்பிட்டுள்ளனர். இவ்வகையில் தேடுதல் மிக்க பணிகளைச் செய்வது என்பது களப்பணி செய்வதைப் போலவே பாராட்டுக்குரியதாகும்.

◆◆

4. தார்வாட்டில் டாக்டர் அம்பேத்கர் உரை

(டிசம்பர் 28, 1929 அன்று தார்வாட் மாவட்ட ஒடுக்கப் பட்ட வகுப்பினர் பரிஷத் தார்வாட்டின் முதல் மாநாட்டில் தலைமை உரை. அம்பேத்கர் பேச்சுகள் தொகுதி 3 பக்கம் : 69 - 71. நரேந்திர ஜாதவ் ஆங்கில ஆக்கத் தொகுப்பிலிருந்து முதன்முதலாகத் தமிழில் இப்பொழுது வழங்கப்படுகிறது.)

நற்பண்புகள் கொண்டவர், எவரும் தனது தகுதியைப் பற்றித் தீர்மானிப்பது கடினம்; அதை மக்கள் தான் தீர்மானிக்க முடியும். நான் உயர்கல்வியை முடித்துவிட்டு இங்கிலாந்தில் இருந்து திரும்பியபோது, பலர் என்னை வாழ்த்து மடல் உடன் பாராட்டினர். ஆனால் நான் மறுத்தேன். அவர்களின் ஆசைகளுக்கு அடிபணியவில்லை. வாழ்த்து மடலைப் பெறுவதற்கு ஒருவர் தகுதியானவராக இருக்கவேண்டும் என்று நான் உறுதி யாக நம்புகிறேன்; கல்வியின் காரணமாகத் தகுதி நிச்சயமாக வராது.

மனிதன் எப்போதும் அறிவாளியாக இயங்குகிறான் என்று சொல்ல முடியாது. அவனும் சமுதாயத்திற்குப் பயன்படுகிறவ னாக இருக்கலாம். புத்திசாலியான நபருக்கும் எல்லா தீமைகளும் இருக்கலாம்; அவன் ஒரு திருடனாக, பிழை உடையவனாக ஒழுக்கக் கேடானவனாக இருக்கலாம். ஒருவர் புத்திசாலி என்பதை நீங்கள் எவ்வாறு அறிவீர்கள். உயர்நிலையில் இருந்து படித்த மற்றும் மேம்பட்ட மக்கள் கடந்த பல நூற்றாண்டுகளாகத் தீண்டத் தகாதவர்களுடன் எவ்வாறு நடந்து கொள்கின்றனர் என்பதை அறிவீர்கள். இந்தத் தீண்டாமைப் பழக்கம் நம் சமூகத்தில் இருந்து எப்போது மறைந்துவிடும் என்று யாருக்கும் தெரியாது.

தீண்டாமை ஒழிப்புக்குப் பல வழிகள் உள்ளன. மிக முக்கியமான ஒன்று அரசியல் அதிகாரத்தைக் கைப்பற்றுவது. உங்களின் நிலைமையை மேம்படுத்தும் வகையில், தொடக்கூடிய பல இந்துக்கள் உங்களிடையே நடமாடுவதை நான் அவதானிக்கிறேன். சில அதிகாரிகளும் அனுதாபம் தெரிவித்து வருகின்றனர். அதே நேரத்தில், உங்கள் தூய்மை மற்றும் வாழ்க்கை நிலைமைகளை மேம்படுத்தவும், முற்போக்கான பார்வையை வைத்திருக்கவும் அவர்கள் அமைதியாகச் சொல்கிறார்கள். அது சரியல்ல என்று நான் சொல்லவில்லை, அவை மிகச் சரியானவை. ஆனால் இவை அனைத்தும் அரசியல் அதிகாரத்திற்கு உட்பட்டவை என்பதை நினைவில் கொள்ளவும்.

அரசியல் அதிகாரம் கிடைத்தவுடன் இவை அனைத்தும் தொடரும். அரசியல் அதிகாரம் கிடைத்த பின்னரே உண்மையான மாற்றம் வரும். சமீபத்தில் ஸ்டூவர்ட் கமிட்டியில் பிரதிநிதித்துவம் செய்யும் வாய்ப்பு கிடைத்தது, அங்குக் "காட்டுப் பழங்குடியினர்" என்று அழைக்கப்படும் மக்களைப் பற்றி அறிந்து கொண்டோம். அவர்களுக்கும் நமக்கும் என்ன வித்தியாசம்? ஒரே வித்தியாசம் ஆடைகளில் மட்டுமே! என்ன வந்தாலும் பழங்குடியினர் தங்கள் உடையை மாற்ற மாட்டார்கள். தனித்துவமான ஆடைகள் இருப்பதால் மட்டுமே அவர்கள் அறியப்படுகிறார்கள் மற்றும் வித்தியாசமாக இருக்கிறார்கள். ஆனால் அங்குத் தனித்துவமான ஆடைகள் இருப்பதால் மட்டுமே அவர்கள் முன்னேறப் போவதில்லை. இந்த விஷயங்கள் எந்த விதமான முன்னேற்றத்திற்கும் பயனற்றவை. அந்தப் பழங்குடியினர், ஹிந்து சமூகம் மற்றும் தீண்டத்தகாதவர்கள் இடையே நிறைய வேறுபாடுகள் உள்ளன. பழக்கவழக்கங்கள் வேறு.

தீண்டத்தகாதவர்களின் நலனுக்காக எந்தச் சட்டத்தையும் இயற்ற அரசாங்கம் துணிவதில்லை, ஏனெனில் அது தீண்டத்தக்கவர்களின் கோபத்தை வரவழைக்க விரும்பவில்லை. அரசியல் அதிகாரம் நம் கையில் இல்லாவிட்டால் எந்த ஒரு நலன்சார் நடவடிக்கைகளும் வேகமெடுக்காது. அரசியல் அதிகாரத்தைப் பெற நாம் பாடுபட வேண்டியிருக்கும். அனைத்து முனைகளிலும் முயற்சிகள் மேற்கொள்ளப்பட வேண்டும்.

இங்குள்ள கொங்கன் பகுதியில் தீண்டத்தகாதவர்கள் முற்றிலும் கிராம மக்களின் தயவில் உள்ளனர். கிராம பாட்டீல் (தலைவர்) அவர்களுக்கு ஆதரவாக இருக்கவேண்டும். அவர் எரிச்சலடைந்தால், அவரும் அவரது ரவுடிகளும் தீண்டத் தகாதவர் களைத் துன்புறுத்துவார்கள். அவற்றைப் புறக்கணிக்கிறார்கள். தீண்டத்தகாதவர்கள் தங்கள் ஒட்டுமொத்த முன்னேற்றத்திற்காக எந்தச் சமூக இயக்கத்திலும் சேரப் பயப்படுகிறார்கள். இன்றும் தீண்டத்தகாதவர்களின் நிலை மிகவும் பரிதாபமாக உள்ளது.

பிரிட்டிஷ் ஆட்சி இருக்கும்வரை தீண்டத் தகாதவர் களின் நலனுக்காக எந்தச் சட்டமும் வரப்போவதில்லை. நம் ஸ்வராஜ்ஜியத்தை நாமே ஆக்க வேண்டும் என்பது எனது உறுதி யான கருத்து. தீண்டத்தகாதவர்களுக்காவது இந்த நாட்டிற்குச் சுயராஜ்யம் தேவை. இப்போது ஸ்வராஜ்ஜிக்கான புதிய அரசி யலமைப்புத் தயாரிப்பில் உள்ளது. இதில் நமது மக்களுக்கும் உரிய பங்கு கிடைக்கவேண்டும். ஆனால் தற்போது நடந்து வரும் பேச்சுவார்த்தையில் எதுவும் வராது என நினைக்கிறேன். அதை பற்றித் தெளிவாகக் கூறுகிறேன். இந்த அரசு நம் நலனுக் காக எதையும் செய்யப் போவதில்லை, நமக்கு நாமே உதவ வேண்டும்.

பிரிட்டிஷ் அரசாங்கம் கொள்கைகளின்படி செயல்படும் ஒன்று அல்ல. அவர்கள் பக்கா தொழிலதிப ர்; அவர்கள் எல்லா ரிடமும் போவதில்லை, எல்லாருக்கும் பெரிய ஸ்வராஜ்யம் வந்து அதைக் கோருகிறார்கள். அவர்கள் வென்ற பேரரசு பாது காப்பானதா இல்லையா என்பதை முதலில் பார்ப்பார்கள், தீங்கு விளைவிக்கக் கூடியவர்களை மட்டுமே அவர்கள் மகிழ்விப்பார் கள். நம் உள் பிரச்சனைகள் மற்றும் மோதல்கள் பற்றி அவர்கள் கவலைப்படுவதில்லை. உங்களுக்கும் எனக்கும் அமைதி மற்றும் மகிழ்ச்சிக்காக அவர்கள் பெரும் ஸ்வராஜ்ஜியத்திற்குச் செல்ல வில்லை. டொமினியன் அந்தஸ்து குறித்தும் பேச்சுவார்த்தை நடந்து வருகிறது. ஆனால் நாம் ஆலோசிக்கப்படுவதில்லை. மகாத்மா காந்தி, திரு சப்ரு, திரு நேரு மற்றும் திரு ஜின்னா ஆகியோருடன் பேச்சுவார்த்தை. அவர்கள் நம்மைப் பற்றி எவ்வளவு தூரம் கவலைப்படுகிறார்கள் என்பது யாரும் கணிக்க முடியாது.

எனவே சுயராஜ்ஜியத்தை நாங்கள் தனித்தனியாகக் கோர வேண்டும். ஆனால் பிறகு நமது சுயராஜ்ஜியத்தை அனுபவிக்க நாம் அதற்குத் தகுதியானவர்களாக இருக்கவேண்டும். சுயராஜ்ஜியத்தின் பலன்களை அனுபவிக்க நாமும் கல்வியறிவு பெற்றவர்களாக இருக்கவேண்டும்.

நம் நாட்டில் உள்ள சமூக அமைப்பு மிகவும் தனித்துவ மானது. சாதி சமூக வகுப்புகளின் வேறுபாடு மற்ற சமூகங்களிலும் உள்ளது. ஆனால் நம்மிடம் ஒரு தனித்துவமான அமைப்பு உள்ளது. சாதி மற்றும் தகுதி அடிப்படையிலான வேறுபாடு நம் நாட்டில் இணையாக உள்ளது. உலகில் வேறு எந்த நாட்டிலும் இது இல்லை. பழங்காலத்திலிருந்தே தகுதி அடிப்படையிலான அல்லது பரம்பரை முறையை ஏற்றுக் கொண்டதன் மோசமான விளைவுகளை நாம் அனுபவித்து வருகிறோம்.

தீண்டத்தகாதவர்கள் எவ்வளவு அறிவாளியாக இருந்தா லும் தகுதிக்குத் தகுதியானவராகக் கருதப்படுவதில்லை; ஆனால் ஒரு முட்டாள் பிராமணன்கூட உயர்ந்த இடத்தில் வைக்கப்படு வான். பிராமணர் தனது பிறப்பின் காரணமாகத் தகுதியற்றவராக இருப்பினும் மதிப்பிற்குரியவாராய் இருக்கிறார். இது நம் அறியாமையால் நீண்ட காலம் தொடரலாம். அவர்கள் அறியாமை இல்லாமல் இருந்திருந்தால், சமத்துவம் மற்றும் மனித உரிமைகளுக்கான போராட்டம் வெகு முன்னதாகவே தொடங்கியிருக்கும்.

பிறப்பால் தகுதியின் அடிப்படையிலான வேறுபாடு நீக்கப் பட வேண்டும். தீண்டத்தகாதவர்களிடையே கல்வி மற்றும் விழிப்புணர்வைப் பரப்புவதால் மட்டுமே இதைச் செய்ய முடியும். கல்வியின் பற்றாக்குறை, கிடைக்கும் வாய்ப்புகளை முழுமையாகப் பயன்படுத்த நமக்கு உதவாது. நாம் எப்பொழு தும் கைப்பற்ற முயற்சிக்க வேண்டும். நான் எப்போதும் நம் உரிமைகளைக் கைப்பற்றிப் பிடிக்கச் சொல்கிறேன்.

நம்முடைய மனித உரிமைகளுக்கான போராட்டம், அதற்காக நாம் சத்தியாகிரகம் செய்யவேண்டியிருக்கும். அது தான் நாம் மீண்டும் சத்தியாகிரகம் செய்யவேண்டிய கடைசிப்

படியான சொந்த மக்களுடனும், வெளிநாட்டவர்களுடனுமான போராட்டமாக இருக்கும். மேலும் இரு தரப்பிலிருந்தும் எதிர்ப்பை எதிர்கொள்ள பல்வேறு வழிமுறைகளை கையாள வேண்டும். கௌரவர்களுக்கும் பாண்டவர்களுக்கும் ஏன் இவ்வளவு பெரிய போர் நடந்தது தெரியுமா? அது ராஜ்யத்திற்கு மட்டுமே. தீண்டாமையின் தொடர்ச்சி ஒட்டுமொத்த இந்தியச் சமுதாயத்தின் முன்னேற்றத்தைத் தடுக்கும். ஆனால் நாம் நமது நிலையை மேம்படுத்துவதுடன் நமது உரிமைகளுக்காகவும் போராட வேண்டும். உயர் சாதியினரிடையே உள்ள மரபுவழி இருக்கப் போகிறது, அதை நீங்கள் திரும்ப விலக்க முடியாது.

கடைசியாக நான் சுயசார்பின் பாதையைப் பின்பற்ற உங்களுக்கு அறிவுரை கூற விரும்புகிறேன். தற்காப்பு நிலையின் தற்போதைய நிலை மற்றும் உங்களின் சில சலுகைகள் பற்றிய தவறான பெருமை பற்றி நான் என்ன பார்க்க முடியும். இந்த மஹர் வாடனைச் சார்ந்திருப்பதையும், அதன் பொய்யான பெருமை உங்கள் மீது கொண்டு வந்ததையும் பற்றி உங்களுக்குத் தெரியுமா? இந்த மஹர் வாடன் (மராட்டிய மாநிலத்தில் மஹார் மக்களுக்கு என்று மன்னர்களால் வழங்கப்பட்ட நிலம் அதில் இருந்து கடுமையான வரிகளை வசூலித்துக் கடுமையாக மகர் களை ஒடுக்கி வந்த முறை இது - தமிழ் மொழிபெயர்ப்பாளர்) முறையில் மஹர்களைக் கிராமங்களில் என்றென்றும் சிறை வைத்துள்ளனர். மஹர் என்றால் அரசாங்க பிச்சைக்காரர் என்று கூறும்படி உள்ளது. இந்த மஹர் வாடனினால் எல்லாக் கிராமங் களுக்கும் இப்படிப்பட்ட அரசாங்க இரவலர்கள் கிடைத்தார்கள்.

மஹார்கள் இந்தப் பலவீனப்படுத்தும் மஹர் வாடனைச் சார்ந்திருக்கக் கூடாது; மாறாக அதிலிருந்து வெளிவர அவர்கள் முழு பலத்துடன் போராடவேண்டும். அவர்கள் தங்கள் சொந்த பலத்தில் சிறந்த கல்வியைப் பெற வேண்டும். சில தாராளமனப் பான்மையுள்ளவர்களைத் தவிரயாரும் அவர்களுக்கு உதவப் போவதில்லை.

மஹர்கள் எண்ணிக்கையில் சிறியவர்களா? அவர்கள் இல்லை, ஆனால் அவர்கள் ஒன்றுகூடி கல்விக்காக நன்கொடை சேகரிக்க வேண்டும். இந்தத் தார்வாட் மாவட்டத்தில் மட்டும்

குறைந்தது ஒரு லட்சம் மஹர்கள் இருக்கலாம். அவர்கள் தலா ஒரு ரூபாய் மட்டுமே பங்களித்தாலும், 100000 வசூலிக்கப்படும், இது 100 மாணவர்கள் தங்கும் விடுதியை நடத்த முடியும். இங்குச் சமீபத்தில் அரசு விடுதி ஒன்று நிறுவப்பட்டது என்பது உண்மை தான், ஆனால் அதிக மாணவர்கள் தங்குவதற்குப் போதுமான தாக இல்லை. தற்போது 15 மாணவர்கள் மட்டுமே உள்ளனர், நீங்கள் கோரிக்கை விடுத்து போராடினால் அது இரட்டிப்பாக்க உதவும். அதற்குப் பதிலாக, நீங்கள் சொந்தமாகத் தங்கும் விடுதி யைத் தொடங்குவது நல்லது. இதற்காக நீங்கள் ஒரு குழுவை அமைத்து, உங்கள் மாவட்டத்திலாவது தீண்டத்தகாத மாணவர் களுக்கு உதவ முயற்சிக்க வேண்டும். அது நிச்சயமாக உங்களால் முடியும்.

- (தமிழாக்கம் முனைவர் க. ஜெயபாலன்)

ஆசிரியர் குறிப்பு

இந்த உரையைச் சிறு பிரசுரமாகத் தார்வாட்டில் வெளியிட்டவர் திரு எஸ். ஹெச். ஐக்கப்பனவர், செயலாளர் டாக்டர் அம்பேத்கர் கல்வி & அற நிறுவனம் (பதிவு), தார்வார். (பாபாசாகேப் அம்பேத்கரால் 1929 இல் தொடங்கப்பட்டது)

இந்த உரையை டாக்டர் மாருதி ஹெப்பள்ளி எம்.பி. பி. எஸ், எம் எஸ், வட கர்நாடக தார்வாடில் இருந்து எனக்கு அனுப்பி வைத்தார். என் முகவரியைத் தந்து இவ்வாறான உரைகள் என்னை வந்து சேர்வதற்கு உதவி புரிந்தவர் அன்பிற்கினிய பெங்களூர் முரளி பூசர்பூ ஆவார். இவர்கள் அனைவருக்கும் மிக்க நன்றி.

✦✦

5. பாபாசாகேப் டாக்டர் அம்பேத்கரின் மதுரை வருகை

(ஒளிப்படத்திலிருந்து வரலாற்றை நோக்கி) இந்தப் படத்தை முதன் முதலாக நான் டபிள்யூ. பி. ஏ. சவுந்தரபாண்டியனார் பற்றிய வாழ்க்கை வரலாற்று நூல் ஒன்றில் பார்த்தேன்.

பின்னர் தலித்முரசு வெளியிட்ட விடுதலைக்கான வழி என்ற ஒரு சிறப்பான நூலிலும் இந்த ஒளிப்படம் இடம்பெற்றது. மதுரைக்கு வருகை குறித்து அதிகமாக டாக்டர் அம்பேத்கர் வரலாற்று நூல்களில் இடம்பெறவில்லை. இருப்பினும் இது பற்றிய வரலாறு களைத் தேடிப் பதிவு செய்ய வேண்டிய கட்டாயம் ஆய்வாளர் களுக்கு உள்ளது.

அன்பிற்கினிய அன்புச்செல்வம் அவர்கள் "டாக்டர் அம்பேத்கர் வாழ்க்கை குறிப்புகள்" என்ற நூலில் மதுரை வருகை பற்றிச் சில குறிப்புகளைப் பதிவு செய்துள்ளார். அவை வருமாறு:

"1945 டிசம்பர் 28 இல் டாக்டர் அம்பேத்கர் இரண்டு நாள் சுற்றுப்பயணமாகத் தென்மாவட்டங்களுக்கு வந்தார்.

சென்னையிலிருந்து மதுரைக்கு வரும் வழியில் கொடைக்கானல் ரோட்டில் உள்ள விருந்தினர் இல்லத்தில் தங்கி ஓய்வெடுத்தார். அம்பேத்கர் வந்திருக்கின்ற செய்தி நாலாபுறமும் பரவியதும் அவரைக் காண மக்கள் கூட்டம் அலைமோதியது.

1945 டிசம்பர் 29 நாள் அம்பேத்கர் அவர்கள் மதுரை வந்ததும், மதுரைப் பெரியார் பேருந்து நிலையம் அருகில் உள்ள குடிசை பகுதிகளுக்குச் சென்று மக்களைச் சந்தித்தார். பின்னர் சர்.பி.டி. இராசன் தனது இல்லத்தில் ஏற்பாடு செய்திருந்த தேநீர் விருந்தில் கலந்துகொண்டு, எட்வர்டு அரங்கில் செட்யூல்டு இனப் பேரவை ஏற்பாடு செய்திருந்த கூட்டத்தில் பங்கேற்றார்.

சட்டசபையின் எம்.எல்.சி ஆக இருந்த டபிள்யூ.பி.ஏ. சவுந்தரபாண்டியனார், ஸ்தல ஸ்தாபன மந்திரியாக இருந்த சர்.பி.டி. இராசன், போடி மீனாட்சிபுரம் செல்வராசு, தேக்கம் பட்டி பாலசுந்தரராசு ஆகியோர் விழாவுக்கான ஏற்பாடுகளைச் செய்தார்கள். கூட்டத்தை முடித்துக் கொண்டு அங்கிருந்து கோயம்புத்தூர் மேற்கு மாவட்டங்களுக்கும் கோலாருக்கும் பயணமானார்" (பக்கம் 86 டாக்டர் அம்பேத்கர் வாழ்க்கை குறிப்புகள், தலித் ஆதார மையம், மதுரை, 2006)

இந்த 1945 டிசம்பர் (சென்னை, மதுரை, கோயம்புத்தூர்) வருகையைப் பற்றி தனஞ்செயன் கீர் பின்வருமாறு குறிப்பிட்டுள் ளார்:

"அவருடைய கட்சியின் தேர்தல் பணிகளை ஊக்குவிப்பதற் காகத் தென்னிந்தியாவில் அம்பேத்கர் சுற்றுப்பயணம் மேற் கொண்டார். காங்கிரஸ் கட்சியின் தேர்தல் அறிக்கையில் எதிர்கால அரசியல் அமைப்புச் சட்டம் பற்றி எதுவுமே கூறவில்லை. அதனால் அது ஏமாற்றுத்தனம் ஆனது என்று சென்னையில் பேசும்போது குறிப்பிட்டார். அதன்பின் மதுரையில் ஒரு தேர்தல் கூட்டத்தில் பேசினார். பிறகு கோயம்புத்தூருக்குச் சென்றார். கோயம்புத் தூரில் பொதுக்கூட்டத்தில் பேசியபோது, நடைபெற இருக்கும் தேர்தல் நாட்டின் அரசியலமைப்புச் சட்டத்தைத் தீர்மானிக்கப் போகிறது என்று கூறினார்" (பக்கம்: 554-டாக்டர் அம்பேத்கரின் வாழ்க்கை வரலாறு தனஞ்செய் கீர் தமிழில் க. முகிலன்)

அன்னை வீரம்மாள் அவர்களின் பதிவு

"எனது வாழ்க்கை" என்ற தலைப்பில் தனது வாழ்க்கைக் குறிப்புகளை எழுதியுள்ள திருச்சிராப்பள்ளி "அன்னை ஆசிரமம்" அன்னை வீரம்மாள் அவர்கள் டாக்டர் அம்பேத்கர் அவர்கள் மதுரைக்கு வரும்பொழுது வழியில் திருச்சியில் அவரைச் சந்தித்தோம் என்று உணர்ச்சிபூர்வமாக ஒரு பதிவு செய்துள்ளார்.

ஆளுமைகளின் பதிவுகளிலிருந்து

இந்த ஒளிப்படத்தில் டாக்டர் அம்பேத்கர் அவர்களுடன் டபிள்யூ.பி.ஏ. சௌந்தரபாண்டியனார் *(15.09.1893 - 22.02.1953)*, அன்னை மீனாம்பாள் *(26.12.1904 - 30.11.1992)* உள்ளிட்ட பல்வேறு ஆளுமைகள் உள்ளனர். இவர்கள் இந்த வருகையைக் குறித்துப் பதிவுகள் செய்திருப்பர். மேலும் பி.டி. இராசன் *(12.04.1892 - 25.09.1974)* அவர்கள் தென்னிந்தியாவின் மிக முக்கிய மான நீதிக்கட்சி ஆளுமை ஆவார். அவருடைய வாழ்க்கைக் குறிப்புகளிலும் இதுபற்றிச் செய்திகளை எடுக்கவேண்டும். நாளேடுகள், மற்றவைகளில் இருந்து டாக்டர் அம்பேத்கர் அவர்கள் வருகைதந்த அன்றைய சூழலில் அவர் வைஸ்ராய் நிர்வாகக் கவுன்சில் தொழிலாளர் நல உறுப்பினர். அதாவது பிரிட்டிஷார் காலத்திலேயே மத்திய மந்திரிநிலையில் இருந்தபோது நடைபெற்ற வருகை யாதலின் பல்வேறு நாளேடுகள் ஆங்கில ஏடுகள் அணைத்தி லும் இச்செய்தி பதிவாகியிருக்கும். இவைகளையும் தேடி எடுக்க வேண்டும்.

மேலும் போடி மீனாட்சிபுரம் செல்வராசு, தேக்கம்பட்டி பாலசுந்தரராசு *(4.7.1929 - 11.05.1951)* இவர்களோடு இன்னும் பல்வேறு ஆளுமைகளும் களத்தில் நின்று நாற்பது ஐம்பதுகளில் பல்வேறு வேலைகளைச் செய்து இருப்பார்கள். அவர்களின் வரலாறுகள் எல்லாம் தொகுப்பது மிகத் தேவையானது. தென்னிந்திய, தமிழகச் சமூகநீதி வரலாற்றின் பகுதிகளை வெளியை எடுத்துரைத்த வரலாறாக அவை அமையும்.

◆◆

6. கேரள மண்ணில் பாபாசாகேப் அம்பேத்கர்

மகாஞானி நாராயண குருவும் மாவீரர் அய்யன் காளியும் மகாகவி குமாரன் ஆசானும் சகோதரன் ஐயப்பனும் இன்னும் மகத்தான நல்லோர்கள் பிறந்த கேரள மண்ணுக்குப் புரட்சியாளர் பாபாசாகேப் அம்பேத்கரின் வருகை 1950 இல் நிகழ்ந்தது. அப்பொழுது டாக்டர் அம்பேத்கர் அவர்கள் இந்தியாவின் சட்ட அமைச்சராக இருந்தார்.

இலங்கையில் நடைபெற்ற பௌத்தச் சகோதர மாநாட்டிற்குச் சென்று அங்கே கலந்து கொண்டு உரையாடிப் பின்னர் தமிழகத்தின் தனுஷ்கோடிக்கு வருகை தந்து, பின்னர் அங்கிருந்து திருவனந்தபுரம் எக்ஸ்பிரஸ் மூலம் திருவனந்தபுரத்திற்குச் சென்றார்.

இதைப் பற்றி வாழ்க்கை வரலாற்று ஆசிரியர் தனஞ்ஜெய் கீர் பின்வருமாறு குறிப்பிடுகிறார்:

"இலங்கை மாநாடு முடிந்த பின்னர் டாக்டர் அம்பேத்கர் இந்தியாவிற்குத் திரும்பியபோது திருவனந்தபுரத்திற்கும் சென்னைக்கும் சென்றார். திருவனந்தபுரத்தில் சட்டசபைக் கட்டிடத்தில் அவர் பேசியபோது, "அரசியலமைப்புச் சட்டத்தைவிட அரசியல் சட்ட நெறிமுறைகளைப் பிறழாமல் பின்பற்றுவதே இன்றியமையாததாகும்" என்றார்.

இந்தியாவில் சனநாயகம் வெற்றிப் பெற வேண்டுமானால் இந்திய மக்களும் அரசும் சில ஒழுக்க நெறிகளையும் மரபுகளையும் கடைபிடிக்க வேண்டும் என்று மேலும் கூறினார். நடுநிலையான நிர்வாகம் நடத்தப்பட வேண்டும் என்பது பற்றியும் விளக்கினார். இதற்குப் பிரிட்டனை எடுத்துக்காட்டாகக் கூறி அத்துடன் இந்தியாவில் ஆளும் கட்சியானது ஒரு சார்பாக நடந்து கொண்டதற்குப் பல நிகழ்ச்சிகளையும் எடுத்துக் காட்டினார்.

முனைவர் க. ஜெயபாலன்

அம்பேத்கர் அதன்பின் திருவனந்தபுரம் அரசு விருந்தினர் மாளிகையில் கேரள முதலமைச்சர், அட்வகேட் ஜெனரல், சிறந்த வழக்கறிஞர்கள், ஓய்வுபெற்ற நீதிபதிகள் ஆகியோருடன் இந்து சட்ட மசோதாவின் பொதுவான கோட்பாடுகள் குறித்துக் கலந்துரையாடினார். திருவனந்தபுரத்தில் தங்கியிருந்தபோது நகரில் இருந்த சில கோயில்களுக்கு டாக்டர் அம்பேத்கரை அழைத்துச் சென்றனர்". (பக்கம் 630, 631 டாக்டர் அம்பேத்கர் வாழ்க்கை வரலாறு தனஞ்செய் கீர் தமிழில் க.முகிலன்)

கேரளத்தில் அன்றைய முதல்வராக நாராயண பிள்ளை என்பவர் இருந்துள்ளார். கேரளத்தில் சமூக மறுமலர்ச்சி கூறுக ளோடு பல்வேறு இயக்கங்கள் நடைபெற்று வந்ததை டாக்டர் அம்பேத்கர் நெடுங்காலமாகக் கூர்ந்து கவனித்து உள்ளார்.

தென்னிந்திய எழுச்சி (1900 - 1920)

1900-1920, 1930 வரையிலான தென்னிந்தியாவில் மனித உரிமையை மையமிட்டச் சமூக, அரசியல் செயல்பாடுகளைக் கூர்ந்து கவனித்தவர் டாக்டர் அம்பேத்கர். இதை டாக்டர் அம்பேத்கரின் எழுத்துக்களில் பேச்சுக்களில் ஆங்காங்கே கவனிக்க முடிகின்றன. 1890களில் இருந்தே தென்னிந்தியாவில் ஆளுநர்களையும் பல்வேறு அரசு அதிகாரிகளையும் சந்தித்து ஆதிதிராவிட மகாஜன சபை இன்னும் பல்வேறு அமைப்பு களின் சார்பாகத் தீண்டாமைக்கு எதிராகவும் மனித உரிமைக்கு ஆதரவாகவும் குறிப்பாகப் பொதுச் சாலைகள், கல்வி நிறுவனங் கள் பொது பயன்பாட்டிற்கு உரிய கட்டடங்கள், நீர்நிலைகள் என்று அனைத்து இடங்களையும் அனைவரும் பயன்படுத்த வேண்டும் என்ற தன்மையிலான சிவில் உரிமைப் போராட்டம் மிகப்பெரிய அளவில் தமிழகத்தில் நடைபெற்று வந்ததை டாக்டர் அம்பேத்கர் மிகக் கவனமாகக் கவனித்திருக்கிறார். பண்டிதர் அயோத்திதாசர், திவான் பகதூர் இரட்டைமலை சீனிவாசனார், ராவ்பகதூர் எம். சி. ராசா, ராவ்பகதூர் எல்.சி. குருசாமி உள்ளிட்ட மகத்தான தலைவர்களின் முன்னோடிச் செயல்பாடுகள் தென்னிந்தியாவில் 1920க்கு முன்பே பல்வேறு மாற்றங்களுக்கு வித்திட்டன.

இதை டாக்டர் அம்பேத்கர் அவர்கள் ஒடுக்கப்பட்டோர் விடுதலையின் தொடக்ககால முன்முயற்சிகள் என்று குறிப்பிடுகின்றார். அவ்வகையில் பம்பாய் மாகாணத்திலும் இன்னும் இந்தியாவின் பல இடங்களிலும் பல முயற்சிகள் நடைபெற்று இருந்தன. இதற்கான நேரடிச் சான்றுகளாக இரண்டை இங்குச் சுட்டலாம்.

1. சவுத் பரோ குழுவின் முன் அளித்த சாட்சியம் என்ற ஆவணத்தில் 41ஆவது பகுதியில் பின்வருமாறு டாக்டர் அம்பேத்கர் குறிப்பிடுகிறார்:

"தீண்டாதார் வகுப்பு அடிப்படையில் போதிய அளவில் பிரதிநிதித்துவம் கிடைக்க வேண்டியதன் முக்கியத்துவம் பற்றிய கேள்விக்கு இடமில்லை. தீண்டப்படாதார் இது பற்றி எவ்வளவு ஆழ்ந்த உணர்வுடன் பேசுகிறார்கள் என்பதைச் சென்னை மாகாணத்தின் தீண்டப்படாதார் திரு. மாண்டேகுவிடம் என்ன சொன்னார்கள் என்பதிலிருந்து உணர்ந்து கொள்ளலாம். உள் நாட்டு சுயாட்சியுடன் (Home rule) சேர்ந்து தீண்டப்படாதாருக்கு வகுப்புவாரி பிரதிநிதித்துவம் அளிக்கப்படவில்லை என்றால் ரத்தம் சிந்தும் நிலைமை ஏற்படும் என்று அவர்கள் கூறினார்கள்" (பக்கம் 35 பாபாசாகேப் அம்பேத்கர் பேச்சும் எழுத்தும், தொகுதி 2 தமிழ்)

2. 3.7.1927இல் மகத் சத்தியாகிரகத்தின் போது தீண்டப்படாத வகுப்பு மக்கள் தாக்கப்பட்டதைக் கண்டித்துச் சபையின் சார்பில் கவாஸ்ஜி ஜஹாங்கிர் அரங்கில் டாக்டர் அம்பேத்கர் தலைமையில் ஒரு கூட்டம் நடத்தப்பட்டது. அக்கூட்டத்தில் தீபாவளி கழித்து அகத்தில் ஒரு மாநாட்டைக் கூட்டி மீண்டும் சத்தியாகிரகம் நடத்துவது பற்றி முடிவு செய்வது எனத் தீர்மானிக்கப்பட்டது.

தீண்டப்படாத வகுப்பு மக்களின் குறைகளைக் கவனிப்பதற்கு எனச் சென்னை மாகாணத்தில் தனியாக ஒரு துறையை அரசு ஏற்படுத்தி இருப்பதுபோல் பம்பாய் மாகாணத்திலும் ஏற்படுத்த வேண்டும் என்று ஒரு தீர்மானம் நிறைவேற்றப்பட்டது. (பக்கம்: 811, டாக்டர் அம்பேத்கரின் வாழ்க்கை வரலாறு, தமிழில் க.முகிலன்)

மேற்கண்ட வகையில் பல துறைகள் உருவாக்கப் பட்ட தற்கும் சிவில் உரிமைகள் பெறுவதற்கும் திவான் பகதூர் இரட்டைமலை சீனிவாசனார் உள்ளிட்டவர்கள் மகத்தான பெரும் பங்களிப்பையும் போராட்டங்களையும் நடத்தினர் என்பது இங்கு எண்ணிப் பார்க்கத்தக்கது.

திருவாங்கூர் வைக்கம் போராட்டம் பற்றி டாக்டர் அம்பேத்கர்

"இவ்வாறு தீண்டப்படாதவர்கள் மேற்கொண்ட நேரடி நடவடிக்கைகளில் ஒரு சிலவற்றை இங்குக் கூறினால் போதும் என்று கருதுகிறேன். இதிலிருந்தே இந்தச் சமூக அமைப்புக்கு எதிராகப் போர்க்கொடி பற்றிய அவர்களது வீழ்ச்சியைக் கிளர்ச்சியைப் பற்றிய ஒரு படப்பிடிப்பைப் பெறமுடியும்.

பொதுச் சாலைகளைப் பயன்படுத்துவதற்கு எல்லோருக்கும் போலவே தீண்டப்படாதவர்களுக்கு உரிமை உண்டு. இந்த உரிமைகளை நிலைநாட்டுவதற்குத் தீண்டத்தகாத மக்கள் நடத்திய போராட்டத்திற்கு, உதாரணமாக 1924இல் திருவாங்கூர் சமஸ்தானத்தில் நடை பெற்ற நிகழ்ச்சிகளை இங்குக் குறிப்பிடலாம். அங்கு வைக்கத்தில் உள்ள கோவிலைச் சுற்றியுள்ள சாலையில் அரசால் பராமரிக்கப்பட்டுவரும் பொதுச்சாலைகள் அவற்றை எவர் வேண்டுமானாலும் எத்தகைய தடையுமின்றி பயன்படுத்த உரிமை உண்டு. ஆனால் இந்தச் சாலைகள் கோவிலுக்கு மிக அருகில் இருப்பதால் தீண்டத்தகாதவர்கள் அவற்றைப் பயன்படுத்த அனுமதிக்கப்படவில்லை. இதனை எதிர்த்து சத்யாகிரகம் நடை பெற்றது. இதன் பயனாகக் கோவிலின் சுற்றுப்புற மதில்கள் விஸ்தரிக்கப்பட்டுச் சாலைகள் மாற்றியமைக்கப்பட்டன. இதன் காரணமாகச் சாலைகளில் தீண்டத்தகாதவர்கள் பயன்படுத்தினாலும் கோயிலுக்குத் தீட்டு ஏற்படாதபடி செய்யப்பட்டது" (பக்கம்: 186 பாபாசாகேப் டாக்டர் அம்பேத்கர் பேச்சும் எழுத்தும், தொகுதி 10 தமிழ்)

கேரளத்தில் நடைபெற்ற வைக்கம் போராட்டம் குறித்தும் அதில் டி.கே. மாதவன், கேளப்பன், ஜார்ஜ் ஜோசப், பெரியார் ஈ.வெ. ரா. உள்ளிட்ட பல்வேறு தலைவர்களும் போராளிகளும் கலந்துகொண்டு சிறப்பான பங்களிப்பைச் செய்தனர் என்பது தென்னிந்தியாவில் யாவரும் அறிந்ததாகும். அந்தப் போராட்டம்

குறித்துச் சிறப்பானதொரு பதிவை டாக்டர் அம்பேத்கர் கொண்டிருந்தார் என்பது இங்குச் சுட்டத்தக்கது.

திருச்சூர் மக்களுக்கு டாக்டர் அம்பேத்கரின் ஆலோசனை

திருச்சூர் மக்களுக்கு டாக்டர் அம்பேத்கரின் ஆலோசனை "உங்கள் சொந்த முயற்சியில் சுதந்திரத்தை வெல்லுங்கள்." கள்ளிக்கோட்டை 1931 ஜூன் 17, திருச்சூர் கோயில் நுழைவு சத்யாகிரக அமைப்பாளர்களுக்குப் பம்பாயிலிருந்து டாக்டர் அம்பேத்கர் தமது ஒரு கடிதத்தில் பின்வருமாறு கூறினார்.

"காங்கிரஸ் உதவியை நம்பி இருக்க வேண்டாம் என்று உங்களுக்கு ஆலோசனை கூறுகிறேன். இந்த விஷயத்தில் அது தங்களுக்கு உதவாது. அதன் உதவி தங்கள் பெருமையை உயர்த்த உதவாது. தமது சொந்த முயற்சிகள் மூலம் நமது மக்கள் சுதந்திரத்தை வெல்லவேண்டும் என நான் விரும்புகிறேன்" (பாம்பே கிரானிக்கல் 1931 ஜூன் 18, பக்கம்: 256 பாபாசாகேப் அம்பேத்கர் பேச்சும் எழுத்தும், தொகுதி 35)

திருவாங்கூர் ஆலய பிரவேசம் 1936 பற்றி டாக்டர் அம்பேத்கரின் பதிவு

காங்கிரசும் காந்தியும் தீண்டப்படாதவர்களுக்குச் செய்தது என்ன என்ற விரிவான ஆய்வு நூலில் பின்னிணைப்பு 5 இல் திருவாங்கூர் ஆலயப் பிரவேசம் குறித்து மிக விரிவான பதிவுகளை டாக்டர் பி. ஆர். அம்பேத்கர் பதிவு செய்கிறார். இதில் சர் சி.பி. ராமசாமி ஐயர், சர்.ஏ.டி. பன்னீர்செல்வம், டாக்டர் அம்பேத்கருடன் தொடர்பு கொண்டிருந்த கொல்லம் ஸ்ரீ நாராயண சுவாமி உள்ளிட்டோரின் பதிவுகள் மிக விரிவாக வருகின்றன.

ஆலய நுழைவு என்பது எவ்வாறு இந்துச் சமூக அரசியலில் தீண்டாதார் எழுச்சி அரசியல் உரிமை ஆகியவற்றுடன் பின்னிப் பிணைந்து ஒரு திசையை மாற்றும் நிகழ்வாக உருவானது என்பதை மிக விரிவாகக் காட்டுகிறார்.

ஈழவர்கள் எழுச்சி பற்றி டாக்டர் அம்பேத்கர்

கேரள மண்ணில் ஈழவர்கள் என்னும் சமூக மறுமலர்ச்சி எழுச்சிப் போராட்டம் குறித்தும் பெண்கள் விடுதலைக் கருத்துக்கள் குறித்தும் மிக விரிவாக டாக்டர் அம்பேத்கர் பல

SAHODARAN AYYAPPAN

இடங்களில் எழுதியுள்ளார். இதே வகையில் கேரள நம்பூதிரி சமூகத்தவர்கள் சமூக ஒடுக்குமுறைகளில் எவ்வாறெல்லாம் பங்கெடுத்திருந்தனர் என்பதைப் பல்வேறு ஆவணங்களில் டாக்டர் அம்பேத்கர் விவரித்துள்ளார்.

டாக்டர் அம்பேத்கரின் தனிப்பட்ட வாழ்வின் தொடர்பான ஒரு பதிவு

டாக்டர் அம்பேத்கரின் மகன் திரு. எஸ்வந்த் ராவ் அம்பேத்கர் அவர்களுக்கு உடல்நிலை மருத்துவம் தொடர்பாக 1936 இல் கேரளத்திலிருந்து புகழ்பெற்ற வைத்தியசாலை ஒன்றுக்கு வருகை புரிந்ததாகவும் அது தொடர்பான பதிவுகளும் ஆங்கிலத்தில் டாக்டர் அம்பேத்கரின் கேரளத் தொடர்புகள் பற்றி விரிவாகச் செய்திகள் உள்ளன.

"வரலாற்றை அறியாதவர்கள் வரலாறு படைக்க முடியாது" என்று கூறிய டாக்டர் அம்பேத்கர் கருத்துக்கு ஏற்ப கடந்த காலத்தில் இவ்வாறான வரலாற்றுக் கூறுகளை எல்லாம் எடுத்துத் தொகுத்து தருவது சமூக மறுமலர்ச்சிக்கு மிக மிகத் தேவையான ஒன்றாகும்.

மாவீரன் அய்யன்காளி, சகோதரன் ஐயப்பன் ஆகியோருடன் டாக்டர் அம்பேத்கர் கொண்டிருந்த தொடர்புகள் குறித்தும் பல்வேறு செய்திகள் உள்ளன. அவைகள் வருங்காலத்தில் விரிவாகத் திரட்டி வழங்கப்படும்.

7. பாபாசாகேப் அம்பேத்கர் சென்னைக்கு வந்த சிறப்பான நாட்கள்

வரலாற்றுச் சிறப்புமிக்க உரைகளும்
வரலாற்றுப் பெருமை மிக்க சந்திப்புகளும்

வரலாற்றுக் குறிப்புகளை வைத்துப் பார்க்கும்பொழுது பாபாசாகேப் அம்பேத்கரின் தென்னிந்திய அல்லது தமிழக வருகைகள் நான்காக உள்ளன.

1. பிப்ரவரி 28, 1932 - வட்டமேசை மாநாடுகள் நடைபெற்றுக்கொண்டிருந்த காலகட்டத்தில் சென்னையில் மகத்தான வரவேற்பும் பாராட்டுகளும்.

2. 1934 - சென்னைக்கு வருகை

3. செப்டம்பர் 1944-சென்னை மாநகராட்சி வரவேற்பு

அப்பொழுது மேயராக இருந்தவர் யுனானி மருத்துவராகவும் இருந்த சையத் நிஜமதுல்லா (1900-1960) அவர்கள். தந்தை சிவராஜ், அன்னை மீனாம்பாள் சந்திப்புகள், உரைகள், தந்தை பெரியார் ஈ.வெ.ரா., சண்டே அப்சர்வர், பி. பாலசுப்பிரமணியம் உள்ளிட்ட பல்வேறு சந்திப்புகள் - நீதிக்கட்சி பிராமணரல்லாதார் இயக்கத்தின் தேக்க நிலைகள் குறித்து டாக்டர் அம்பேத்கரின் சிறப்பு வாய்ந்த கருத்துக்கள்.

4. சென்னை - 1944 - தென்னிந்திய வருகை

5. டிசம்பர் 28, 29, 1945 - மதுரைவரை சென்ற பயணம்

பி.டி. ராசன், போடி - மீனாட்சிபுரம் செல்வராசு, தேக்கம் பட்டி பாலசுந்தரராசு, டபிள்யூ. பி.ஏ.சௌந்தரபாண்டியனார், அன்னை மீனாம்பாள் உள்ளிட்டோர் மதுரையில் பாபாசாகேப் அம்பேத்கர் உடன் சந்திப்பு, கோயம்புத்தூர் பயணம். கோவை பயணத்தில் ஜி.டி. நாயுடு அவர்களுடன் சந்திப்பு டாக்டர்

அம்பேத்கர் மீது அவர் கொண்டிருந்த பற்றும் மிக விரிவான ஒன்று. இந்தப் பயணம் குறித்து டாக்டர் அம்பேத்கர் நூல் தொகுப்புகளில் கூட செய்திகள் அதிகமாகக் காணப்படவில்லை. இந்தப் பயணத்தின்போது பல சிறந்த உரைகளை டாக்டர் அம்பேத்கர் ஆற்றியுள்ளார். உரைகளைத் தந்தை பேரா.ராவ்பகதூர் சிவராஜ் அவர்கள் மொழிபெயர்த்துள்ளார்.

6. 1950இல் இலங்கை செல்லும்போது சென்னைக்கு வருகை

7. 1954 சென்னை, கோலார் தங்கவயல் வருகைகள்

தென்னிந்தியாவில் புத்த மதம் நிலை குறித்த ஆய்வுகள் - ஜூலை 7 முதல் 14 ஆம் தேதி வரை அங்கு இருந்தேன் என்று டாக்டர் அம்பேத்கரே பதிவு செய்துள்ளார். பேரா. லட்சுமி நரசுவின் நூல் கைப்பிரதி நூல் ஆக்குவதற்காக வழங்கப்படுதல் உள்ளிட்ட பல்வேறு நிகழ்வுகள்.

இடையே ஒரு தடவை 1950இல் இலங்கை பௌத்த மாவட்ட மாநாட்டிற்குச் சென்று பங்கேற்றுவிட்டு பின்னர்த் தமிழகம் வந்து கேரளாவுக்குச் செல்லும் பொழுதும் சென்னைக்கு வந்தார் என்று குறிப்புகள் உள்ளன.

❖ ❖

8. பாபாசாகேப் அம்பேத்கர் நான்காவது சென்னை வருகை

இந்த உரை டாக்டர் அம்பேத்கரின் நூல் தொகுப்புகளிலும் இடம் பெறாமல் உள்ளது. இந்த உரையை ஒரு சிறு பிரசுரமாக ஐயா தமிழ் மறையான் அவர்களின் புத்தர் அறிவுலகம் பதிப்பகம் வெளியிட்டிருக்கிறது.

சென்னை மாநகர மேனாள் மேயர் சுந்தரராவ் நாயுடு அவர்களின் மகள் வயிற்றுப் பேரன் எக்ஸ்ரே கருணாகரன் அவர்கள் இந்த நூலைக் கொண்டு வந்துள்ளார். 1945 டிசம்பர் 25இல் ஆற்றப்பட்ட இந்த உரை அன்றைக்கு மறுதினம் பத்திரிகைகளில் ஆங்கிலத்திலும் தமிழிலும் வெளிவந்திருக்க வேண்டும். இவைகளைத் தொகுத்து வைத்து எக்ஸ்ரே கருணாகரன் ஐயா அவர்கள் இந்த நூலை வெளியிட்டு இருப்பார் எனலாம்.

இந்தச் சிறப்பு வாய்ந்த உலகில் பல்வேறு தகவல்களை பாபாசாகேப் அம்பேத்கர் அளிக்கிறார்.

முனைவர் க. ஜெயபாலன்

1. எந்த நாடும் அரசாங்கம் இல்லாமல் இருக்க முடியாது. சட்டத்தையும் அமைதியையும் நிலைநிறுத்த ஏதாவது ஒரு அரசாங்க வேண்டும். மக்களுடைய நலன்களைப் பேணிக்காக்க ஒரு அரசாங்கம் அவசியம் இருந்தே தீரவேண்டும். ஒரு அரசாங்கம் முறையாக இருந்தால்தான் நமது நாடு ஒரு நாகரீகமடைந்த நாடாகும். அது அன்றி நிலைத்திருக்க முடியாது. ஒவ்வொருவரும் இதை ஆராய்ந்து பார்க்க வேண்டும். (பக்கம் *6*)

2. அரசியல் அதிகாரத்தாலேயே நாம் முன்னேற முடியும்.

3. இது நமக்கும் நமது எதிரிகளுக்கும் அடிப்படையான சச்சரவு. இந்தச் சச்சரவு ஒருவரைப் பொறுத்ததல்ல. சிலர் நான் வேண்டுமென்றே காந்திக்கு எதிராகப் பிரச்சாரம் செய்வதாக நினைப்பார்கள். அவருக்கும் எனக்கும் ஏன் சச்சரவு? நானொரு பாரிஸ்டர்.

அவர் சாதாரண வக்கீல் தொழில்கூட செய்யவில்லை. அவர் மகாத்மா நான் மகாத்மா இல்லை. நான் அவரோடு சண்டை செய்ய வேண்டி இருந்தால் உங்களுடைய நலன்களுக்காகவே காந்தியுடன் சண்டை செய்ய வேண்டி இருக்கிறது. (கேளுங்கள் கேளுங்கள்) (டாக்டர் அம்பேத்கர் நீடூழி வாழ்க) (பக்கம் *9, 10*)

4. ஊக்கத்துடன் வேலை செய்யாத காரணமே பிராமணரல்லாதார் கட்சி ஒடுங்கிவிட்டது. (பக்கம் *15*) (டாக்டர் அம்பேத்கரின் ஆங்கில உரையைத் தமிழில் பேராசிரியர் ராவ்பகதூர் என். சிவராஜ் அவர்கள் மொழிபெயர்த்தார்)

◆◆

9. **தென்னிந்தியாவின் முதுபெரும் தலைவரான திவான் பகதூர் இரட்டைமலை சீனிவாசனாரும் பாபாசாகேப் அம்பேத்கரும்**

Thatha R. Srinivasan and Dr. Babasaheb Ambedkar at Round Table Conference at London, 1930. (6th and 5th from right)

இவர்கள் இருவரும் பல்வேறு தன்மைகளில் ஒன்றிணைந்து நவீன இந்தியாவை உருவாக்குவதில் முக்கியப் பங்களிப்பைச் செலுத்திய மாமனிதர்கள் ஆவர். இக்கருத்துத் தொடர்பான சில செய்திகளை இங்கு காண்போம்.

இரட்டைமலை சீனிவாசனார் அண்ணல் காந்தியாரை விட 10 ஆண்டுகள் மூத்தவர். தந்தை பெரியாரைவிட 20 ஆண்டுகள் மூத்தவர். பாபாசாகேப் அம்பேத்கரைவிட 32 ஆண்டுகள் மூத்தவர். இந்த மூத்த தன்மையினால் தான் அவரைத் தாத்தா என்றும் அன்போடு அழைக்கின்றனர். இவ்வாறு முற்போக்கு செயல்பாடுகளைக் கொண்ட ரெட்டைமலை சீனிவாசனார் தனது நாற்பதாவது வயதுவரை மாபெரும் அரசியல் பணிகளை மேற் கொண்டார். (1891-1900) அவர் மேற்கொண்ட பணிகள்

அடித்தட்டு மக்கள் விடுதலையில் மாபெரும் உற்சாகத்தைக் கொண்டு வந்தன. இது அகில இந்திய அளவில் மிக முன்னோடி பணியாக விளங்கின.

வெள்ளை அதிகாரிகளைச் சந்தித்து ஒடுக்கப்பட்ட மக்களுக்கான தனித்துவம், அதிகாரம், ஐசிஎஸ் போன்ற தேர்வுகள் நெறிமுறை மாற்றங்கள், நிலம், கல்வி, வேலைவாய்ப்புப் பிரதி நிதித்துவம் என்று பல்வேறு தன்மைகளில் வெள்ளை அதிகாரிகளிடம் தமது கருத்துக்களை முன்னோடியாக இரட்டைமலை சீனிவாசனார் வைத்தார். களத்தில் பண்டித அயோத்திதாசரும் அரசியல் களத்தில் இரட்டைமலையாரும் மேற்கொண்ட இந்த முன்னோடிப் பணிகள் பின்னாளில் உருவான திராவிட இயக்கத் துக்கும் முன்னோடியாக அமைந்தது என்றால் மிகை இல்லை.

முன்னோடி பத்திரிகை ஆசிரியர்

அந்தக் காலகட்டங்களில் சுதேசி அறிஞர்கள் பல பொருள் களில் பத்திரிகை நடத்தினர். சமயம் அரசியல் இலக்கியம் என்று பல தன்மைகளில் வெளிவந்தன. இந்தப் பொருண்மைகளில் பகுத்தறிவுவாதம், தொல்லியல் ஆய்வு, சமூக விடுதலைக் கோட்பாடு உள்ளிட்ட பொருண்மைகளில் நடத்தப்பட்ட பத்திரிகைகள் இன்றைக்கும் கவனத்தை ஈர்ப்பவையாக உள்ளன. இந்த வகையில் தான் 1893 இல் ரெட்டைமலை சீனிவாசனார் நடத்திய "பறையன்" பத்திரிகை தொடர்ந்து ஏழு ஆண்டுகள் இரட்டைமலையார் ஆப்பிரிக்கா செல்லும் வரையில்(1900) வெளிவந்தது. இந்தப் பத்திரிகை ஒடுக்கப்பட்ட மக்களின் முக்கியத் துவம் அவர்களின் பாதுகாப்பு அவர்களுக்குத் தேவையான கல்வி, நிலம், குறித்து விரிவாகப் பேசியது.

தென்னாப்பிரிக்காவில் இரட்டைமலை சீனிவாசன்

20 ஆண்டுகள் தென்னாப்பிரிக்காவில் ரெட்டைமலை சீனிவாசன் வாழ்ந்தார். பிரிட்டிஷ் அரசின்கீழ் அதிகாரியாக விளங்கினார். இந்தக் காலகட்டத்தில்தான் ஏறத்தாழ 20 ஆண்டுகள் காந்தியாரும் தென்னாப்பிரிக்காவில் இருந்தார். பல்வேறு பகுதிகளில் இருந்து குடியேறிய மக்களும் தென்னாப் பிரிக்காவில் வாழ்ந்தனர். குறிப்பாகத் தமிழ் பத்திரிகைகள்கூட

அங்கே நடத்தப்பட்டன. குஜராத்தி, ஆங்கில மொழிகளில் பத்திரிகைகளை காந்தியார் நடத்தினார். இந்தியாவில் இந்தியச் சுதந்திரப் போராட்டத்தை நடத்துவதற்குத் தென்னாபிரிக்கா ஒரு களமாக அமைந்தது என்று சில அறிஞர்கள் குறிப்பிடுவர். பேரரசை எதிர்த்து இந்தியத் துணைக்கண்டத்தில் நடந்த விடுதலைப் போராட்டத்தைப் போலவே பிரிட்டிஷ் அரசை எதிர்த்துத் தென்னாப்பிரிக்க மக்களோடு இந்தியர்களும் இணைந்து பல போராட்டங்களை நடத்தினர். அதில் ரெட்டைமலை சீனிவாசனாரும் இணைந்து செயல்பட்டார். காந்தியாருடன் இரட்டைமலையாருக்கும் தொடர்புகள் இருந்தன. ஒடுக்கப்பட்ட சமுதாயத்தின் விடுதலைக்குக் காத்திரமான வேலைகளைச் செய்த ஒரு தலைவர் என்ற நிலையில் தென்னாப்பிரிக்காவில் இருந்த குடியேறிய தமிழர்களுக்கும் பொதுவாக இந்தியர்களுக் கும் பல வேலைகளை இரட்டைமலை சீனிவாசன் செய்தார்.

சீனிவாசனாரின் இந்திய வருகையும் அரசியல் செயல்பாடுகளும்

தமது **61**வது வயதில் இந்தியாவிற்கு மீண்டும் இரட்டை மலை சீனிவாசனார் வந்தார். அந்தச் சூழலில் தென்னிந்தியாவில் எம்.சி.ராஜா குறிப்பிடத்தக்க தலைவராக வளர்ந்து கொண்டு இருந்தார். அதைப்போலவே மகாராஷ்டிராவில் டாக்டர் அம்பேத்கர் சிறந்த ஒரு தலைவராக வளர்ந்து கொண்டு இருந்தார். அமெரிக்க ஐரோப்பிய நாடுகளில் கல்வியைப் படித்துக் கொண்டு இந்தியாவின் வருகையின் போதெல்லாம் பல்வேறு சமூக மறு மலர்ச்சிப் பணிகளைப் போராட்டங்களைச் செய்து கொண்டே அவர் வளர்ச்சி பெற்றார்.

இத்தகு சூழலில்தான் சைமன் கமிஷன், வட்டமேசை மாநாடு, பூனா ஒப்பந்தம் என்ற மூன்று புள்ளிகளிலும் இந்திய மக்களில் ஒடுக்கப்பட்ட மக்களுக்கான பிரதிநிதித்துவம் அவர்களின் வளர்ச்சி என்ற களங்களில் டாக்டர் அம்பேத்கர் உடன் இரட்டைமலை சீனிவாசனார் இணைந்து செயல்பட்டார்.

நானும் அம்பேத்கரும் நகமும் சதையுமாய் மக்களுக்கு உழைத்தோம்

வட்டமேசை மாநாட்டு ஆவணங்களில் பாபாசாகேப் அம்பேத்கரும் இரட்டைமலை சீனிவாசனாரும் இணைந்து கொடுத்த பல்வேறு ஒடுக்கப்பட்ட மற்றும் சிறுபான்மை இன மக்களுக்கான சிறப்பு உரிமைகள் குறித்த ஆவணங்களைத் தயாரித்ததில் இருவரும் மிக முக்கியமான பங்களிப்பைச் செய்தனர். உலகளாவியப் பல்கலைக்கழக அறிவும் தொலைநோக்கும் ரெட்டைமலை சீனிவாசனாரின் நாற்பதாண்டு கால ஒடுக்கப் பட்ட மக்களிடையே பணியாற்றிய அனுபவ அறிவும் இணைந்து ஆவணங்களாய் வெளிவந்தன. இதைப் பற்றித் தனது ஜீவிய சரித்திரக் குறிப்பிலும் இன்னும் சில உரைகளிலும் ரெட்டமலை சீனிவாசனார் குறிப்பிடுகின்றார். ஜீவிய சரித்திரக் குறிப்பில் நானும் அம்பேத்கரும் நகமும் சதையுமாய் உழைத்தோம் என்று அவர் குறிப்பிட்டுள்ள வரிகள் மிகவும் புகழ்பெற்றதாகும்.

ஆலய நுழைவு என்பதில் மிகத் தெளிவான முடிவுகளை டாக்டர் அம்பேத்கர் கொண்டிருந்ததைப் போலவே இரட்டை மலை சீனிவாசனாரும் கொண்டு இருந்தார். ஆலய நுழைவு என்பது பணத்தைச் செலவு செய்து கோயில்களுக்குச் சென்று வணங்கிக் கொண்டிருப்பது என்பது அல்ல பொது உரிமை அனைவரையும் போலவே நமக்கு உண்டு என்று காட்டுவதற்குதான் என்று ரெட்ட மலை சீனிவாசனார் குறிப்பிடுகிறார். இதே கருத்தைப் பாபாசாகேப் அம்பேத்கரும் மிகச் சரியாகப் பல்வேறு ஆவணங்களிலும் உரை களிலும் வெளிப்படுத்தி இருக்கின்றார். சான்றுக்கு இரட்டைமலை சீனிவாசனாரின் ஒரு கருத்தை இங்குக் காண்போம்:

"நமது சமூகத்திற்குக் கோயில் உரிமை வேண்டுவது அவசியமே. அதாவது உயர்ஜாதி இந்துக்களைப் போல காசு, பணங்களைக் கல்லுசாமிகளுக்குக் கொட்டி அழுவதற்காக அல்ல. அந்தப் பொது ஸ்தாபனங்களிலும் உரிமை வேண்டும் என்பதற்காகவே ஆகும்" (பக்கம் 206 ஆதிதிராவிடர் மாநாடுகள், வாலாசா வல்லவன், 2012, இரண்டாம் பதிப்பு 2021)

மதம் மாறுதல் குறித்து டாக்டர் அம்பேத்கர் தெரிவித்த "இந்துவாகப் பிறந்துவிட்டேன் ஆனால் நான் இந்துவாகச் சாக

மாட்டேன்" அரசியல் பிரகடனம் அகில இந்தியா முழுவதும் மிகப்பெரிய அளவிலே ஒலித்தது. அண்ணல் காந்தியார் தொடங்கி பல்வேறு தலைவர்களும் இதற்கு மிகப்பெரிய அளவில் பாராட்டியும் எதிர்த்தும் பல்வேறு தன்மைகளில் விமர்சனம் செய்தனர். டாக்டர் அம்பேத்கரின் கருத்துக்களை ரெட்டமலை சீனிவாசன் அவர்களும் தந்தை சிவராஜ் அவர்களும் மென்மையாக அணுகினர். ராவ்பகதூர் எம்.சி. ராஜா அவர்கள் கொஞ்சம் கடுமையாக எதிர்த்தார். இந்துவாகவே இருப்போம்; இறப்போம் என்று அவர் அறிக்கை வெளியிட்டார்.

இரட்டைமலை சீனிவாசன் அவர்கள் ஒடுக்கப்பட்ட சமூக மக்கள் ஒருபோதும் இந்துக்களின் அடக்கத்தில் இல்லை. எனவே அதில் இல்லாத நாம் அந்த மதத்தை எவ்வாறு விலக்கிக் கொண்டு வேறு ஒரு சமயத்தில் செல்ல முடியும்? என்று வினவினார். அக்கருத்து பின் வருமாறு:

"இந்துக்கள் அடக்கத்தினின்று தாழ்த்தப்பட்டோர் மதம் மாற வேண்டும் என்று டாக்டர் அம்பேத்கர் பகிங்கரமாய் பிரஸ்தாபித்த போது, தாழ்த்தப்பட்டோர் இந்துக்கள் அடக்கத்தில் இல்லை. தாங்கள் இருக்கும் மதத்தில் இருந்துகொண்டே ஆண்மையான வீரத்துடன் முன்னேற வேண்டும் என்று உடனே தந்தி மூலமாக பிரஸ் தாபித்தேன். இந்துக்கள் அனுசரிக்கும் நாலு வர்ணங்களில் ஒன்றிலேனும் சேர்ந்து இல்லாததால் தாழ்த்தப்பட்டோர் இந்துக்கள் அடக்கத்தில் இல்லை என்பது வெளிப்படை" (பக்கம்: 49 ஜீவிய சரித்திரச் சுருக்கம், தொகுப்பு புலவர் பிரபாகரன், தடாகம் வெளியீடு, 2019)

பூர்வகுடி மக்கள் ஒடுக்கப்பட்டவர்கள் அனைவருமே திராவிட சமயத்தைச் சார்ந்தவர்கள் என்றும் ஆரியர் வருகைக்கு முன் இருந்த இந்தியாவின் இயற்கை வழிபாட்டு நெறியினர் என்றும் ரெட்டைமலை சீனிவாசனார் கருத்து கொண்டிருந்தார். இதே கருத்தைத் தந்தை சிவராஜ் அவர்களும் டாக்டர் அம்பேத்கரோடு கலந்துகொண்டு ஆற்றிய உரைகளில் (1930-1940) புனே, பம்பாய் உள்ளிட்ட பல இடங்களில் தெரிவித்துள்ளார்.

பாபாசாகேப் அம்பேத்கரின் சமகால தலைவர்களின்

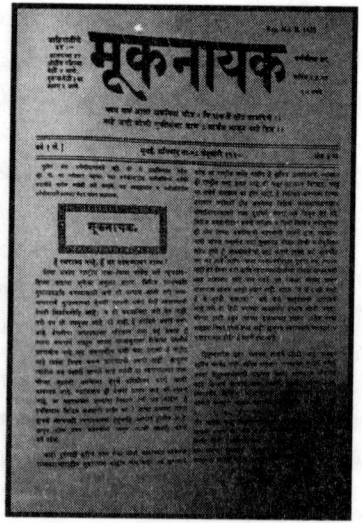

பறையன்.

THE PARIYAN

मूकनायक

मूकनायक.

கருத்துகள் எவ்வாறாக இருப்பினும் பண்டிதர் அயோத்திதாசரும் பாபாசாகேப் அம்பேத்கரும் மிக ஆழமாகச் சமயத்தின் செல்வாக்கையும் சமயத்தின் செல்வாக்குதான் இங்கு அரசியலாக சமூகமாக மாறி இருக்கிறது என்பதையும் சமய மாற்றம் என்பது மிக முக்கியமானது என்பதையும் அழுத்தமாக ஆழமாக இந்திய சமூகத்தில் தாங்கள் கொண்டிருந்த கொள்கைகளைச் செயல்படுத்து வதில் செயல்பட்டார்கள்.

பல்வேறு சிந்தனையாளர்களை, அறிஞர்களைத்தனது பேச்சிலும் எழுத்திலும் பாபாசாகேப் அம்பேத்கர் குறிப்பிடுவதைப் போலவே இரட்டைமலை சீனிவாசனார் பற்றியும் ஆங்காங்கே பதிந்துள்ளார். ரெட்டைமலையாரும் டாக்டர் அம்பேத்கர் பற்றித் தனது பேச்சிலும் எழுத்திலும் பதிவிட்டுள்ளார்.

காலங்கள் கடந்தாலும் சமூக இலட்சியத்தை விடுதலையை மனத்தில் கொண்டு செயல்பட்ட பாபாசாகேப் அம்பேத்கர், ரெட்டைமலை சீனிவாசனார் ஆகியோரின் நட்பும் உன்னத சிந்தனைகளும் சமூக விடுதலை முன்னோக்கி நகர்த்துவதில் மிக முக்கியமானவை என்பதில் ஐயமில்லை.

◆◆

10. அண்ணல் அம்பேத்கரும் தந்தை சிவராஜூம்

செப்டம்பர் மாதம் என்றதும் தந்தை பெரியார், அறிஞர் அண்ணா, வ.உ. சிதம்பரனார், மகாகவி பாரதியார், டாக்டர் ராதாகிருஷ்ணன், பகத்சிங் ஆகியோரின் பிறந்த நாட்கள் வரலாற்றுணர்வுடைய பலருக்கும் நினைவுக்கு வரும். மேலும் திரு. வி. க.வின் நினைவு நாளும் நினைவுக்கு வரும். இவ்வகையில் நினைவில் வைக்க வேண்டிய இணையற்ற மாமனிதரான தந்தை ந. சிவராஜின் பிறந்த நாளும் இறந்த நாளுமான செபடம்பர் 29 ஆம் நாளும் மிக முக்கியமான ஒன்றே ஆகும்.

தந்தை சிவராஜூம் மாமனிதர்களும்

1892 ஆம் ஆண்டில் தோன்றிய தந்தை ந.சிவராஜ் *1964* ஆம் ஆண்டில் காலமானார். அவர் வாழ்ந்த காலப் பின்புலத்தைக் கொண்டு ஒப்பிட நினைத்தால் தந்தை பெரியார், சுவாமி சகஜானந்தா, இராஜாஜி , பாவேந்தர் பாரதிதாசன், டபிள்யூ பி.ஏ. சௌந்திரபாண்டியனார், பி.டி. ராசன் உள்ளிட்ட சிறப்பு வாய்ந்த தலைவர்களோடு ஒப்பிடலாம். தந்தை சிவராஜூம் அவரின் துணைவியார் அன்னை மீனாம்பாளும் மேற்கொண்ட சமூக

வாழ்க்கை அர்ப்பணிப்போடு ஒப்பிட வேண்டுமானால் இந்திய அளவில் ஜோதிபா பூலே தம்பதியினரையும் உலகளவில் கியூரி தம்பதியினரையும் ஒப்பிடலாம்.

இவைகளைவிடவும் ஒரு மாமனிதனின் அம்மாமனிதரின் இலட்சியங்களினால், கோட்பாடுகளால் உணரப்படுவதாகும். அவ்வகையில் தந்தை சிவராஜ் அவர்கள் வாழ்ந்த காலத்தால் மட்டுமின்றிக் கொள்கையால் , கோட்பாட்டால் செயல்பாட்டால் முழுமையாக அண்ணல் அம்பேத்கரோடு நின்றவர்; போராட்டக் களங்களில் புன்னகை முகத்தோடு பூரித்த மார்போடு வைர நெஞ்சத்தோடு புதுவையம் படைத்திடும் உணர்வோடு. ஒன்றி ணைந்து நின்றவர். மேதகு ஆ. பத்மநாபன் இதுபற்றி எழுதுவ தாவது " டாக்டர் பி.ஆர். அம்பேத்கர் அவர்களுக்கும். தமிழக இயக்கத் தலைவர்களுக்கும் ஏற்பட்ட தொடர்புகளின் விளைவாக இந்திய நாட்டில் அங்கும் இங்குமாகப் பலவாகச் செயல்பட்டு வந்த தாழ்த்தப்பட்டோர் அமைப்புகள் ஒன்றிணைந்து **1942** இல் அகில இந்தியத் தாழ்த்தப்பட்டோர் சம்மேளனம் ஏற்பட்டது. சம்மேளனத்தின் தலைவராக அம்பேத்கர் அவர்களே இருக்க வேண்டுமென திரு. சிவராஜ், அன்னை மீனாம்பாளும் விரும்பினர். டாக்டர் அம்பேத்கர் அவர்களோ, தந்தை சிவராஜ் அவர்களை அகில இந்திய தாழ்த்தப்பட்டோர் சம்மேளனத்தின் தலைவராக நியமித்து நாகபூரில் **1942** இல் தாம் கூட்டிய மாநாட்டில் முறையாக அறிவித்தார்.

தமிழநாட்டுத் தலைவர் அகில இந்திய இயக்கத்தின் தலைவ ரான வரலாறு அன்று நிகழ்ந்தது. அதே ஆண்டில் அமெரிக்க நாட்டுக் கியூபெக்கில் நடந்த பசிபிக் நாடுகள் மாநாட்டில், இந்தியாவில் தீண்டாதாரின் பிரச்சினை என்னும் தலைப்பில் ஆய்வுக் கட்டுரையை டாகடர் அம்பேத்கர் அவர்களின் சார்பில் சிவராஜ் படித்தளித்தார். **1945** இல் இந்தியாவுக்குச் சுதந்திரம் அளிப்பது பற்றிய ' வேவல் திட்டம் பற்றி விவாதிக்க சிம்லாவில் நடந்த கூட்டத்தில் செட்யூல்டு மக்களின் பிரதிநிதியாகத் திரு. ந. சிவராஜ் கலந்துகொண்டார். நாணயத்தின் இரு பக்கங்களாக இருந்து டாக்டர் அம்பேத்கரும் தந்தை ந. சிவராஜ் அவர்களும் தம் இறுதி காலம் வரை இணைந்து நின்று ஒடுக்கப்பட்ட

மக்களுக்குத் தன்னலம் கருதாது தொண்டாற்றினர். நாடு சுதந்திரம் பெற்ற பின்பு ஏற்பட்ட அரசியல் மாற்றங்கள் அவர்களை நாடி வந்த பதவிகள், அதிகார ஆசைகள் ஆகியவை அவர்களைப் பிரிக்க வில்லை. டாக்டர் பாபாசாகேப் பி.ஆர் அம்பேத்கருக்குப் பின் இந்தியக் குடியரசுக் கடசியின் தலைமைப் பொறுப்பேற்று இறுதி வரைத் தன் தலைவரின் இலட்சிய வழியிலேயே மக்களுக்குத் தொண்டாற்றி ஒடுக்கப்பட்ட மக்களின் பிரச்சினைகளுக்கு முடிவு காண்பதற்கு இந்தியக் குடியரசுக் கடசியின் சார்பில் இந்திய அரசுக்கு அறிக்கை அளித்து நாடாளுமன்றத்தின் முன் ஆர்ப்பாட்டம் நடத்தி டெல்லிக்குச் சென்றிருந்த தலைவர் ந.சிவராஜ் 1964 இல் தமது பிறந்த நாளிலேயே அங்கு மறைந்தார். இத்தகு மாமனிதரான தந்தை சிவராஜின் உடல் பின்னர் தனி விமானம் மூலம் சென்னைக்கு எடுத்து வரப்பட்டது. இதில் குறிப்பிடத்தக்கது. அண்ணலின் மரணமும் இவ்வகையில் தில்லியில் நிகழ்ந்தது. பின் தனி விமானம் மூலம் பம்பாய்க்கு எடுத்துச் செல்லப்பட்டதும் நினைவில் கொள்ள வேண்டும்.

உடலால் இருவர் உணர்வால் ஒருவர்

இவைகளைவிடவும் ஒடுக்கப்பட்ட மக்களின் அரசியல் பிரதிநிதித்துவம், சட்டப் பாதுகாப்பு, எதிர்காலம் போன்றவை களில் இருவரும் சிறப்பாக இணைந்து பணியாற்றியுள்ளனர். பம்பாய் மாநிலச் சட்ட மேலவைக்கு 1927 இல் அண்ணல் நியமிக் கப்பட்டார். 1926 லிருந்து 1930 வரை சென்னை மாநிலச் சட்ட மேலவைக்குத் தந்தை சிவராஜ் தேர்ந்தெடுக்கப்பட்டார். இருவரும் பெற்றிருந்த சட்டக் கல்வியும், அவர்களின் ஒருமித்த சிந்தனைப் போக்கிற்கு மேலும் உரமூட்டின என்று கூறலாம். அண்ணலின் வரலாற்றில் தந்தை சிவராஜ் பெறும் இடங்கள் பலவாகும். சில இடங்களைத் தனஞ்செயன்கீர் எழுதுவதாவது ...

'1942 சூலை 18, 19 ஆகிய நாட்களில் அனைத்திந்தியத் தீண்டப்படாத வகுப்பினர் மாநாட்டை நடத்துவதற்கான ஏற்பாடு கள் நடைபெற்றன. அம்மாநாடடிற்குத் தலைமை தாங்குவதற் காகத் தேர்ந்தெடுக்கப்பட்டிருந்த என். சிவராஜ் அவர்களுடன் அம்பேத்கர் சூலை 18 ஆம் நாள் காலை 9 மணிக்கு நாகபுரியை

அடைந்தார். தங்களின் நெஞ்சங் கவர்ந்த தலைவரான அண்ணல் அம்பேத்கரையும் மாநாட்டுத் தலைவரான ந.சிவராஜையும் அங்கே குழுமியிருந்த 40 ஆயிரம் மக்கள் கைதட்டி மகிழச்சி யாரவாரமுடன் வரவேற்றனர். பஞ்சாப், வங்காளம், சென்னை ஆகிய இடங்களிலிருந்து தீண்டப்படாத வகுப்புத் தலைவர்கள் அம்மாநாட்டிற்கு வந்திருந்தனர். நாகபுரியில் மோகன் பூங்காவில் அமைக்கப்பட்டிருந்த மாபெரும் பந்தலில் மாநாடு தொடங்கியது.

மாநாடடிற்குத் தலைமை தாங்கிய ந.சிவராஜ் தன் உரையின் தொடக்கத்தில், " டாக்டர் அம்பேத்கர் அமைச்சராக உயர்வு பெற்றிருப்பதாகத் தீண்டப்படாத வகுப்பு மக்களின் சார்பில் பாராட்டுவதாகக் கூறினார். அமைச்சர் பதவி கிடைத்ததன் மூலம் மக்களுக்குத் தொண்டு செய்வதற்கான புதிய வாய்ப்புகள் ஏற்பட்டுள்ளன என்றும் குறிப்பிட்டார் என்று எழுதியுள்ளார். மேலும் வேறொரு இடத்தில் எழுதுவதாவது, பசிபிக் நாடுகள் கமிட்டிக் கேட்டுக் கொண்டதின் பேரில், அது நடத்தவிருந்த கருத்தரங்கத்திற்காக இந்தியாவில் தீண்டப்படாத வகுப்பு மக்களின் பிரச்சினை என்ற தலைப்பில் ஓர் ஆய்வுக் கட்டுரையை அம்பேத்கர் 1942 டிசம்பரில் எழுதினார். 1942 டிசம்பர் மாதத்தில் கியூபெக் என்ற இடத்தில் நடைபெற்ற அக்கருத்தரங்கில் அம்பேத்கரின் கட்டுரையை என். சிவராஜ் படித்தளித்தார்.

உலகின் பல பகுதிகளிலும் அடிமை முறையும் கொத்தடி மைத்தனமும், பண்ணையடிமை முறையும் மறைந்துவிட்ட போதிலும் இந்தியாவில் தீண்டாமை நீடிப்பது வருந்துவதற்குரிய தாகும் என்று அக்கட்டுரையில் அண்ணல் அம்பேத்கர் குறிப் பிட்டிருந்தார். என்று அண்ணலின் வரலாற்றை ஆங்கிலத்திலும் இந்திய மொழிகளிலும் பலரும் பலவாறாக எழுதியுள்ளனர். இந்நூல்களில் தனஞ்செய்கீர் எழுதிய நூல் குறிப்பிடத்தக்கது எனலாம். இந்நூலில் எட்டு வரலாற்று முக்கியத்துவம் வாய்ந்த இடங்களில் தந்தை சிவராஜ் குறிப்பிடப்பெறுகிறார். 1931 ஏப்ரல் மாதம் தொட்டு அண்ணலின் மறைவு வரை (1956), கொள்கை யோடும் தந்தை சிவராஜ் முரண்பாடின்றி இணைந்து பணி யாற்றினார் என்றால் இது சாதாரண செய்தியன்று. (1926களில் இருந்து தான் மறையும் வரை (1964) அண்ணலின்

கொள்கையிலேயே வாழ்ந்தார் தந்தை சிவராஜ் என்பதற்கான ஏராளமான தரவுகள் புதியதாகக் கிடைக்கின்றன.) வெல்ல முடியாத வீரப் பண்புகளோடு, ஞான வெளிச்சத்தோடு நாட்டின் முன்னேற்றத்திற்கு உழைத்த இம்மாமனிதர்களின் பணிகள் வியக்கத்தக்கனவாகும்.

1936 பூனா மாநாடு - தலைவர் அம்பேத்கர் - தந்தை சிவராஜ்

1927 இல் சைமன் கமிஷன், பின்னர் வட்டமேசை மாநாடுகள் காலந்தொட்டே அண்ணலோடும் தமிழகம் தந்த தனிப்பெரும் மாவீரர் இரட்டைமலை சீனிவாசனோடும் சிறப்பான உறவினைக் கொண்டிருந்தவர் தந்தை ந. சிவராஜ் ஆவார். அச்சிறப்பான உற வென்பது தொலைநோக்குத் திட்டமுடன் ஒடுக்குண்டோரின் உயர் வினைக் கொண்ட இலக்கியத்தில் அடைந்ததாகும். அதனால்தான் இரட்டைமலை சீனிவாசனார் ஏற்படுத்திய அமைப்புகளிலும் அண்ணல் அம்பேத்கர் உருவாக்கிய அமைப்புகளிலும் பங்கெடுத்துப் பணியாற்றிய மாமனிதராக தந்தை சிவராஜை வரலாற்றேடுகளின் வனப்புடன் மிளிரக் காண்கிறோம். இன்னும் கூற வேண்டுமானால் தாத்தாவின் மாவீரப் பார்வையிலும் அண்ணலின் அடலேறு நோக்கிலும் இலட்சியத் தலைவராக சிவராஜ் விளங்கியுள்ளார் எனலாம்.

1942 இல் நாகபுரி மாநாட்டில் தந்தை சிவராஜைத் தலைவராக அண்ணல் அறிவித்ததைப் போலவே 1936 இல் நிகழ்ந்த பூனா மாநாடும் வரலாற்றில் எண்ணத் தகுந்ததாகும். 1936 சனவரி 11 அன்று மாலை பூனாவில் மகாராஷ்டிர ஆதி இந்து வாலிபர்கள் மாநாடு நடந்தது. இம்மாநாட்டில் டாக்டர் அம்பேத்கர் கலந்து கொண்டார். தலைமை வகித்தவர் ராவ் சாகிப் என்.சிவராஜ் எம்.எல்.சி. இம்மாநாட்டில் தந்தை சிவராஜ் அண்ணல் மீது கொண்டிருந்த அன்பினைச் சிறப்பாக வெளிப்படுத்தி உள்ளார். தந்தை சிவராஜ் கூறியதாவது இந்து மதத்தின் கொடுமைகளை நன்கு அனுபவித்து நமக்கெல்லாம் வழிகாட்டியாகத் திகழ்ந்து வரும் டாக்டர் அம்பேத்கர் சிறந்த அறிவாளி என்பதையும் தீர்க்க தரிசனமாக ஆலோசித்து முடிவு எடுப்பவர் என்பதையும் உலகறியும் அவர் எடுக்கும் அனைத்து முடிவுகளும் சமுதாய முன்னேற்றத்திக்காகவே பயன்படக் கூடியதாகும்.

இவ்வகையில் சிறப்பாக அண்ணல் அம்பேத்கரைப் பாராட்டிப் போற்றிய தந்தை சிவராஜ் புரட்சியாளர் அம்பேத்கரின் கருத்துக்களைக் கவர்ந்து செல்லும் மார்க்கத்தை அம்பேத்கர் மதம் என்று இம்மாநாட்டிலேயே அறிவித்தார். மேலும் ஆதி திராவிடர் கள் பற்றிச் சிறப்பான சில கருத்துக்களையும் இம்மாநாட்டில் கூறினார். அது வருமாறு எனக்குத் தெரிந்த வரையில் ஆதிதிராவிட மக்கள் தனிப்பட்ட மதத்தவர்களாகவே வாழ்த்து வந்துள்ளனர். இவர்கள் அக்காலத்தில் இயற்கையைக் கடவுள்களாகப் போற்றி வாழ்ந்தவர்கள் என்று உரைத்துள்ளார். மேலும், இந்தியாவில் இப் போதுள்ள ஏதாவதொரு மதத்திற்கு மதமாற்றம் பெற்றுச் செல்வதன் மூலம்தான் தீண்டப்படாதவர்கள் தீண்டாமையிலிருந்து விடுபட முடியும் என்று எண்ணிட வேண்டியதில்லை. நாமாக ஒரு புதிய மதத்தை அமைப்பதன் மூலமோ அல்லது பல்வேறு சடங்குகளைக் கொண்ட இந்து மதத்தை ஆரியர்கள் இந்தியாவிற்குக் கொண்டு வருவதற்கு முன்னர் ஆதிதிராவிடர்கள் கடைப்பிடித்தொழுகிய மதத்தை மீண்டும் புதுப்பித்தலின் வழியாகவோ நாம் தீண்டாமையிலிருந்து விடுபடலாம்" என்றும் தன் தலைமையுரையில் குறிப்பிட்டுள்ளார்.

நந்தனார் கலையும் தந்தை சிவராஜூம்

தந்தை சிவராஜின் வியத்தகு சிந்தனைப் போக்கில் ஒரு செய்தி இங்குக் குறிப்பிட வேண்டும். சென்னைப் பச்சையப்பன் கல்லூரியில் நடைபெற்ற ஆதிதிராவிட மகாஜன சபை தந்தை சிவராஜ் தலைமையில் நடைபெற்றது. இம்மாநாட்டில் பல தீர்மானங்கள் எடுக்கப்பட்டன. அவற்றில் ஒன்று வருமாறு" செட்டியூல்டு மக்களின் மனத்தை மண்ணாக்கும் வகையில் உள்ள நந்தனார் சரித்திரம் நாடகமாக நடிக்கவும், கதாகாலட்ஷேபம் செய்யவும் தடை விதிக்கும்படி அரசாங்கத்தை இம்மாநாடு கேட்டுக்கொண்டிருக்கிறது. இவ்வாறு பற்பல சிறப்பான விடயங்கள் தந்தை சிவராஜ் வரலாற்றில் கிடைக்கிறது. தந்தை சிவராஜின் மரணத்தின்போது," அவரின் இழப்பு தமிழகத்திற்கு மட்டுமல்ல இந்தியாவிற்கே பேரிழப்பாகும் என்று அவர் காலத்தைச் சார்ந்தவரும் நீதிக்கட்சியின் தலைவர்களில் ஒருவருமான பி.டி.ராசன் எழுதியுள்ளமை எண்ணத்தக்கதாகும் .

கோவையில் அண்ணலும் தந்தையும்

பெரம்பூர், சென்னை.

மாபெருங் கூட்டம்.

கனம் டாக்டர் B. R. அம்பேத்கர் வருகை

29-12-45 சனிக்கிழமை

1945 இல் கோவைக்கு அண்ணலும், தந்தை சிவராஜும் சென்று ஜி.டி.நாயுடு மாளிகையில் இரண்டு நாட்கள் தங்கி கோவை சிதம்பரம் பூங்காத் திடலில் தந்தை ந.சிவராஜ் தலைமையில் அண்ணல் உரையாற்றியுள்ளார். இவ்வுரை பற்றி நாவலர் நெடுஞ்செழியன் எழுதுவதாவது. “டாக்டர் பி.ஆர். அம்பேத்கர் அவர்கள் தாழ்த்தப்பட்டோர் நிலை பற்றியும், சூத்திரர் நிலை பற்றியும், சமுதாயச் சீர்திருத்தத்தின் இன்றியமையாமை பற்றியும். ஆரியர் - திராவிடர் பிரச்சினை பற்றியும் நீண்டதொரு உரையினை அழகாகவும், அருமையாகவும் ஆற்றினார் " என்று எழுதியுள்ளார். இவைகள் எல்லாம் நன்கு பதியப்பட வேண்டியவைகளாகும்.

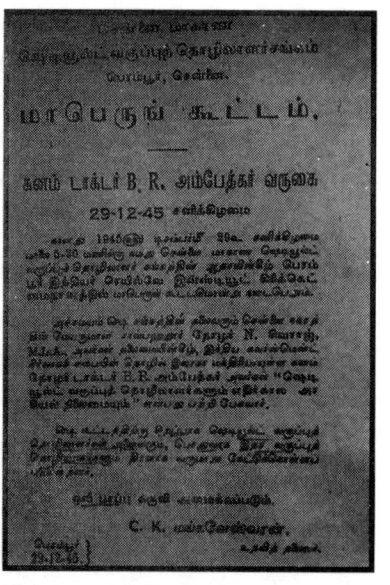

வடக்கும் தெற்கும்

அண்ணல் அம்பேத்கர், தந்தை சிவராஜ் பற்றிய ஒப்பீடு என்பது இரு தலைவர்கள் பற்றிய ஒப்பீடு மட்டுமன்று. தமிழக, மராத்திய மாநிலப் பின்புல ஒப்பீடு மட்டுமன்று. இந்தியத் திருநாட்டின் வடக்கும் தெற்கும் இலட்சியத்தால் ஒன்றிணைந்த வரலாற்றுப் பதிவாகும். எத்தனையெத்தனை மாநாடுகள் தங்களது தலைமையில் நடைபெற்றுள்ளது? எத்தனை யெத்தனை ஆலோசனைக் கூட்டங்கள் தங்களது தலைமையின்கீழ் கூடியுள்ளது? எத்தனையெத்தனை தலைமையுரையால் மெருகூட்டப்பட்டுள்ளது? அத்தனையத்தனை மாநாடுகள் கூட்டங்கள் கருத்தரங்குகள் - அனைத்திலும் பாபாசாகேப் அம்பேத்கர் தனது சிறப்புரையை ஆற்றியுள்ளார். பாபாசாகேப்பின் பல பேருரைகள்

தங்களது தலைமையில்தான் நிகழ்த்தப்பட்டுள்ளன. தன்மானத் தலைவர் பாபாசாகேப்பின் கருத்துச் செறிந்த உரைகளுக்கு அதிக மாகத் தலைமையேற்றவர் இந்தியாவிலேயே நீங்கள் ஒருவராகத் தான் இருக்க முடியும் என்று தந்தை சிவராஜின் நூற்றாண்டுவிழா வேளையில் மு.பா. எழிலரசு எழுதியுள்ளமை உணர்ச்சியுரையன்று உண்மையுரை.

ஆய்வு நோக்கில் டாக்டரும் மேயரும்

டாக்டர் என்றும் மேயர் என்றும் அறியப்படும் அண்ணலும் தந்தையும் கொண்டிருந்த நட்புறவு தக்ககாலத்தில் கனிந்த இலட்சியப் பழம் எனலாம். அண்ணலோடு சிறப்பான தோழமை கொண்டிருந்தாலும் கூட தாத்தா இரட்டைமலை சீனிவாசனார் வயதால் தந்தை நிலையை அடைந்திருந்தார். வாழ்நிலைக் காலத்தால் அண்ணலைவிட தாத்தா முப்பது ஆண்டுகள் மூத்தவர் என்பது எண்ணத்தக்கது. அண்ணலைவிட தந்தை சிவராஜைவிட பத்தாண்டுகள் மூத்தவரான எம்.சி. ராஜாவோ அண்ணலோடு எதிர்நிலையில் சில வேளைகளில் நின்றார். தந்தை நிலையில் இரட்டை மலை சீனிவாசனாசரும் எதிர்நிலையில் எம்.சி.ராஜாவும் இருந்த அதே காலத்தில் சுவாமி சகஜானந்தவோ, காங்கிரசோடு முழுமையாக ஈடுபட்டு நின்றார். இச்சூழலில் அண்ணலுக்கு முழுமையாகத் தோள் கொடுத்த தோழர் தென்னாட்டிலிருந்து பரந்து சென்று ஆதரவளித்தவராக அண்ணலோடு களத்தில் நின்றவர் தந்தை சிவராஜூம், அன்னை மீனாம்பாளுமே ஆவர். தந்தை பெரியார் வேறொரு நிலையில் புரட்சியாளர் அம்பேத்கரை ஆதரித்துப் போற்றினார் என்பதும் எண்ணத் தகுந்ததே. மிகையாய் இருப்பினும் இந்தியாவின் மார்க்சும் ஏங்கல்சுமாய் டாக்டரும் மேயரும் விளங்கினர் எனலாம்.

அண்ணலும், தந்தை சிவராஜும் பெற்றிருந்த ஆங்கில மொழிப் புலமை ஆளுமைத் திறம், அறிவாண்மை, உலகளாவிய பார்வை இவையாவும் இளைய தலைமுறை எடுத்துச் செயலாற்றிப் பயன் பெற்றுக் கொள்ள வேண்டிய கருவூலங்களாகும். இக்கட்டு ரையில் அண்ணல் அம்பேத்கர் தந்தை சிவராஜின் ஒப்பீடுகள்

சிற்சிலவே கண்டோம். போற்றுதலுக்குரிய வண்ணத்தில் அமரர் அன்பு பொன்னோவியம், பேராசிரியர் அம்பேத்கர் பிரியன், ஆர். நடேசன், மு.பா.எழிலரசு போன்ற ஆய்வாளர்கள் சிறப்பாகத் தந்தை சிவராஜ் பற்றியும் அவர் வாழ்வின் சாதனைகளையும் விவரித் துள்ளனர். இது மேலும் தொடர்ந்து ஆய்வு செய்யப்பட வேண்டிய பகுதிகளாகும். உரத்து உலகிற்கு எடுத்து உரைக்கப்பட வேண்டிய தாகும். ஏனெனில் சில சமூக மக்களுக்கு இந்த நாட்டில் எல்லாக் கதவுகளும் திறந்து வைக்கப்பட்டுள்ளன.

பல சமூக மக்களுக்கு எல்லாக் கதவுகளும் மூடப்பட்டுள்ளன இதை விதி என எண்ணச் சொல்வது சராசரி மனிதர் நிலை " உடைப்பதை உடைத்து எடுப்பதை எடுத்தால் உலகம் உருப்படி யாகும் " என்பதே சாதனை மனிதர் நிலையாகும். ஒவ்வொரு புரட்சியிலும் போராட்டத்திலும் தான் பூமி தனக்கான வெளிச் சத்தை பெறுகிறது. அவவகையான புரட்சிகளை, போராட்டங் களை வாழ்வாய்க் கொண்டு விளங்கிய அண்ணலை, தந்தை சிவராஜை அவர்களின் நினைவு நாள்களில், பிறந்த நாள்களில் மட்டுமன்று என்றென்றும் எண்ணுவதே இளைய தலைமுறைக்கு புது இரத்தம் ஊட்டுவதாகும். கோடி கோடி புத்தின்பம் மீட்டுவதாகும்.

❖❖

11. சென்னை வருகைபற்றி தந்தை பெரியாரின் குறிப்பு

டாக்டர் அம்பேத்கர் - தந்தை பெரியார் சந்திப்பு-1944
குடியரசுச் செய்தி 30.9.1944

இந்திய மத்திய அரசாங்க நிர்வாக அங்கத்தினர் டாக்டர் அம்பேத்கர் அவர்களின் விருப்பத்திற்கு இணங்கி பெரியார் ஈ.வெ. ராமசாமி சென்னை சென்று தனது வரவைத் தெரிவித்துக் கொண்டார். அவர்கள் 12 மணிக்கு வந்து சந்திப்பதாகத் தெரிவித்துவிட்டுச் சரியாக 12 மணிக்குப் பெரியார் ஜாகைக்கு வந்து சந்தித்து ஒரு மணி நேரம் பேசிக்கொண்டு இருந்துவிட்டுச் சென்றார்.

பேச்சின் முக்கியச் சாரம்

சேலம் மாநாட்டுத் தீர்மானங்களை வரவேற்பதாகவும் அதற்காகவும் அவையாவும் ஏகமனதாய் நிறைவேற்றப் பட்டதற்குப் பெரியாரைப் பாராட்டுவதாகவும் பட்டம் பதவியாளர்களும் பணக்காரர்களும் பதவியே முக்கியமாய்க் கருதுபவர்களும் முன்னணியிலிருந்து நடத்தப்படும் கட்சி எதுவும் இக்காலத்தில் பயன் தராது என்றும் அவர்களைப் பின்னுக்குத் தள்ளியது கட்சிக் குப் புத்துயிர் அளித்தது போல ஆயிற்று என்றும் பார்ப்பனரல்லா தார் கட்சி என்பதன் திட்டங்களில் நம் வகுப்பில் பார்ப்பனருக்கும் நமக்கும் இருக்கும் வித்தியாசம் என்ன? எதை ஒழிப்பதற்கு அல்லது என்ன நடப்பை மாற்றுவதற்கு என்று குறிப்பிடும் திட்டங்கள் நடைமுறைகள் இல்லாததாலேயே பாமர மக்களிடமும் அறிவாளி களிடமும் ஜஸ்டிஸ் கட்சிக்கு மதிப்பில்லாமல் போனதோடு பார்ப்பனர் இக்காட்சியை உத்தியோக வேட்டைக்காரர் என்று சொல்லுவதைப் பாமர மக்களும் வெளியில் உள்ள அறிஞர்களும் நம்பும்படி ஏற்பட்டுவிட்டது என்றும் இதனாலேயே கட்சி 1937 இல் வீழ்ச்சியுற வேண்டியதாயிற்று என்றும் சேலம் தீர்மானம் ஜஸ்டிஸ் கட்சியை எல்லா இந்தியக் கட்சியாகக் கூடியதாகும் என்றும் எதிர்காலத்தில் இது தலைசிறந்து விளங்கக் கூடியதாக ஆகிவிட்டது என்றும் கூறினார்.

சேலம் தீர்மானம் பிடிக்காததால் கட்சியைவிட்டுப் போகிறேன் என்பவர்களைப் பற்றியும் குறைகூறிக்கொண்டு தங்கள் காரியம் பார்த்துக்கொண்டிருப்பதைப் பற்றியும் கவலைப்படாமல் பாமர மக்கள் உடையவும் வெளிநாட்டு மக்களுடைய ஆதரவு பெறவும் சர்க்கார் கவனிக்கவும் உருப்படி யான காரியம் செய்யவும் நீங்கள் பார்க்கவேண்டும் என்றும் சந்தர்ப்பபட்டால் மற்ற ஆட்களுக்கும் இதை வெளிப்படை யாகச் சொல்லிவிட்டுப் போகிறேன் என்றும் சொன்னார்.

ஜஸ்டிஸ் கட்சி இந்தியக் கட்சியாக இப்போது நல்ல சமயமும் நல்ல வேலைத்திட்ட தீர்மானங்களும் இருப்பதால் துணிந்து தைரியமாக இந்தியா முழுவதும் சுற்றி வேலை செய்யும்படியும் ஆங்காங்குள்ள தனது நண்பர்களுக்கு எழுதியும்

தன்னால் ஆன அளவுக்கு ஒத்துழைத்தும் ஆதரிப்பதாகவும் சொன்னார்.

கடைசியாகத் திராவிடஸ்தானையும் பாகிஸ்தானையும் ஒன்றாகக் கருதியது தப்பு என்றும் அதன் தத்துவம் வேறு இதன் தத்துவம் வேறு என்றும் அது முஸ்லிம் மெஜாரிட்டி உள்ள இடத்திற்கு மாத்திரம் பொருத்தமானது என்றும் திராவிடஸ்தான் இந்தியா பூராவுக்கும் பொருத்தமானது என்றும் பிராமணியம் இந்தியா முழுமையும் பொருத்த விஷயம் என்றும் திராவிடஸ் தானில் தங்களையும் வேறு மாகாணக் காரர்களையும் சேர்த்துக் கொள்ள வேண்டும் என்றும் சொன்னார்.

குடியரசுச் செய்தி *30.09.1944*
(பக்கம்: 18 -19 பெரியாருடன் தலைவர்கள் சந்திப்பு,
கி. வீரமணி, முதல் பதிப்பு: *2017)*

◆◆

12. பாபாசாகேப் டாக்டர் அம்பேத்கரின் பதிப்பியல் பணி

பேராசிரியர் லட்சுமி நரசு (1861 - 14.07.1934) வின் நூலைப் பதிப்பித்த பாங்கு

டாக்டர் அம்பேத்கரின் தென்னிந்திய உறவுகளைப் பற்றி, வருகைகளைப் பற்றி விரிவாக ஆராய்ச்சி செய்யும் பொழுது மிக முக்கியமான ஒரு ஆளுமையாக இங்கே பேராசிரியர் லட்சுமி நரசு அவர்கள் குறிப்பிடத்தக்க வேண்டியவராகிறார். பாபாசாகேப் அம்பேத்கரும் லக்ஷ்மி நரசுவும் நேரடியாகச் சந்தித்துக் கொள்ளவில்லை என்றாலும் லட்சுமிநரசுவின் நூல்களினால், அவரது புகழினால் டாக்டர் அம்பேத்கர் அவர்கள் ஈர்க்கப்பட்டு உள்ளார். பேராசிரியர் லட்சுமிநரசு அவர்களின் அறிவின்

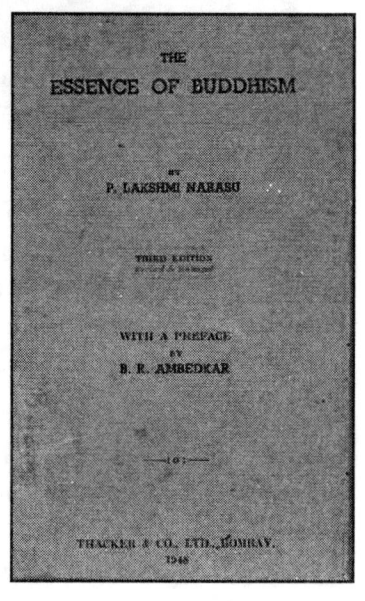

மீது அவரின் நேர்மையின்மீது உழைப்பின் மீது டாக்டர் அம்பேத்கர் கொண்டிருந்த ஈர்ப்பு வெறுமனே ஈர்ப்பாக மட்டும் நிற்காமல் அவரது நூலை மறுபதிப்புச் செய்யும் அளவிற்கு அவரைக் கொண்டு சென்றது என்பது குறிப்பிடத் தக்கது.

பௌத்தத்தின் சாரம் (Essence of Buddhism)என்ற தலைப்பில் பேராசிரியர் நரசு அவர்கள் 1907இல் எழுதிய நூலை 1948 இல் டாக்டர் அம்பேத்கர் மூன்றாம் பதிப்பாகக் கொண்டு வந்தார். இந்தக் காலத்தில் இந்திய அரசியலமைப்புச் சட்டத்தை உருவாக்குவதிலும் இந்து மசோதாவை உருவாக்குவதிலும்

Prof. P.L. Narasu

Religion of the Modern Buddhist — LAKSHMI NARASU

மற்றும் அதற்கான பணிகள் செய்வதிலும் பல்வேறு பணிகளில் டாக்டர் அம்பேத்கர் இருந்தார் என்பது குறிப்பிடத்தக்கது. இன்றைக்கு நாம் பார்க்கின்ற பெரும் பான்மையான பௌத்தத்தின் சாரம் நூல்களெல்லாம் முதல் பதிப்பை (1907) அடிப்படையாகக் கொண்டு பதிப்பிக்கப்பட்டுள்ளது.

ஆனால் இரண்டாம் பதிப்பில் (1912) மிக விரிவான பல்வேறு தகவல்களை, படங்களை இணைத்துப் பேராசிரியர் லட்சுமி நரசு வெளியிட்டுள்ளார். இந்த இரண்டாம் பதிப்பைத் தான் சிறப்பாக டாக்டர் அம்பேத்கர் மறுபதிப்பு செய்துள்ளார். அதற்கு ஓர் அழகிய முன்னுரையும் எழுதியுள்ளார்.

நான்கு பக்கங்கள் கொண்ட அந்த முன்னுரையில் "ஐரோப்பிய ஆணவத்தைத் தேசபக்த ஆர்வத்துடன் எதிர்த்துப் போராடிய பத்தொன்பதாம் நூற்றாண்டு போராளி பேராசிரியர் நரசு, அதைப் போலவே உருவ வழிபாட்டு வெறிகொண்ட வைதிக இந்து மதத்தையும் தேசியவாத பார்வைக் கொண்ட இறைமைக் கோட்பாடுகளை ஏற்றுக் கொள்ளாத பிராமணர்களையும் உக்கிர மான கிறிஸ்தவ சமயத்தையும் பகுத்தறிவுக் கண்ணோட்டத்துடன் எதிர்த்தார். இவை எல்லாவற்றையும் மகத்தான புத்தரின் போதனைகளில் தளராத நம்பிக்கை என்ற ஊக்கமூட்டும் பதாகை யின் கீழ் நிகழ்த்தினார்" என்று பாராட்டுகின்றார். பேராசிரியர்

லட்சுமி நரசு அவர்களைப் பற்றிய செய்திகளைத் தனக்குத் தந்த பட்டாபி சீத்தாராமையாவையும் குறிப்பிட்டுள்ளார். அறிவு நேர்மை என்னவென்று ஆய்வு உலகுக்கு உணர்த்தும் அரிய செய்திகள் இவை. இந்தக் களத்தில் பேச வேண்டிய செய்திகள் நிறைய உள்ளன.

எதை முன்னெடுக்க வேண்டும்? மகத்தான ரஷ்ய இலக்கிய மேதை மக்சிம் கார்க்கி இப்படிக் கூறுகிறார்: "சமூகத்தை முன்னேற்றும் ஒரு படைப்பாளன் பழமைக்குச் சவக்குழி தோண்டுபவனாகவும் புதுமைக்குப் பிரசவம் பார்ப்பவனாகவும் இருக்க வேண்டும்" இவ்வகையில் பேரறிஞர் அம்பேத்கர் அவர்கள் எரிக்க வேண்டிய மடமைகளை எரித்தார். படைக்க வேண்டிய புதுமைகளைப் படைத்தார். அந்த வகையில்தான் பேராசிரியர் லட்சுமி நரசு நூலையும் மறுபதிப்பு செய்து இருக்கின்றார் என்பது எண்ணிப் பார்க்க வேண்டியதாகும்.

லட்சுமி நரசுவின் நூல்களை மறுபதிப்புச் செய்த டாக்டர் அம்பேத்கரும் மகாபோதிச் சங்கச் செயலர் வலின்சிண்ஹாவும்

பேராசிரியர் லட்சுமி நரசுவின் பௌத்தத்தின் சாரம் என்ற நூலை டாக்டர் அம்பேத்கர் மறுபதிப்புச் செய்ததைப் போலவே லட்சுமி நரசு அவர்கள் எழுதிய பௌத்தம் என்றால் என்ன? (1914)என்ற நூலை 1940 களில் மகாபோதிச் சங்கத்தின் மூலமாக மறுபதிப்புச் செய்தவர் வலின்சிண்ஹா ஆவார். இவர் டாக்டர் அம்பேத்கருடன் நெருங்கிய தொடர்பில் இருந்தவர் என்பதும் மகத்தான நாக்பூர் பௌத்த ஏற்பு நிகழ்வில் பங்கேற்றவர் என்பதும் அறியத்தக்கது. வங்கத்தில் பிறந்து மூன்று நூல்களை எழுதியும் பல்வேறு பணிகளை மேற்கொண்டவருமான பிக்கு போதானந்த (1874 - 11.05.1952) அவர்களின் நூலையும் இவர் மறுபதிப்புச் செய்துள்ளார்.

லட்சுமி நரசுவின்நூல் கையெழுத்துப்படி

1954 ஆம் ஆண்டில் டாக்டர் அம்பேத்கர் வருகையின் போது அவர் கைகளில் தென்னிந்தியப் பவுத்தச் சங்க நிர்வாகிகளால் தரப்பட்ட லட்சுமி நரசுவின் நூல் கையெழுத்துப்படிதான் நவீனப் பௌத்தர்களின் சமயம் (Religion of the modern Buddhist)

என்ற நூலாக அறிஞர் ஞான. அலாய்சியஸ் மூலம் வெளிவந்துள்ளது. இடையில் நெடுங்காலமாக இந்த நூலைப் பாதுகாத்து வைத்திருந்த பேரறிஞர் வசந்த்மூன் அவர்களுக்கு நன்றியோடு ஞான. அலாய்சியஸ் அவர்களும் ஆய்வு நேர்மை யுடன் நன்றி பாராட்டுகிறார். பௌத்தத்தின் சாரம் குறித்துப் பௌத்தச் சங்கங்களில் இயற்றப்பட்ட தீர்மானங்களைப் பற்றிக் கோலார் தென்னிந்தியப் பௌத்தச் சங்கச் செயலர் துரை. ராஜேந்திரன் அவர்கள் பின் வருமாறு கூறுகிறார்.

"பேராசிரியர் திரு.லட்சுமிநரசு அவர்களின் 'பௌத்தத்தின் சாரம்' (The Essence of Buddhism) நூலைத் தமிழுலகம் படித்துப் பயனுற வேண்டும் எனக் கருதி, அதனைத் தமிழில் மொழி யாக்கம் செய்யவேண்டும் எனப் பண்டிதமணி ஜி.அப்பாதுரை யார் அவர்களைக் கேட்டுக்கொள்ளும் ஒரு தீர்மானம் கோலார் தங்கவயல் சாம்பியன் ரீப்ஸ் தென்னிந்திய பௌத்த சங்கத்தில் 21.5.1932ல் நடைபெற்ற நான்காவது தென்னிந்திய பௌத்த மாநாட்டில் நிறைவேற்றப்பட்டு, அதன்படியே பண்டிதமணி ஜி.அப்பாதுரையார் அவர்களால் எழுதப்பட்ட 'புத்தர் அருளறம்' அனைத்துச் சங்கங்களுக்குமான பொதுநூலாக ஏற்றுக் கொள்ள வேண்டும் என்ற ஒரு தீர்மானமும் 31.3.1945 மற்றும் 1.4.1945 சென்னை எழும்பூர் உயர்நிலைப் பள்ளியில் நடைபெற்ற ஐந்தாவது தென்னிந்தியப் பௌத்த மாநாட்டில் நிறைவேற்றப் பட்டுள்ளது" (2.11.2020 துரை. ராஜேந்திரன் பதிவு)

சராசரி மனிதர்கள் ஒரு வேலையையும் செய்யாமல் படிப்பதற்கு நேரம் இல்லை என்று சொல்லுகின்ற இன்றைய காலகட்டத்தில் ஏராளமான அரசியல் பணிகளுக்கு இடையே சமூகப் பணிகளுக்கு இடையே எவ்வளவு உயர் பணிகளை டாக்டர் அம்பேத்கர் ஆற்றி இருக்கின்றார் என்பது உண்மையில் வியக்கத்தக்க ஒன்று.

❖❖

13. உலகப் பௌத்தத் தோழமை மாநாட்டில் (இலங்கை) டாக்டர் அம்பேத்கர்

இந்த மாநாட்டிற்குச் செல்லும் பொழுதும் வரும் பொழுதும் தமிழகம், கேரளம், ஆந்திரம் உள்ளிட்ட மாநிலங்களுக்கு டாக்டர் பாபாசாகேப் அம்பேத்கர் வருகைபுரிந்து சென்றார். இலங்கையில் அவர் மே 25 முதல் ஜூன் 6 வரை 1950 இல் நடைபெற்ற மாநாட்டில் பங்கேற்றார். அவர் ஆற்றிய இரண்டு உரைகள் மிக முக்கியமானவைகளாக அவருடைய நூல் தொகுப்புகளில் இடம் பெற்றுள்ளன.

வருகையின் நோக்கம்

முதல் உரையில் இலங்கையில் நடைபெறும் மாநாட்டில் பங்கேற்ற காரணத்தை விளக்கியுள்ளார்.

1. "பகுத்தறிவுவாதிகள் என்னதான் சொன்னபோதும் மதத்தில் சடங்குகள் ஒரு முக்கிய அம்சம்தான். இங்கு வருவதன் மூலம் புத்தமதத்தின் ஒரு பிரிக்க முடியாத அம்சமாகத் திகழும் சடங்குகளைக் காணும் வாய்ப்பு எனக்குக் கிட்டும் என்று நான் கருதினேன்". (பக்கம்: 509 தொகுதி 37 பாபாசாகேப் டாக்டர் அம்பேத்கர் பேச்சும் எழுத்தும்)

2. "புத்த மதம் எந்த அளவுக்குப் பரிசுத்தமாக இங்குப் பின்பற்றப்படுகிறது. அவரது போதனைகள் எந்த அளவுக்கு மூட நம்பிக்கைகளால் சூழப்பட்டு இருக்கின்றன என்பதையும் புத்தரின் கொள்கைகளுக்கும் புத்த மதத்திற்கும் பொருந்தாத மூட நம்பிக்கைகள் பற்றியும் அறிந்து கொள்வது எனது நோக்கம்" (பக்கம் 509- 510 மேற்படி நூல்).

3. பிக்குகளின் அமைப்பு எந்த அளவுக்குத் தன்னளவில் மட்டும் சுத்தத்தைப் பெறுகிறதா அல்லது சமுதாயத்திற்குப் பணியாற்றுகின்றதா? என்பதை அறிந்து கொள்ள வேண்டும். மதம் உயிருள்ள ஒரு சக்தியாக விளங்குகிறதா? அல்லது தலைமுறை தலைமுறையாய்த் தொடர்வதால் மட்டும் வருகிறதா? அல்லது ஒரு இயக்க விசையாக இருக்கிறதா? என்றெல்லாம் அறிந்து கொள்ள விரும்பினேன் என்று பாபாசாகேப் அம்பேத்கர் விளக்குகின்றார்.

மேலும் "மதம் தேக்கமடைந்து உள்ளதா அல்லது அது இயக்க விசையுடன் உள்ளதா என்பதை நாட்டின் இளைஞர்கள்

Dr. Ambedkar and Mrs. Savita Ambedkar with the Tamil delegates and people of Sri Lanka in 1950. Behind them (third from right are M/s. Kashiram Vishram Savadkar, B.S. Gaikwad and Balu Kabir (Brother of Mrs. Savita Ambedkar).

மதத்தின் மீது எவ்வளவு அக்கறை கொண்டுள்ளனர். அவர்கள் தமது நேரத்தை எந்த அளவுக்கு மதத்துக்கு ஒதுக்குகிறார்கள் மதநம்பிக்கை நமக்கு முக்தி தரும் என்று எந்த அளவுக்கு நம்புகிறார்கள் (இறப்புக்கு பின் வரும் முக்தி அல்ல இன்றைய உலக வாழ்க்கையில்) என்பதைக் கொண்டு அறியலாம் என்று பல்வேறு கருத்துக்களை வைத்துள்ளார்.

ஜனநாயகமும் சோசலிசப் பாணி சமுதாயமும் அமைய புத்தமதம் வழிவகுத்தது. இத்தலைப்பின் கீழ் கொழும்பில் ஜூன் 6ஆம் தேதி டாக்டர் அம்பேத்கர் சிறந்ததொரு உரையை வழங்கி யுள்ளார். இதில் இந்தியாவில் புத்தமதத்தின் தோற்றத்தையும் வளர்ச்சியையும் பின்னர் அது எவ்வாறு வீழ்ச்சியுற்றது என்பதை யும் அதற்கான காரணங்களையும் சிறப்பாக விளக்கியுள்ளார்.

"டாக்டர் அம்பேத்கரின் பார்வையில் இந்தியாவில் பௌத்தத்தின் எழுச்சியும் வீழ்ச்சியும் மீள் எழுச்சியும்" என்று ஒரு சிறந்த நூலை எழுத முடியும். அந்த அளவுக்கு டாக்டர் அம்பேத்கர் தனது பல்வேறு முறைகளில் இந்தப் பொருள் பற்றி ஆராய்ந்து எழுதியுள்ளார்; பேசியுள்ளார்.

புதிய தேசக் கட்டுமானத்தின் அடிப்படையில் சிந்தித்த அவரின் செயல்பாடுகள் என்றைக்கும் முக்கியமான பாடங்க ளாய் விளங்குகின்றன. டாக்டர் அம்பேத்கரின் இலங்கை வருகை குறித்து இலங்கையின் பத்திரிகைகள் செய்திகள் வெளியிட்டு இருக்கும். அந்தச் செய்திகள் அங்கு எடுக்கப்பட்ட ஒளிப்படங்கள் போன்றவற்றை இலங்கை நண்பர்கள் அறிந்து உதவினால் இன்னும் பல்வேறு தகவல்களை இந்தக் களத்தில் சேகரிக்கலாம்.

◆◆

14. பர்மாவில் (மியான்மர்) பாபாசாகேப் அம்பேத்கர்

1954 ஆம் ஆண்டில் இரண்டுமுறை பாபாசாகேப் அம்பேத்கர் அவர்கள் பர்மாவிற்குப் பயணம் ஆனார். முதல் பயணம் 1954 மே மாதம் புத்தர் பிறந்தநாள் விழா நிகழ்ச்சிகளில் கலந்து கொள்வதற்காக டாக்டர் அம்பேத்கர் இரங்கூன் (பர்மாவின் தலைநகர்) சென்றார்.

இரண்டாவது பயணம் 1954 டிசம்பர். மூன்றாவது பௌத்த மாநாட்டில் கலந்து கொள்வதற்காக டாக்டர் அம்பேத்கர் இரங்கூன் சென்றார். இப்பயணத்தின் போது 3.1.1955 பர்மாவில் டாக்டர் அம்பேத்கரும் பெரியார் ஈ.வெ.ரா. வும் சந்தித்து உரை யாடினர். இதைப் பற்றித் தனஞ்செய் கீர் எழுதுவது வருமாறு:

"டாக்டர் அம்பேத்கர் அவருடைய வாழ்வின் கடைசி ஆண்டுகளில் பௌத்தச் சமயத்திற்குப் புத்துயிர் ஊட்ட வேண்டும் என்று உறுதி பூண்டார். தான் தோன்றிய மண்ணிலிருந்து கடந்த ஆயிரத்து இருநூறு ஆண்டுகளாக அயல்நாடுகளில் பின்பற்றப் பட்டுக் கொண்டிருந்த பௌத்த மதத்தை மீண்டும் இந்தியாவில் நிலைநாட்டிட வேண்டும் என்று தீர்மானித்தார். இதற்கான அறைகூவலை அவருடைய வகுப்பு மக்களை நோக்கி விடுத்தார். அவர்களும் அணி திரண்டு வந்தனர். இவ்வாறாக அவருடைய வாழ்வின் இறுதிப் போரைத் தொடங்கினார்.

1954ஆம் ஆண்டு டிசம்பர் மாதத்தின் தொடக்கத்தில் டாக்டர் அம்பேத்கர் மூன்றாவது உலகப் பௌத்த மாநாட்டில் கலந்து கொள்வதற்காக ரங்கூனுக்குச் சென்றார். அவருடைய மனைவியும் அவருடைய தனிச்செயலாளர் எஸ்.வி. சவத்கரும் அவருடன் சென்றனர். அவருடைய உடல்நலம் தொடர்ந்து சீர் கெட்டுக் கொண்டே இருந்தது. ஆயினும் அவர் அம்மாநாட்டில் உரையாற்றினார். அவர் பேசுவதற்குச் சில மணித்துளிகளுக்கு முன்னர் மிகவும் மனம் நெகிழ்ந்தவராகக் காணப்பட்டார்; கண்ணீர் துளிகள் அவருடைய கன்னங்களில் வழிந்தோடியது. அழிவு நிலையிலும் உள்ளத்து அளவிலும் ஆன்மநேய நிலையிலும் அவர் அப்போது கசிந்துருகி நின்றார். ஆனால் அவர் பேசத் தொடங்கிய பின்னர் அவருடைய முகம் ஒளி பொருந்தியதாக மலர்ந்தது. பௌத்தச் சமயத்தின் குறிக்கோள், அதைப் பரப்ப வேண்டிய பணி ஆகியவைக் குறித்து டாக்டர் அம்பேத்கர் ஆற்றிய சிந்தனையைத் தூண்டும் படியான உரையை மாநாட்டினர் அசைவற்றுக் கேட்டனர்.

பௌத்தச் சமய நாடுகளில் இலங்கையும் பர்மாவும் முன்னணி நாடுகளாகத் திகழ்கின்றன. பௌத்தச் சமய விழாக்களில் கொண்டாட்டங்களின் போது அலங்காரம் செய்வதற்கு என்று ஒரு பெரும் தொகையான பணம் வீணாகச் செலவழிக்கப்படு கிறது. பௌத்தச் சமயத்தில் பகட்டு ஆரவாரத்திற்கு இடமே இல்லை. பர்மாவிலும் இலங்கையிலும் உள்ள பௌத்தர்கள் இப்பணத்தைப் பௌத்தத்தின் மறுமலர்ச்சிக்காகவும் பிறநாடு களில் பௌத்தச் சமயத்தைப் பரப்புவதற்காகவும் செலவிட வேண்டும் என்று அந்த மாநாட்டில் கூறினார்.

பிறரின் சிந்தனையைக் கிளறி விடக்கூடிய ஆற்றல் வாய்ந்த கற்றறிவாளரான அம்பேத்கர் பௌத்தச் சமயத்தை எதிர்ப்பவர் களைத் தன்னுடன் வாதிட வருமாறு அறைகூவல் விடுத்தார். இந்த வாதத்தில் எல்லாப் பண்டிதர்களையும் தன்னால் தோற்கடிக்க முடியும் என்றார். பௌத்தம் இந்துச் சமயத்தின் மீது பெரும் தாக்கத்தை ஏற்படுத்தியுள்ளது. பசு பாதுகாப்பு என்பது பௌத்தக் கொள்கையான அகிம்சைக்குக் கிடைத்த வெற்றியாகும் என்று

அவ்வுரையில் குறிப்பிட்டார். (பக்கம் 721 -722, டாக்டர் அம்பேத்கரின் வாழ்க்கை வரலாறு, தனஞ்செய் கீர். தமிழில் : க. முகிலன்)

பர்மாவில் நடைபெற்ற பௌத்த மாநாட்டில் தென்னிந்தியாவிலிருந்து தமிழக (சென்னை) மற்றும் கோலார் தங்கவயலில் இருந்தும் பௌத்தப் பிரதிநிதிகள் சென்று கலந்துகொண்டனர். தமிழகத்தில் சுயமரியாதை இயக்கத்தின் தன்னிகரற்ற தலைவராக விளங்கிய தந்தை பெரியார் அவர்களும் அன்னை மணியம்மை மற்றும் தனது உதவியாளர்களுடன் பர்மா பௌத்த மாநாட்டில் கலந்துகொண்டார். அங்கே அவரும் டாக்டர் அம்பேத்கரும் சந்தித்து உரையாடிய விவரங்கள் குறித்துத் தந்தை பெரியார் அவர்கள் தமிழ் மண்ணில் பலமுறை விவரித்து கூறியுள்ளார். இன்றைக்கும் அந்த விவாதங்கள் பல்வேறு விமர்சனங்களைக் கிளறக்கூடிய வகையில் சுவாரசியமாக அமைந்துள்ளன.

பர்மாவில் இருந்த ஆர்.எல். சோனி முக்கியமான ஒரு பவுத்த அறிஞர் ஆவார். அவர் டாக்டர் அம்பேத்கரைச் சிறப்பான முறையில் உபசரித்து அனுப்பினார். மேலும் பர்மிய பிரதமர் யூ நூ அவர்களும் டாக்டர் அம்பேத்கர் மீது உயர்ந்த மதிப்பைக் கொண்டிருந்தார். அவர் அடுத்த ஓரிரு ஆண்டுகளில் நடைபெற்ற காட்மாண்டு பௌத்த மாநாட்டிலும் டாக்டர் அம்பேத்கருடன் பங்கேற்றார்.

ஆசியக் கண்டத்தில் இந்தியாவும் சீனாவும்

இந்தியாவும் சீனாவும் ஆசியக் கண்டத்தில் அனைத்து நாடுகளாலும் கூர்ந்து கவனிக்கப்படுகின்ற நாடுகளாகும். எனவே இவ்விரு நாடுகளின் அரசியல் சமூகச் செயல்பாடுகள் மற்ற நாட்டினர் மீது மிகப்பெரும் தாக்கத்தைச் செலுத்தக்கூடிய ஒன்றாக இருக்கிறது.

அந்த வகையில் டாக்டர் அம்பேத்கர் 1950 களில் பௌத்தத்தை நோக்கி நகர்ந்தபோது இலங்கை, பர்மா, சீனா, ஜப்பான் உள்ளிட்ட பல்வேறு நாடுகள் அவருடன் பெரிய அளவில் தொடர்பை உருவாக்கிக்கொண்டன. ஏற்கனவே கி.பி. 6, 7ஆம் நூற்றாண்டிலிருந்து இந்தியாவிற்கும் பல்வேறு ஆசிய நாடுகளுக்கும் இருந்த பௌத்த அறிவு பரிவர்த்தனை என்பது மிகப்

பரந்து விரிந்த ஒன்று. அந்தவகையில் இருபதாம் நூற்றாண்டில் பௌத்த அறிவு பரிவர்த்தனை டாக்டர் அம்பேத்கர் மூலம் இந்தியாவிற்கும் ஆசிய நாடுகளுக்கும் மிகப் பெரிய அளவில் தொடங்கி வைக்கப்பட்டது. இத்தொடக்கத்தை டாக்டர் அம்பேத் கருக்கு 50 ஆண்டுகளுக்கு முன்பேயே பண்டித அயோத்திதாசர், கர்னல் ஆல்காட், மேடம் பிளாவட்ஸ்கி, அனகாரிக தம்மபாலா, ரைஸ் டேவிட்ஸ், பால் கரஸ் உள்ளிட்ட ஏராளமான அறிஞர்கள் தொடங்கி வைத்து இருந்தனர்.

பர்மாவைப் பற்றியும் அதன் வாழ்க்கை முறைகளைப் பற்றியும் அயோத்திதாச பண்டிதர்

"பர்மியருக்குரிய நீதி நெறியையும் அவர்களது ராஜ விசுவாசத்தையும் சற்று நோக்க வேண்டியது அழகேயாம்" (பக்கம்: 455 அயோத்திதாச பண்டிதரின் சிந்தனைகள், தொகுதி: ஒன்று, ஞான.அலாய்சியஸ்) என்றும் இன்னும் பல்வேறு வகை களிலும் பர்மாவைப் பற்றிய குறிப்புகளை அயோத்திதாச பண்டிதர் தந்துள்ளார். லட்சுமி நரசுவும் பர்மாவின் சிறப்புகளை ஆங்காங்கே தமது நூல்களில் பதிவிட்டுள்ளார்.

இதே காலகட்டத்தில் சிந்தனைச் சிற்பி சிங்காரவேலர், பேராசிரியர் லட்சுமி நரசு, பேராசிரியர் தம்மானந்த கோசாம்பி, மகாஸ்தவிரர் சந்திரமணி, கிருபாசரன் மஹாஸ்தவிரர் உள்ளிட்ட பற்பல பௌத்த அறிஞர்களும் பிக்குகளும் இந்தியாவில் பௌத்த மறுமலர்ச்சிக்கான பணிகளை மேற்கண்ட நல்லோர்களுடன் இணைந்தும் சமகாலத்திலும் சிறப்பாகச் செயல்பட்டனர்.

அந்தத் தலைமுறையின் காலக்கட்டத்திற்குப் பின்னர் 1950களில் பௌத்த மறுமலர்ச்சிக்கான பல்வேறு பணிகளை டாக்டர் அம்பேத்கர் மேற்கொண்டார். தனக்கு முன்னர் மேற் கொண்ட பௌத்த மறுமலர்ச்சி பணிகளைக் கூர்ந்து கவனித்தார். அதுபற்றி ஆய்வுகளையும் செய்தார். எந்த வகையில் செல்ல வேண்டுமென்று மிக விரிவாகப் பௌத்த மறுமலர்ச்சியாளர் களுக்கு அறிவுறுத்தினார். அந்த மறுமலர்ச்சிப் பயணம் இன்றும் தொடர்ந்து கொண்டிருக்கிறது.

◆◆

15. பாபாசாகேப் அம்பேத்கரின் கோலார் தங்கவயல் வருகை : படிப்பினைகளும் வரலாற்று முக்கியத்துவமும்

அரசியல் தேக்க நிலைகள், சமூகத் தேக்க நிலைகள் மற்றும் பொருளாதார, சமயத் தேக்க நிலைகள் ஏற்படுவதற்கெல்லாம் மிக முக்கியமான காரணங்கள் "கற்கத் தவறிய பாடங்கள்" என்று அறிஞர்கள் கூறுவதைப் போல முன்னோர்களிடமிருந்து பல செய்திகளைச் சரியாக நாம் பெற்றுக் கொள்ளாமல் இருப்பதுதான் காரணமாக அமைகின்றது.

அவ்வகையில் மிகமுக்கியமான பாடங்களையும் படிப் பினைகளையும் அண்ணலின் தங்கவயல் வருகை காட்டுகிறது. இதைச் சில அறிஞர்களும் சில குறிப்புகள் மூலமாகச் சுட்டிக் காட்டியுள்ளனர். ஆனால் அண்ணலின் வாழ்க்கை வரலாற்றை எழுதிய பெரும்பான்மையான அறிஞர்கள் இதைப் பதிவு செய்யாமல் விட்டுவிட்டனர்.

அகச் சான்றுகள்

அண்ணல் அம்பேத்கரின் வாழ்க்கையிலிருந்து நாம் காணுகின்ற தரவுகளை முதன்மைச் சான்றுகளாகக் கொள்ள வேண்டியிருக்கின்றது. பிறகு மற்றவர்கள் எழுதியவற்றைத் துணைச் சான்றுகள் என்று நாம் கொள்ளலாம். மேலும் அந்த வருகையின்போது வெளியான செய்தித்தாள்களின் செய்திகள், பதிவுகள் எடுக்கப்பட்ட ஒளிப்படங்கள், வாழ்த்துரைச் செய்திகள், பாராட்டுப் பத்திரங்கள், துண்டுப் பிரசுரங்கள் இவைகளும் முதன்மைச் சான்றுகளே.

துணைமைச் சான்றுகள்

பிற நூலாசிரியர்கள் எழுதிய நூல்கள், கட்டுரைகள், திறனாய்வுகள், அனுபவக் குறிப்புகள், நாடகங்கள், கதை, கவிதை, கட்டுரைகள் அவை தொடர்பான எழுத்துகள் என்று இவை யாவற்றையும் துணைமைச் சான்றுகளாகக் கொள்ளமுடியும். இவ்வகையில் கோலார் தங்கவயல் வரலாற்றை எழுதிய கே.எஸ் சீதாராமன் அவர்கள் சில முக்கியக் குறிப்புகளை அளிக்கின்றார். அவற்றைக் காண்போம்.

சமரசம் உலாவிய தங்கவயல்

"சமூக இயக்கங்களின் தொண்டு, ஆங்கிலேயர்களின் சமத்துவப் போக்கு, புதிய நாகரீகத்தைக் கொண்ட தங்கவயல் மக்களின் ஐக்கிய உணர்வு இவைகளால் ஆரம்பகாலம் முதல் அரை நூற்றாண்டு வரை ஜாதி பிரச்சனையைப் பற்றி எண்ணும் அவசியமே ஏற்படவில்லை " (பக்கம்:175, கோலார் தங்கவயல் வரலாறு)

இத்தகு நிலைமையில் இருபதாம் நூற்றாண்டின் தொடக்கக் காலத்தில் கோலார் தங்கவயலில் இருந்த பகுத்தறிவு, பௌத்த மற்றும் சமூக விழிப்புணர்வுகளின் அடிப்படை அங்கே டாக்டர் அம்பேத்கரின் சிந்தனைகள் ஆழமாக வளர்வதற்கு வித்திட்டது என்று கே.எஸ். சீத்தாராமன் இன்னும் விவரிக்கிறார். . "டாக்டர் அம்பேத்கர் ஆற்றிய சேவை, அவர் எழுதிய புகழ்பெற்ற ஆராய்ச்சி நூல்கள், சொற்பொழிவுகள், போராட்ட விவரங்கள், காந்தியடி

களுக்கும் இவருக்கும் ஏற்பட்ட வாக்குவாதங்கள், அவரின் இயக்கத்தின் மூலம் கிடைத்த வெற்றிகள் இவற்றை விலக்கி அவர் இயற்றிய நூல்கள் தங்கவயலில் விரைவாகப் பரவின. இயக்கத்தைச் சார்ந்த அகில இந்தியத் தலைவர்கள் தங்கவயலுக்கு வந்து சொற் பொழிவாற்றினர். ஏற்கனவே சுயமரியாதை இயக்கத்தின் நாத்திக உணர்வு வலுப்பட்டு இருந்த தங்கவயலில் டாக்டர் அம்பேத்கார் இயக்கமான அகில இந்திய ஷெட்யூல்ட் வகுப்பினர் சம்மேளனம் துரிதமான வளர்ச்சி கண்டது" (பக்கம்: 194 மேற்படி நூல்)

பௌத்தமும் பகுத்தறிவுச் சிந்தனைகளும் ஆழமாக வேரூன்றி இருந்த தங்கவயலில் இயல்பாகவே டாக்டர் அம்பேத்கரின் கருத்துகள் வேகமாகச் சென்று சேர்ந்தன. தங்க வயலில் இருந்த பல்வேறு தலைவர்கள் பண்டிதர் அயோத்தி தாசரின் கருத்துகளாலும் பண்டிதமணி அப்பாதுரையார் சிந்தனை களாலும் இன்னும் அய்யாக்கண்ணு புலவர், பெரியசாமி புலவர், பேராசிரியர் லட்சுமிநரசு உள்ளிட்டோரின் தொடர் வருகையி னாலும் கருத்துகளாலும் தங்கவயலில் மாபெரும் சிந்தனை வளர்ச்சி ஏற்பட்டிருந்தது. டாக்டர் அம்பேத்கரின் அகில இந்திய சிந்தனைப் போக்கை அவரின் விடுதலைக் கருத்தியலைப் புரிந்து கொண்டு புதியதொரு விடுதலைக்களமாகத் தங்கவயலை, தொழிலாளர்களும் சராசரி மனிதர்களும்கூட மாற்றியிருந்தார்கள்.

வளமான செயல்வீரர்கள்

எழுச்சிமிக்க இந்தச் சிந்தனைப் போக்கின் செயல் வீரர் களாக ஏராளமானோர் இருந்தனர். குறிப்பிடத்தக்கச் சிலரைப் பட்டியலிடுகிறார் கே.எஸ். சீதாராமன்.

"ஆர்.ஏ.தாஸ் மாரிக்குப்பம், ரிவிட்லைன் கோதண்ட பாணி, ஆண்டாள் சந்நிதி கே. ராமகிருஷ்ணன், வி.டி.ராஜாபாதர், நந்திதுர்கம் பாலசுந்தரம், அவர் குமாரர் பி. செல்வமுத்து, வி.கே.மன்னார், பி.எம். சுவாமி துரை, ஜே.சி. ஆதிமூலம், ஜட்ஜ் கோபால், டி.ஆர். சேகர், இன்ஜினியர் முனுசாமி, கில்பர்ட்ஸ் வி.ஐ. ஆண்டி, நாதமுனி, வாணி நிலையம் சிவநேசன், சுப்பிரமணி, தையல் தொழில் வல்லுநர் சமூக சேவகர் எஸ்.இ. பெருமாள், கே.சி. பெருமாள், டாக்டர் ஏ.வி.எம். சாமி ஹான்காக், எம்.பி. சங்கர சுவாமி, எம். சி. துரை, நடேசன் போன்ற மக்கள் பிரதிநிதிகளின் சேவையால் விழிப்புணர்வு பெருகி தங்கவயல் இளைஞர்கள் உத்தியோக வாய்ப்பும் பெறும் பொருட்டு பிற மாநிலங்கள் சென்றபோது அறிவில் சிறந்தவர்கள்; அயராது உழைப்பவர்கள்; ஒழுக்கத்திலும்

வாய்மையும் நிறைந்தவர்கள்; அடக்கம் உள்ளவர்கள்; திறமை மிக்கவர்கள் எனச் சிறப்புற்றனர்" (பக்கம் 195-196 மேற்படி நூல்)

டாக்டர் அம்பேத்கரின் தங்கவயல் வருகை மிக முக்கிய மான ஒன்று என்றும் தங்கவயல் வருகையினால் டாக்டர் அம்பேத்கர் பௌத்தம் பற்றிய கூடுதலான பண்பாட்டுத் தகவல்களைப் புரிந்து கொண்டார் என்று சிலர் குறிப்பிடுகின்றனர். அதே நேரத்தில் தங்க வயலில் நடந்த ஒரு சில நிகழ்வுகள் மூலமாக டாக்டர் அம்பேத் கருக்கு ஏற்கனவே உடல்நிலை நலிவுற்றிருந்ததினால் அவசர மாகப் பயணத்தை முடித்துக்கொண்டு திரும்பினார் என்பதால் இந்தப் பயணம் திடீரென்று முடிவுற்றப் பயணமாக இருந்தது என்றும் சிலர் குறிப்பிடுகின்றனர். இவ்வாறு இருவேறு கருத்துக்கள் இருப்பதில் இரண்டாவது கருத்தையே கே.எஸ். சீதா ராமன் அவர்களும் குறிப்பிடுகிறார்.

இருப்பினும் இப்பயணம் குறித்த வேறு சில பதிவுகளையும் செய்திகளையும் ஆராய்ந்த பிறகே ஒரு முடிவுக்குவர இயலும். ஏனென்றால் இலங்கை, பர்மா, சென்னை உள்ளிட்ட பயணங் களின் போதும் மற்றும் ஏற்கனவே பௌத்த அமைப்புகள் உருவாகி சற்றே வளர்ச்சி பெற்றிருந்த கல்கத்தா, நேபாளம் உள்ளிட்ட

இடங்களுக்குச் சென்று வந்த போதும் அவர் நுட்பமாகப் பல்வேறு விஷயங்களைக் கவனித்து வந்தார் என்பதை டாக்டர் அம்பேத்கர் தனது உரைகளிலும் எழுத்துகளிலும் தெளிவாகப் பதிவு செய்துள்ளார்.

◆ ◆

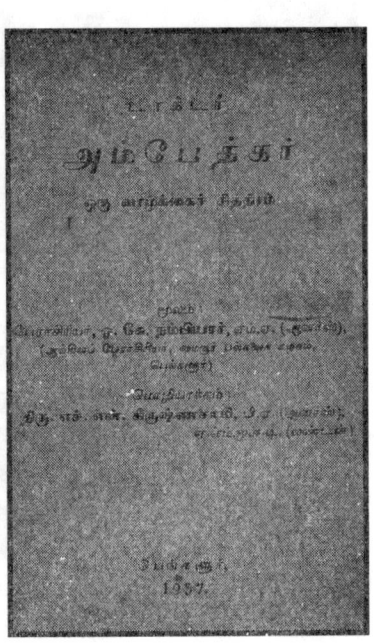

நன்றி :
ஆய்வாளர் பொ. வேல்சாமி

16. பெங்களூரில் மாணவர் விடுதியில் (08. 07.1954) மாமேதை பாபாசாகேப் அம்பேத்கரின் கனிவான உரை

மாணவ மணிகளே!

உங்கள் அன்பான வரவேற்பு மிக்க மகிழ்ச்சிக்குரியது. உங்களையும் உங்களது அறைகளையும் பார்க்கும் பொழுது எனது கல்லூரிப் பருவம் எனது நினைவுக்கு வருகிறது. எங்களது வீடு 10 க்கு 10 அடி கொண்ட ஒரு குடிசை. அதிலேயே தான் எனது அண்ணன்மார்கள், அண்ணிமார், அவர்களது குழந்தைகள் அனை வரும் வசித்தோம். வகுப்பிற்குச் செல்வதற்குமுன் சிறிது படித்து விட்டுப் போகலாம் என்றால் முடியவே முடியாது. எங்கள் தெருவின் தண்ணீர்க் குழாய் எங்கள் வீட்டின் முன்னே இருந்ததால் அங்கே சதா பெண்களின் சண்டை நடந்து கொண்டே இருக்கும்.

சாலையோர விளையாட்டில் விருப்பமுடைய நான் விளை யாடிவிட்டு வீட்டுக்குவந்து படிக்கலாம் என்றால் அப்போது வேலையில் இருந்து வந்த தொழிலாளர்களின் இரைச்சல்கள் கேட்டுக்கொண்டே இருக்கும். இரவிலாவது படிக்கலாம் என்றால் வீட்டுச் சமையல் வேலைகள் எல்லாம் முடிய இரவு பத்து மணி ஆகும். இதற்கிடையில் குடித்துவிட்டு வரும் குடிகாரர் களின் கூச்சல். இவர்களுக்கு நடுவில் இரவு பத்துப் பதினொரு மணிக்குப் பிறகுதான் ஒரணாகிரைசன் விளக்குடன் படிக்க நேரம்

கிடைக்கும். இடையூறுகளுக்கு இடையே தான் அந்தக் காலத்தில் சாதாரணமாகக் கருதமுடியாத பி.ஏ. பட்டத்தைப் படித்து முடித்தேன். தனி அறைகளும் மின்சார வசதிகளும் மற்றும் உடன் பயிலும் மாணவர்களின் கூட்டுறவும் உள்ள நீங்கள் நன்கு படித்து வாழ்க்கையில் உயர்ந்த நிலை பெறவேண்டும். பல்வேறு உதவி களைப் பெற்றுப் படிக்கின்ற நீங்கள் நாளைய சமுதாயநிலை மேம்படுவதற்காக உங்களைத் தயார்படுத்த வேண்டும். சமுதாய நிலையை நினைத்துப் பார்க்கவேண்டும்.

கிடைத்தற்கரிய இச்சலுகைகளைப் பூரணமாகப் பயன் படுத்தி நாளைய சமுதாயத் தலைவர்களாக உருவாகுங்கள். தீண்டாமை நூறு இருநூறு ஆண்டுகளில் கூட மறையுமா என்பது எனக்கே ஐயமாக உள்ளது. இருக்கின்ற சலுகைகளைத் தொடர்ந்து இந்தச் சமூகம் தராது. எனவே பொருளாதாரத்தில் முன்னேறிய மக்கள் மற்றவர்களுக்கு உதவிசெய்து பல செயல்பாடுகளை மேற்கொள்ள வேண்டும். இக்காரணங்களை ஒட்டித்தான் மாணவ மாணிக்கங்களே! நன்கு படித்துப் பட்டத்தைப் பெறுங்கள். பட்டங் கள் பெற்றப் பிறகு நாட்டில் உள்ள மக்களின் நிலையை எண்ணி அதற்காகப் பணியாற்றுங்கள். வெறுமனே குமாஸ்தாக்களால் ஏதும் செய்துவிட முடியாது. உயர்ந்த கல்வி உயர்ந்த நிலையை அடைந்த வர்கள்தான் சமூகத்திற்குப் பெரிய உதவிகளைச் செய்ய முடியும்.

வேறு ஒருவரின் கீழே இருந்து வேலை செய்யும் எவரா லும் மற்றவர்களுக்கு அதிகமாக எதையும் செய்துவிட முடியாது. தலைமை வாய்ந்த பதவிகளில் அமர்ந்தவர்களால்தான் ஏதேனும் செய்ய முடியும். எனவே உங்களை அப்படி உருவாக்க வேண்டும். கண்ணீர் சிந்தும் திக்கற்ற மக்களின் சார்பாக நீங்கள் பெற்று இருக்கின்ற சலுகைகளை அனுபவித்துக் கொண்டாட வேண்டும். அதே நேரத்தில் அந்த மக்களுக்கு நீங்கள் ஆற்ற வேண்டிய கடமையை மறக்கக் கூடாது.

இவ்வளவையும் உணர்ந்து செய்வதற்கு நீங்கள் அறிவை மட்டும் வளர்த்துக் கொள்வது போதாது. ஊக்கத்தையும் ஒழுக்கத்தையும் வளர்த்துக்கொள்ள வேண்டும். அறிவும் ஞானமும் வேதமும் சிலருக்கு மட்டுமே சொந்தம் என்று நினைக்கக் கூடாது அப்படி நினைப்பது முட்டாள் தனமானது. அறிவும் ஒழுக்கமும்

ஒருங்கே அமையுமானால் நீங்கள் நினைத்ததைச் சாதித்து விடுவீர்கள். ஒடுக்கப்பட்ட மக்களின் தலைவர்கள் என்று சொல்லிக் கொள்பவர்கள் நம் மக்களுக்கு நிறைய சலுகைகள் உண்டு என்று கூறி வருகிறார்கள். இன்றைய ஆட்சி மன்றத்தில், நிர்வாகத்தில் உள்ள பதவிகளில் 90.9 சதவீதம் மற்ற வகுப்பினர்கள்தான். இவர்கள் ஒடுக்கப்பட்ட மக்களிடம் பணிவாகவும் அன்பாகவும் நடந்து கொண்டு உதவிகளைச் செய்வார்கள் என்று நம்ப முடியாது. நான் எதிர்பார்க்கவும் இல்லை.

நாமெல்லாம் ஒரே தேசத்தின் மக்கள் என்பது என்னால் எள்ளளவும் நம்பவே முடியவில்லை. ஒடுக்கப்பட்ட வகுப்பினர் கள் ஒன்று எனவும் மற்றவர்கள் ஒன்றாகவும் இரு தேசமாக இந்தத் தேசம் உள்ளது. ஒன்று மற்றொன்றை என்றுமே வாட்டி வதைத்து வருகிறது. ஆகவே உங்களிடையே இறுதியாக நான் கூறிக்கொள்வது என்னவென்றால், நன்கு வசதி பெற்றவர்கள் வசதியற்ற வறுமை நிலையில் உள்ளவர்களைக் கைதூக்கிவிட முன்னேற்ற உயர்ந்த தொண்டுள்ளதுடன் முன்வரவேண்டும். உங்களிடமிருந்து நான் விடை பெற்றுக் கொள்ளுகிறேன்.

நன்றி: சங்காரன் 16.4.64

மறு அச்சு: எழுச்சி மாத இதழ்-3

(தென்னாட்டில் அம்பேத்கர் என்ற நூலில் பெங்களூர் கோமகன் அவர்கள் (1954 - டாக்டர் அம்பேத்கருடன் தென்னாட்டுப் பயணங்களின் போது உடன் இருந்தவர்) எழுதிய பதிவில் இருந்து எடுத்து இச்செய்திகள் வழங்கப்பட்டுள்ளன. திரு பி. இளங்கோ சலவாதி மாநகர் பெங்களூர் குடியரசுக் கட்சியின் சார்பில் இந்த நூல் வெளியிடப்பட்டுள்ளது. எம். முனுசாமி எழுச்சி இதழில் இச்செய்தியைப் பகிர்ந்துள்ளார்.)

- படங்கள் உதவி: முரளி பூசர்பூ பெங்களூர்

◆◆

17. நாசிக் இயோலா (13.10.1935) மாநாட்டில் டாக்டர் அம்பேத்கரின் மதமாற்ற அறிவிப்பும் தமிழ்நாட்டின் திருநெல்வேலியில் இருந்து வெளிவந்த "அறிவு" இதழின் விமர்சனங்களும்

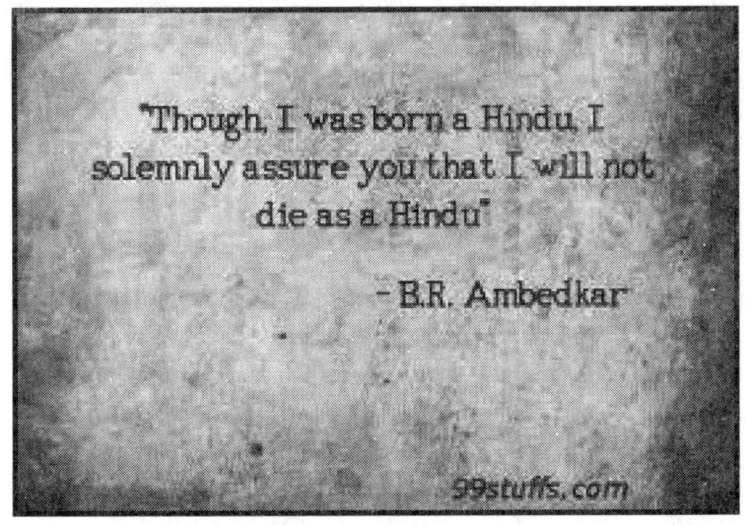

இந்திய அரசியல் உலகில் டாக்டர் அம்பேத்கரின் வாழ்வில் அவரின் இந்த அறிவிப்பைப் போல் வேறு எந்த அறிவிப்பும் இந்திய அரசியல் உலகத்தை அதிரச் செய்யவில்லை என்று அவரின் வாழ்க்கை வரலாற்று ஆசிரியர் தனஞ்ஜெய் கீர் குறிப்பிடுகின்றார்.

டாக்டர் அம்பேத்கரின் இந்த அறிவிப்பு இன்றைக்கும் மிகப்பெரிய ஓர் ஆய்வுக்குரிய பொருளாகவே இந்தியாவில் இருந்து வருகிறது. இந்த அறிவிப்புக் குறித்துச் சமகால இந்தியா வில் ஆங்கிலத்திலும் பல்வேறு இந்திய மொழிகளிலும் எழுதப் பட்டுள்ள கட்டுரைகளைத் தொகுத்தால் அது உண்மையில் ஆயிரம் பக்கங்களைத் தாண்டலாம்.

டாக்டர் அம்பேத்கரின் மதமாற்றம் குறித்து அண்ணல் காந்தியார், ராவ்பகதூர் எம்.சி. ராஜா, திவான் பகதூர் இரட்டை

மலை சீனிவாசன், தந்தை பெரியார், ராவ்பகதூர் தந்தை என். சிவராஜ், டாக்டர் மூஞ்சே உள்ளிட்ட அன்றைய இந்திய அரசியல் உலகத்தின் முக்கியமான மனிதர்கள் அனைவருமே கருத்துக் களைத் தெரிவித்துள்ளனர். டாக்டர் அம்பேத்கர் தம் மதத்தில் இணைய வேண்டும் என்று இஸ்லாம், கிறிஸ்தவம், சீக்கியம், பௌத்தம் உள்ளிட்ட பல்வேறு சமயத் தலைவர்களும் சிந்தனை யாளர்களும் அறிஞர்களும் சென்று டாக்டர் அம்பேத்கரைச் சந்தித்து இதுபற்றிக் கலந்துரையாடியுள்ளனர். இந்து மதத்தின் சில தலைவர்களும் அவர் எந்த மதத்திற்கும் சென்றுவிடக்கூடாது என்று பல்வேறு செயல்பாடுகளை மேற்கொண்டனர்.

இவை யாவும் மிக விறுவிறுப்பை ஊட்டக்கூடிய சுவாரசிய மான செய்திகளும் சம்பவங்களும் ஆகும். இன்றைக்கும் அதே நிலைமையில்தான் இந்திய நாட்டின் நிலை இருக்கிறது.

அறிவு என்னும் மாத வெளியீடு 1936 ஆம் வருஷம் ஜனவரி மாதம் முதல் இந்தியாவின் தென்கோடியில் இருந்து வெளிவந்தது. சாத்தான்குளம் ராகவன் என்ற தமிழறிஞர் நுண்கலை வல்லுநர் பல்வேறு உயர்ந்த நூல்களைத் தமிழ் மொழியில் எழுதியவர். இவர் சுயமரியாதை இயக்கத்துடன் இணைந்து நெடுங்காலம் பணி யாற்றியவர். இந்தப் பின்புலத்துடன் இந்தப் பயிற்சியுடன் இவர் நடத்திய இதழ் அறிவு என்னும் மாத இதழ் ஆகும்.

இதில் "சுயமரியாதையும் மதங்களும்" என்னும் தலைப்பில் ஒரு கட்டுரை எழுதப்பட்டுள்ளது. எழுதியவர் இ.உ. மார்த் தாண்டன். இந்திய நாட்டில் இருபதாம் நூற்றாண்டில் தொடக் கத்தில் உருவான அறிவு வளர்ச்சி, விஞ்ஞான வளர்ச்சி, சாதி மத பேதம் ஒழிப்பு, அதன் அடிப்படையில் உருவான பகுத்தறிவு சிந்தனைகள், சுயமரியாதைச் சிந்தனைகள் இந்த அடிப்படையில் தோன்றி இருந்த பல்வேறு சங்கங்கள் இவை யாவற்றையும் மிக விரிவாக மார்த்தாண்டன் விளக்கியுள்ளார். ஐரோப்பிய அறிஞர் களின் பகுத்தறிவு சிந்தனைகள் அவர்கள் நாட்டை எவ்வாறு மாற்றியுள்ளது என்பதை ஒப்பிட்டு இந்தியாவை நவீனப்படுத்தும் பார்வையில் கட்டுரையாளர் பல கருத்துக்களைக் கூறிக் கொண்டே வருகிறார். டாக்டர் அம்பேத்கர் குறித்த பகுதி வருமாறு;

"இந்நிலையில் வட இந்தியாவில் உள்ள நாசிக் ஜில்லாவை சேர்ந்த இயலோ என்னும் இடத்தில் 17.10.1936 இல் (சரியான தேதி 13.10.1935) தாழ்த்தப்பட்ட மக்களின் மகாநாடு ஒன்று பாரிஸ்டர் பீமாராவ் ராம்ஜி அம்பேத்கர் MA.,PhD.,DSC., அவர்கள் தலைமையின் கீழ் கூடியது. அவரது தலைமையுரையில், நான் பூரணமாகத் தீர்க்க ஆலோசனைச் செய்த பின் இந்துமதத்தை விட்டு வெளியேறுவதைத் தவிர வேறு வழியில்லை என்பதைக் கண்டு கொண்டேன். நமக்குச் சம உரிமைகள் கொடுக்க மறுப் பவர்களிடமிருந்து உரிமைகளைப் பெறுவதற்காக இனி வீண் பிரயத்தனங்கள் செய்ய வேண்டியதில்லை. நம்மை இந்துக்கள் என்று நாம் கருதுவதால் அல்லவா கேவலமாக நடத்தப்படுகின் றோம்? நாம் வேறு ஏதாவது ஒரு மதத்தை தழுவிவிட்டால் பிறகு ஒருவரும் நம்மைக் கேவலமாக நடத்த துணிய மாட்டார்கள் அல்லவா?

நீங்கள் பிற மதத்தைத் தழுவும் விஷயத்தில் உங்களுக்கு எந்த மதம் மனதிற்குப் பிடித்தமானதோ தழுவிக் கொள்ளலாம். ஆனால் உங்களுக்கு எந்த மதம் சரியான சமத்துவத்தைக் கொடுக்க தயாராக இருக்கிறதோ அந்தச் சம உரிமை மதத்தைத் தழுவுங்கள். நாம் செய்த தவற்றைச் சரிப்படுத்திக் கொள்வோம்." (பக்கம்: 18 அறிவு இதழ்க் கட்டுரைகள்-சாத்தான்குளம் அ. ராகவன் நூல் களஞ்சியம் தொகுதி 14, அமிழ்தம் பதிப்பகம், 2006, சென்னை)

பின்னர் இக்கட்டுரையாளர் சங்கராச்சாரியார், டாக்டர் பராஞ்ச் பாய், பெரியார் ஈ.வெ.இராமசாமி, கல்கத்தா மௌலவி அப்துல் ரசாக் மாலிகா பாதி, ஐ.எம். இப்ராஹிம், சிரத்தானந்தர், என்.சி. கேல்கார் உள்ளிட்ட பல்வேறு அறிஞர்களின் கருத்துக் களை எடுத்து அலசுகிறார். இதில் பெரியார் ஈ.வெ.ரா. அவர்கள் இஸ்லாத்தில் சேர்ந்து கொள்ளலாம் என்று டாக்டர் அம்பேத் கருக்கு அறிவுறுத்தியதாகவும் அதற்காக இந்தக் கட்டுரையாளர், ஈ.வெ.ரா. அவர்கள் மீது கோபப்பட்டு எழுதியுள்ளார். கட்டுரை எழுதப்பட்ட இந்த அறிவு இதழ் சுயமரியாதை சமதர்ம இயக்கம் என்ற ஒரு இயக்கத்தின் மூலமாக வெளிவந்து உள்ளதால் கட்டுரை இவ்வாறு முடிகிறது:

"டாக்டர் அம்பேத்கரும் அவரது சகாக்களும் சுயமரியாதை சமதர்ம இயக்கத்தில் வந்து சேருமாறு அவர்களுக்கு நல்வரவு கூறுகிறேன்". இவ்வகையில் இன்னும் பல கட்டுரைகளும் டாக்டர் அம்பேத்கரின் மதமாற்றப் பிரகடனத்தை ஒட்டித் தமிழகத்தில் வெளிவந்துள்ளன. அவற்றைப் பின்வரும் நாட்களில் கவனிப்போம்.

◆ ◆

18. நீங்கள் உங்கள் அறிவுக்கு வேலை கொடுங்கள் - தந்தை பெரியார்

பாபாசாகேப் அம்பேத்கர் நிறுவிய பம்பாய் சித்தார்த்த கல்லூரியில் தந்தை பெரியார் 25.02.1959 இல் ஆற்றிய உரையின் ஒருபகுதி.

"இந்த நாட்டில் மக்களைப் பார்த்து நீங்கள் உங்கள் அறிவுக்கு வேலை கொடுங்கள். அறிவின் படியே நடவுங்கள் என்று சொன்னவர்கள் 2500 வருடங்களுக்கு முன்பு புத்தரும் அவருக்குப் பிறகு டாக்டர் அம்பேத்கரும் தான் காணப்படுகிறார்கள் வேறு யாரும் இல்லை என்றே சொல்லலாம்.

இந்த இரண்டு பேர்களும் தங்கள் வாழ்நாள் பூராவும் பலமான எதிர்ப்பைக் கண்டார்கள். அவர்களது தொண்டிற்குப் பலத்த எதிர்ப்பு இருந்தது என்பது உண்மை என்றாலும் அவர்களது கொள்கைக்கு மக்களிடத்தில் நல்ல மரியாதையும் செல்வாக்கும் வளர ஆரம்பித்தன. இந்த நாட்டில் எந்த முட்டாளும் மகான் ஆகலாம். எந்த மடையனும் மகாத்மா ஆகிவிடலாம். ஆனால் அறிவுப்படி நடவுங்கள் என்று கூறி பிரச்சாரம் செய்ய ரொம்ப துணிவும் எதிர்ப்பைத் தாங்க மாபெரும் அறிவு சக்தியும் உண்மையான மக்கள் பற்றும் வேண்டும்.

(விடுதலை 4.3.1959)

முனைவர் க. ஜெயபாலன்

19. பாபாசாகேப் அம்பேத்கரும் சக்கரவர்த்தி இராஜகோபாலாச்சாரியும் கஸ்தூரிரங்க சந்தானமும்

இந்தக் களத்தில் டாக்டர் அம்பேத்கரின் நூல்களுக்கு வரவேற்பையும் பாராட்டையும் தந்த ஒரு குழுவினரைக் காணுகி றோம். இக்குழு பகுத்தறிவு சார்ந்த மரபு, திராவிட மரபு, ஆதிதிராவிட மற்றும் பௌத்த மறுமலர்ச்சி குழு, ஆதி ஆந்திர, ஆதி கர்நாடக, பசவண்ண, வேமன்ன அறிவு மரபுகள் என்று விரிந்து பரந்து கூற முடியும்.

டாக்டர் அம்பேத்கரின் கருத்துக்களை எதிர்த்த மரபு என்று சொன்னால் அது பழமைவாத போக்குடைய மரபுதான். இத்தகு மரபில் டாக்டர் அம்பேத்கரின் கருத்துக்களை நேரடியாக எதிர்த்து விமர்சனம் செய்தவர் சக்கரவர்த்தி ராஜகோபாலாச்சாரி. ஆதரவு சக்தியாகத் தமிழகத்திலிருந்து இரட்டைமலை சீனிவாசனார் உள்ளிட்டோர் பெரிய அளவில் களத்தில் டாக்டர் அம்பேத்கரு டன் நின்றனர். அதே வகையில் ஆதரவுச் சக்தியாகத் தந்தை பெரியாரின் இயக்கமும் அறிவுப் பணிகளும் விளங்கின.

இந்திய அரசியலில் பெரும் புயலைக் கிளப்பிய டாக்டர் அம்பேத்கரின் "காங்கிரசும் காந்தியும் தீண்டப்படாத வகுப்பின ருக்குச் செய்தது என்ன?" என்ற நூலைக் குறித்துப் பின்வருமாறு தனஞ்செய் கீர் எழுதுகிறார்:

"1945 ஜூன் மாதம் டாக்டர் அம்பேத்கரின் மற்றொரு குறிப்பிடத்தக்க நூல் வெளிவந்தது. காங்கிரசும் காந்தியும் தீண்டப் படாத வகுப்பினருக்குச் செய்தது என்ன? (What Congress and Gandhi have done to the untouchables?) என்பதே அந்த நூலாகும். எதிரியைத் தாக்குவதில் சிறந்த வாதத் திறமையும் நடையில் தீவிரமான திறமையும் அழுத்தமாக மற்றவர்கள் கவனத்தை ஈர்த்து விடும் ஆற்றலும் எவரும் ஏற்றுக் கொள்ளத்தக்க செறிவான பல புள்ளிவிவரங்களும் அடுக்கடுக்கான வாதங்களும் கொண்டிருந்த அந்த நூல் காங்கிரஸ் கட்சியின் மீது ஒரு வெடிகுண்டாக விழுந்தது". (பக்கம் 547, டாக்டர் அம்பேத்கர் வாழ்க்கை வரலாறு, தனஞ்செய் கீர், தமிழில் க.முகிலன்)

மேலும் தனஞ்செய் கீர் எழுதுவது வருமாறு:

"இந்தியாவில் உள்ள பழமைவாதிகள் சுதந்திரம் என்ற முழக்கத்தை, உலகத்தை முட்டாள்களாக்கி உண்மைகளை அவர்களுக்குத் தெரியாமல் மறைப்பதற்காகவே பயன்படுத்து கிறார்கள் என்பது குறித்து அமெரிக்காவிலும் பிரிட்டனிலும் உள்ள முற்போக்காளர்கள் எச்சரிக்கையுடன் இருக்க வேண்டும் என்று அந்த நூலின் இறுதியில் டாக்டர் அம்பேத்கர் குறிப்பிட்டிருக்கிறார். காந்தி தீண்டாமை ஒழிப்பை மேடைப் பிரச்சாரத்திற்காக மட்டுமே கொண்டிருக்கிறாரே தவிர அதை ஒரு வேலைத்திட்டமாக மேற் கொள்ளவில்லை. எனவே காந்தி தீண்டப்படாத வகுப்பினருக்கு விடுதலையோ விமோசனம் தேடி பாடுபடுபவர் அல்லர் என்று அந்த நூலில் அம்பேத்கர் கூறியுள்ளார். அம்பேத்கர் லண்டனில் இருந்த காலத்தில் பைபிள் படித்திட உடனிருந்து உதவிய ஒரு ஆங்கிலேயே பெண்மணிக்கு அந்நூலைக் காணிக்கையாக்கி உள்ளார்.

அந்த நூல் கடுமையான விவாதத்தைக் கிளப்பியது. குட்டி காந்தி (Deputy Gandhi) என்று அழைக்கப்பட்ட ராஜகோபாலாச்

சாரி அம்பேத்கரின் நூலுக்கு மறுப்பு எழுதினார். ஆனால் அது சுத்தியலின் முன் ஒரு பேனாக் கத்தி போன்று இருந்தது. சந்தானத் திடம் இருந்து இதைவிட நல்லதொரு மறுப்புரை வெளிவந்தது. ஆனால் அதில் அறிவு நுட்பமும் சுய சிந்தனையோ புள்ளிவிவர ஆதாரங்களும் இல்லை. அதனால் டாக்டர் அம்பேத்கரின் நூல் அசைக்க முடியாத வாதங்கள் கொண்டதாகத் திகழ்ந்தது." (மேற்படி நூல் பக்கம் 548)

நாணயமான நண்பர்களும் நாணயமான எதிரிகளும்

இன்றைய 21ஆம் நூற்றாண்டில் நாணயமான எதிரிகளைக் காண்பது கூட மிகவும் கடினமாக இருக்கிறது. (நன்றி: ஐயா டாக்டர் தேவதாஸ்) இன்றைய சூழலில் அரசியலில் சமூகத்தில் என்று எல்லா இடங்களிலும் வெளியே சொல்ல அருவருக்கும் வகையில் பல்வேறு வேலைகளைச் செய்து கொண்டு வெற்றிகளை மட்டுமே அடைவதற்கு எல்லா விதமான கலைகளிலும் ஈடுபடும் அரசியல் நிலையை இன்று காண்கிறோம்.

இந்த நிலையில் இருந்து பார்க்கும் பொழுது நாற்பது ஐம்பது அறுபதுகளில் இருந்த அரசியல்வாதிகள் எவ்வளவோ தேவலாம் என்றுதான் கூற முடிகிறது. இருப்பினும் அந்தக் காலகட்டத்திலும் பழமைவாத போக்குடைய கருத்தினர் எவ்வாறெல்லாம் டாக்டர் அம்பேத்கரின் கருத்துக்களை எதிர்த்தனர் என்பதற்குப் பல்வேறு பகுதிகள் உள்ளன.

1. டாக்டர் அம்பேத்கரின் சாதி ஒழிப்பு நூலை முன்வைத்து கூறப்பட்ட பல்வேறு விவாதக் கருத்துக்கள் எதிர்க் கருத்துக்கள்.

2. டாக்டர் அம்பேத்கரின் மத மாற்றப் பிரகடனத்தை ஒட்டி எழுந்த எதிர்க் கருத்துக்கள்.

3. தொன்மையானது பெருமையானது என்று இந்துமதத் தத்துவம் இந்திய வாழ்க்கை குறித்துப் பெருமிதத்தோடு எழுதியவர்கள் மீது டாக்டர் அம்பேத்கர் கூறிய எதிர்க் கருத்துக்கள்.

4. காங்கிரஸ் மீது அண்ணல் காந்தியார் மீது டாக்டர் அம்பேத்கர் வைத்த கருத்துக்களுக்கு எதிர்க் கருத்துக்கள் எழுதியவர்கள்.

5. டாக்டர் அம்பேத்கர் இந்து மசோதாவுக்கு எழுப்பப் பட்ட எதிர்க் கருத்துக்கள். பெண் விடுதலைக் களத்தில் டாக்டர்

அம்பேத்கரின் கருத்துக்களுக்கு எழுந்த பழமைவாதிகளின் எதிர்ப்புகள்.

6. டாக்டர் அம்பேத்கரின் புத்தர் குறித்த பௌத்த மறுமலர்ச்சி குறித்து எழுதிய கருத்துக்களும் அதற்கான எதிர்க் கருத்துக்களும்.

7. பொருளாதார மறுமலர்ச்சி குறித்து டாக்டர் அம்பேத்கர் கூறியுள்ள கருத்துக்களும் மார்க்சியவாதிகள் அதனடிப் படையில் எடுத்து எழுப்பிய கருத்துகளும் விரிவாக ஆராயத்தக்கவை.

8. இன்னும் பல்வேறு களங்களில் டாக்டர் அம்பேத்கர் உழைத்த கருத்துக்களும் அவை பல்வேறு விவாதங்களுக்கு இடமளித்து உள்ளதும் யாவரும் அறிந்ததே.

காங்கிரசும் காந்தியும் தீண்டப்படாதருக்குச் செய்தது என்ன?
நூலின் தமிழ் ஆக்கங்கள் - சில குறிப்புகள்

1. 1950 களிலேயே இந்த நூலின் தமிழாக்கம் ஒன்று சுருங்கிய அளவில் கோலார் தங்கவயலில் இருந்து வெளி வந்துள்ளது. இதைப் பற்றி எனது முகநூலிலேயே ஒரு ஆண்டு களுக்கு முன்னர் எழுதியுள்ளேன்.

2. மேனாள் மத்திய அமைச்சர் அமரர் தலித் எழில்மலை ஐயா அவர்களின் முயற்சியால் வெளிவந்த தமிழாக்கம்.

3. இந்திய அரசின் மூலமாக இந்திய மொழிகளில் மொழி பெயர்க்கப்பட்ட தமிழாக்க நூல். நூல் தொகுப்பு வரிசையில் 16ஆவதாக இந்த நூல் அமைந்துள்ளது.

பாபாசாகேப் அம்பேத்கரையும் சக்கரவர்த்தி ராஜ கோபாலாச்சாரியாரையும் ஒப்பிட்டுக் கருத்துக்களைக் கூறுவது இங்கு நோக்கமன்று. இவ்வாறாகவே கஸ்தூரிரங்க சந்தானம் (1895-1980) அவர்களும் அம்பேத்கரின் தாக்குதல் (Ambedkar's Attack) என்று ஒரு நூலை 1946 ஆங்கிலத்தில் எழுதியுள்ளார். 114 பக்கம் உடைய இந்த நூல் ஹிந்துஸ்தான் டைம்ஸ் மூலம் வெளிவந்துள்ளது. இவ்வாறு பலரின் வாழ்க்கையோடு ஒப்பிட்டு நோக்குவது இங்கு முக்கியமல்ல.

இந்திய வரலாற்றில் இந்திய நாட்டை முன்னோக்கி நடத்துவதில் டாக்டர் அம்பேத்கர் மேற்கொண்ட பணிகளுக்கு

இடையே எவ்வாறு எதிர்க் கருத்துகளோடு அவர் போராட நேர்ந்தது என்பது பற்றிய செய்திகளை அறிந்துகொள்வது இங்கு முக்கியம் ஆகும். ஏனென்றால் டாக்டர் அம்பேத்கர் காலத்தை விட இன்றைக்கு மிக அதிகமான கருத்தியல் புரட்டுகள் நடை பெறுகின்ற காலம். ஆதலின் கருத்துகளைக் கருத்துகளால் எதிர்கொள்ளும் பண்டைய அறிவு மரபின் போக்குகளை நினைவூட்டுவது தேவையாக உள்ளது.

'சாதியை ஒழிக்க வழி' நூலின் தமிழ் மொழிபெயர்ப்பு - குடியரசு பதிப்பகம்
முதற்பதிப்பு : 1936
இரண்டாம் பதிப்பு : 1958
மூன்றாம் பதிப்பு : 1960

நன்றி : பழங்காசு சீனிவாசன்

20. பாபாசாகேப் அம்பேத்கர் நூல்களின் தமிழாக்கம்

சூத்திரர்கள் யார்? (இந்தோ ஆரிய சமூகத்தில் அவர்கள் எப்படி நான்காம் வருணம் ஆயினர்?)

தீண்டப்படாதவர்கள் யார்? (எவ்வாறு தீண்டப்படாதவர்கள் ஆக்கப்பட்டனர்?) என்ற இரு நூல்களின் தமிழ்ப் பதிப்புகள்.

டாக்டர் அம்பேத்கரின் தமிழ் நூல்களின் மொழி பெயர்ப்பு வரலாறுகளையும் தமிழ்ப் பதிப்பு வரலாறுகளையும் விரிவான ஆய்வுகள் செய்யும் களங்களாக உள்ளன. மொழி, இலக்கியம், சமூகவியல், அச்சு, பதிப்பு உள்ளிட்ட களங்களில் ஆய்வு செய்பவர்கள் இதைக் கவனித்து எடுக்க வேண்டும்.

1946, 1948 களில் இந்த இரு நூல்களும் ஆங்கிலத்தில் பாபாசாகேப் அம்பேத்கரால் எழுதப்பட்டு முதல் பதிப்பாக வெளிவந்தது. நாட்டின் விடுதலையும் அரசியல் அமைப்பு சட்டமும் இந்துச் சட்ட மசோதாவும் இன்னும் பல்வேறு விதமான அரசியல் சிக்கல்களும் தேசப் பிரிவினையும் அதனால் சிந்தப் பட்ட இரத்தமும் இந்திய வரலாற்றில் பின்னிப்பிணைந்த

முனைவர் க. ஜெயபாலன்

காலங்கள் அவை. அத்தகு காலங்களில்தான் இத்தகு அரிய ஆய்வு நூல்களைப் பாபாசாகேப் அம்பேத்கர் எழுதியுள்ளார்.

போர்களங்களுக்கு நடுவில் பீரங்கி, துப்பாக்கி வேட்டு சத்தங்கள் நடுவில் ஒரு துளியும் சிந்தாமல் சிதறாமல் மாவீரன் நெப்போலியன் தேநீர் அருந்துவார் என்று வரலாற்றுப் பக்கங் களில் படித்து இருக்கின்றோம். பாபாசாகேப் அம்பேத்கரின் வரலாற்றில் அந்த அசையாத, களங்மற்ற வீரமான செயல்பாடு களை நேரடியாகக் காணுகின்றோம். என்னுடைய பார்வைக்குக் கிடைத்த நூல்கள் அடிப்படையில்

சூத்திரர்கள் யார்?

1. சூத்திரர்கள் யார் என்ற நூல் தமிழில் முதன் முதலாக வேம்படிதாளம் சுந்தரம் அவர்கள் மொழிபெயர்ப்பில் சாந்தா பதிப்பகம் மூலமாக வெளிவந்துள்ளது. பொன்னுசாமி அவர்களும் மொழிபெயர்த்துள்ளார்.

2. இரண்டாவதாக இந்திய அரசு இந்திய மொழிகளில் மொழிபெயர்த்து அந்த நூல் தமிழ்த் தொகுப்பு வரிசையில் 13ஆம் தொகுதியாக இடம்பெற்று வெளிவந்துள்ளது.

தீண்டப்படாதவர்கள் யார்?

1. தீண்டப்படாதவர்கள், வேம்படிதாளம் சுந்தரம் மொழிபெயர்ப்பில் சாந்தா பதிப்பகம் மூலமாக வெளி வந்துள்ளது.

2. மண்ணின் மைந்தர்களின் மறைக்கப்பட்ட வரலாறு என்ற தலைப்பில் மேனாள் மத்திய அமைச்சர் தலித் எழில்மலை அவர்கள் மூலமாகத் தமிழில் 1985 முதற்பதிப்பு கண்டது. 2020 இல் தற்போது மறுபதிப்பு கண்டுள்ளது.

3. அரசாங்க வெளியீட்டு நூல் தொகுப்பிலும் தமிழில் 14ஆம் தொகுதியாக மொழிபெயர்க்கப்பட்டுள்ளது.

புனைவு நூல்களும் ஆராய்ச்சி நூல்களும்

ஒவ்வொரு சாதிகளும் இந்தியாவில் தத்தம் பெருமிதங் களை எடுத்துரைக்கும் விதமாகப் பல்வேறு வரலாறுகளைக்

குறைவாகவோ அல்லது கூடுதலாகவோ பாராட்டி நூல்களை எடுத்துக் கொள்கின்றன. அந்த வகையில் பத்தொன்பதாம் நூற்றாண்டில் ஏராளமான சாதி பெருமித நூல்கள் இந்தியாவில் பல்வேறு மொழிகளில் வெளிவந்துள்ளன. தமிழிலும் ஏராளமாக வெளி வந்துள்ளன. அதே நேரத்தில் சாதியை மறுத்தும் ஆய்வு நூல்கள், செய்யுள் நூல்கள், கண்டன நூல்கள் என வெளிவந்துள்ளன.

ஐரோப்பியர்களின் ஆய்வுகள்

அபே துபைஸ், காலின் மெக்கன்சி, எட்கர் தர்ஸ்டன், ஷெர்ரிங், ஜேம்ஸ் திரமென்ஹீர், கர்னல் ஆல்காட், ஹாட் கிரேவ் உள்ளிட்ட பல்வேறு ஐரோப்பிய அறிஞர்கள் இது பற்றி ஆய்வு களைச் செய்துள்ளனர். பல சுதேசிய அறிவு முன்னோடிகளும் இந்தப் பொருளில் ஆய்வுகளைச் செய்து உள்ளனர். குறிப்பாகப் பண்டித அயோத்திதாசர், அத்திப்பாக்கம் வேங்கடாசல நாயகர், மகாத்மா ஜோதிராவ் புலே, பேராசிரியர் லட்சுமி நரசு சாதி பற்றிய ஆய்வு என்ற நூலை 1922 இலேயே வெளியிட்டுள்ளார். இவர்கள் நவீன இந்தியாவில் சாதி குறித்து மிக நுட்பமான ஆய்வுகளைச் செய்தவர்களில் முக்கியமானவர்கள்.

இவர்களுக்குப் பிறகுதான் நவீனக் காலத்தில் ஒரு மாபெரும் அறிஞராக விளங்கிய டாக்டர் அம்பேத்கர் அவர்கள் சூத்திரர் கள் குறித்தும் தீண்டப்படாதவர்கள் குறித்தும் அறிவுபூர்வமான ஆய்வு மிக நுட்பமாகச் செய்துள்ளார். இந்த இரு நூல்களைப் பற்றி தனஞ்செயன் கீர் கூறும் கருத்தையும் இங்குக் காண்பது தேவையான ஒன்றே ஆகும்.

'சூத்திரர்கள் யார் என்ற நூல் ஓர் அறிவுக் களஞ்சியமாக அமைந்துள்ளது. நெடுங்காலமாக அவர் மேற்கொண்ட கடும் உழைப்பினாலும் செய்த ஆய்வுகளினாலும் உருவானதே இந்த நூல். பல உண்மைகளை நிரல்பட தொகுத்து நெஞ்சம் கவரும் தன்மையில் அமைக்கப்பட்டுள்ளது. இந்த நூல் மதிநுட்பம் வாய்ந்ததாகவும் அறிவுத் தெளிவை ஊட்டுவதாகவும் விளங்குவது' (பக்கம் 570- 571, டாக்டர் அம்பேத்கரின் வாழ்க்கை வரலாறு, தமிழில் க.முகிலன்)

தீண்டப்படாதவர்கள் என்ற நூலைக் குறித்து

'கி.பி. 400 வாக்கில்தான் தீண்டாமை உருவெடுத்தது என்பதற்கான நிகழ்ச்சிப் போக்குகளை இந்நூலில் குறிப்பிட்டுள் ளார். பௌத்தத்திற்கும் பார்ப்பனியத்திற்கும் இடையில் நடந்த மேலாதிக்கப் போராட்டத்தின் விளைவாகத்தான் தீண்டாமை தோன்றியது என்று அம்பேத்கர் அவருடைய அளப்பரிய அறிவு ஆராய்ச்சி நுட்பத்துடன் இந்நூலில் எழுதியுள்ளார்' (பக்கம் 605-606, மேற்படி நூல்.)

'அவர் போர் வீரனைப்போல் சொற்களைக் கையாண் டார். இலக்கியப் புகழுக்காக அவர் நூல்கள் எழுதவில்லை. உயர்ந்த குறிக்கோளுக்காக எழுதினார்' என்று தனஞ்ஜெய் கீர் குறிப்பிடுவது உண்மையான வாசகமாகும். வெறும் புகழ்ச்சி அல்ல. மேலே குறிப்பிட்ட தமிழாக்கங்கள் தவிர இன்னும் பல மொழிபெயர்ப்புகளும் பதிப்புகளும் வெளி வந்திருக்க வேண்டும் என்று எண்ணுகிறேன். அவை பற்றிய தகவல்கள் அறிந்தவர்கள் பகிர்ந்து கொள்ளலாம்.

◆ ◆

21. இந்தியா முழுவதும் பேசப்பட்ட மொழி தமிழ் திராவிட(நாக) இனம் இந்தியா முழுவதும் ஆண்ட இனம் - பேரறிஞர் பாபாசாகேப் அம்பேத்கரின் ஆய்வுரைகள்

சமகாலத்தில் கீழடி ஆய்வுகள் பல புதிய வெளிச்சங்களைத் தந்துள்ளன. இந்தியாவிலும் இன்னும் உலகு முழுவதும் தமிழ் பரவி இருந்ததற்கான பல்வேறு ஆய்வுகளைப் பல அறிஞர்கள் எடுத்துரைத்து வருகின்றனர்.

பத்தொன்பதாம் நூற்றாண்டில் ஐரோப்பிய அறிஞர்கள் செய்த ஆய்வுகளுக்குப் பின்னர் இந்திய அறிஞர்களில் பலர் தமிழின் மேன்மைகளைத் தென்னிந்தியாவின் வரலாற்றுச் சிறப்புகளைத் தயங்காமல் எடுத்துரைத்தனர். அவ்வாறு இந்தியாவின் இணையற்ற பேரறிஞர் பாபாசாகேப் அம்பேத்கர் அவர்கள் தமிழ் மொழியின் மாண்புகளையும் திராவிட இனத்தின் பெருமைகளை மிகச்சிறப்பாகத் தனது "தீண்டப்படாதவர்கள் யார்" என்ற நூலில் விரித்துரைத்துள்ளார். அதிலிருந்து சில பகுதிகள் வருமாறு:

"திராவிடர்கள் யார்? அவர்கள் நாகர்களின்று வேறுபட்ட வர்களா? அல்லது அவர்கள் ஒரே இனத்து மக்களுக்கு வழங்கப் பட்ட வெவ்வேறு பெயர்களா? திராவிடர்களும் நாகர்களும்

T. R. SESHA IYENGAR

T R Sesha Iyengar

வெவ்வேறு இரண்டு இன மக்களின் பெயர்கள் என்ற கருத்து வெகுவாகக் காணப்படுகின்றது. இந்த நிலை பல பேர்களுக்கு அதிர்ச்சியளிக்கும். இருந்தபோதிலும் அது ஒரே இன மக்களான திராவிடர்களையும் நாகர்களையும் குறிப்பிட்டுச் சொல்ல - சொல்லப்பட்ட இரண்டு பெயர்கள் ஆகும் என்பதே உண்மையாகும்.

திராவிடர்கள் -நாகர்கள் என்ற பெயரில் ஒரே இன மக்களைக் குறிப்பிட்டுச் சொல்லப்பட்ட இரண்டு வெவ்வேறு பெயர்கள் என்ற கருத்தினைச் சிலரே ஏற்பார்கள். நாகர்கள் ஆகிய திராவிடர்களே தென்னிந்தியாவில் மட்டும் ஆண்டிருக்கவில்லை அவர்கள் அனைத்து இந்தியாவையும் வடக்கு முதல் தெற்கு வரை தன் ஆளுகைக்கு உட்படுத்தி இருந்தார்கள் என்பதை மறுப்பதற்கு இல்லை. ஆனாலும் அவைகளே வரலாற்று உண்மைகள்" (பக்கம் 82 மண்ணின் மைந்தர்களின் மறைக்கப்பட்ட வரலாறு, டாக்டர் பி ஆர். அம்பேத்கர், தலித் சாகித்ய அகாடமி சென்னை, முதல் பதிப்பு *1985*, இரண்டாம் பதிப்பு *2020*)

எஸ். இராமச்சந்திர தீட்சிதர், சி.எப்.ஓல்ட்ஹாம் (Oldham), பேராசிரியர் முயிர் உள்ளிட்ட பல்வேறு அறிஞர்களின் கருத்துக்களை எடுத்து விளக்கி தாம் மேற்கொண்ட கருத்துக்கு

ஆதரவுகளைச் சேர்க்கின்றார். இன்னும் கூற வேண்டுமென்றால் ஸ்டான்லி ரைஸ் (Stanley rice) என்ற அறிஞர் கூறிய கருத்துக்கு மறுப்பு இந்தியாவில் ஆரிய திராவிட இனம் மட்டுமே இருந்ததை நிறுவுவதற்கு டாக்டர் அம்பேத்கர் விரிவான விளக்கங்களைத் தருகின்றார்.

ராபர்ட் கால்டுவெல், எல்லீஸ், ஜி.யு.போப், கார்ல் குஸ்தவ் ஒப்பர்ட் உள்ளிட்ட ஏராளமான அறிஞர்கள் அன்றைய காலகட்டங்களில் அதாவது 19ஆம் நூற்றாண்டுகளில் ஏராளமான தமிழ் அறிவியல் உண்மைகளை ஆய்வுலகில் கொண்டுவந்து வைத்தனர். அதை ஒட்டி சுதேசிய அறிஞர்கள் பலரும் இவ்வகையில் பணிகளைச் செய்தனர்.

தமிழ் இந்தியா (பூரணலிங்கம் பிள்ளை ஆங்கிலம் ந.சி. கந்தையாபிள்ளை தமிழ்), திராவிட இந்தியா (ஆங்கிலத்தில் டி.ஆர்.சேஷையங்கார்), பௌத்த இந்தியா (புகழ்பெற்ற பௌத்த பேரறிஞர் ரைஸ் டேவிட்ஸ் எழுதியுள்ளார்), என்றெல்லாம் பல்வேறு ஆய்வு நூல்கள் அன்றைக்கு வெளிவந்தன என்பதும் எண்ணிப் பார்க்கத்தக்கது.

மேலும் பாபாசாகேப் அம்பேத்கர் தருகின்ற கருத்து வருமாறு: "இதுவரை கோர்த்து எடுத்து முன் வைக்கப்பட்டுள்ள அனைத்து ஆதாரங்களையும் சீர்தூக்கிப் பார்த்தால் அசுரர்கள் அல்லது வடக்கில் நாகர்கள் என்று அழைக்கப்பட்டவர்களும் தென்னிந்தியாவில் திராவிடர்கள் என்று அழைக்கப்பட்டவர்களும் ஒரே குடும்பத்தைச் சேர்ந்த மக்கள் என்பதே முடிவாகும்.

இரண்டாவதாகத் திராவிட என்ற சொல் மூலச்சொல் அல்ல என்பதைக் கவனிக்க வேண்டும். "திராவிட" என்ற சொல் சமஸ்கிருதப் படுத்தப்பட்ட "தமிழ்" என்ற சொல்லின் வடிவமே. மூலச் சொல்லான தமிழ் சமஸ்கிருதம் ஆக்கப்பட்டபோது தமிலா (Damila) பிறகு தமில்லா (Damilla) என்றாகி திராவிட (Dravida) என்று மருவியது. திராவிட என்ற சொல் ஒரு மொழியின் பெயரைக் குறிப்பது. ஒரு மக்கள் இனத்தைக் குறிப்பதல்ல.

மூன்றாவதாகத் தமிழ் அல்லது திராவிட என்ற மொழி தென்னிந்தியாவில் மட்டும் பேசப்பட்ட மொழி அல்ல.

ஆரியர்களின் வருகைக்கு முன் அனைத்து இந்திய அளவிலும் காஷ்மீர் முதல் கன்னியாகுமரி வரை பேசப்பட்ட மொழியாகும். உண்மையில் இம்மொழி இந்தியா முழுவதும் இருந்த நாகர்களின் மொழியாக இருந்தது என்பதை கவனிக்க வேண்டும்.

அடுத்து நாகர்களுக்கும் ஆரியர்களுக்கும் இடையிலான தொடர்பும் அத்தொடர்பு அவர்களுக்கும் அவர்களுடைய மொழிக்கும் ஏற்படுத்திய விளைவுகளையும் கவனிக்க வேண்டும். வட இந்திய நாகர்களோடு ஆரியர்கள் கொண்டிருந்த தொடர்பும் - ஆரியர்கள் தென்னிந்தியாவில் இருந்த நாகர்களோடு கொண்டிருந்த தொடர்பும் விளைவுகளும் முற்றிலும் மாறுபட்டவை என்பது விசித்திரமாகத் தோன்றும்.

வட இந்தியாவிலிருந்து நாகர்கள் தம் தாய்மொழியான தமிழை விட்டுவிட்டு தமிழ் இருந்த இடத்தில் சமஸ்கிருதத்தை ஏற்று இடமளித்து விட்டார்கள். தென்னிந்தியாவில் இருந்த நாகர்கள் தம் தாய்மொழியான தமிழை தக்கவைத்துக் கொண்டார்கள். ஆரியர்களின் மொழியான சமஸ்கிருதத்தை ஏற்றுக்கொள்ள வில்லை. இந்த உண்மைகளை மனத்தில் இறுத்திப் பார்த்தால் தென்னிந்தியாவில் இருந்த மக்களை மட்டும் குறிப்பிடும் பெயர்ச் சொல்லாகத் திராவிட என்ற சொல் ஏன் வந்தது என்பதன் வேறு பாட்டை உணரலாம். வட இந்தியாவில் இருந்த நாகர்களை திராவிடர்கள் என்று பெயர் சொல்லி அழைப்பது தேவையற்றுப் போனது ஏனென்றால் அவர்கள் திராவிட (தமிழ்) மொழியைப் பேசுவதிலிருந்து விலகிவிட்டனர்.

தென்னிந்தியாவில் இருந்த நாகர்கள் திராவிடர்கள் என்று அழைக்கப்படும் நிலை திராவிட மொழியைத் தொடர்ந்து கடைப் பிடிக்கிறார்கள் என்பதால் -அவர்கள் அவசியம் திராவிடர்கள் என்று அழைக்கப்பட வேண்டிய தேவை என்பதாலும் தொடர்கின்றனர். இதுதான் தென்னிந்திய மக்கள் திராவிடர்கள் என்று அழைக்கப்படுவதற்கான உண்மைக் காரணமாகும். தென்னிந்தியாவில் உள்ள மக்களைக் குறிப்பிட திராவிடர் என்ற சொல் விசேஷமாகப் பயன்படுத்தப்படுவது திராவிடர்களும் நாகர்களும் ஒரே குடும்பத்தைச் சேர்ந்த மக்களே என்ற உண்மை போதிய விளக்கமற்றதாகாது. அவைகள் ஒரே மக்கள் குடும்பத்தின்

இரு வேறு பெயர்களாகும். நாகர்கள் என்பது இன அல்லது கலாச்சார ரீதியிலான பெயராகும். திராவிட என்பது அவர்களது மொழி அடிப்படையிலான பெயராகும்" (பக்கம் 89- 90 மேற்படி நூல்)

டாக்டர் அம்பேத்கரின் நோக்கம் தீண்டாமையின் தோற்றம் எவ்வாறு உருவானது? பெரும்பான்மையான இந்திய மக்கள் தீண்டப்படாதவர்களாக ஏன் நடத்தப்படுகிறார்கள்? என்பது குறித்து ஆய்வு செய்வதுதான். அந்த நோக்கத்திற்கு வரும் பொழுது மொழி அடிப்படையில், மானுடவியல் அடிப்படையில், இன அடிப்படையில், மற்றும் சாதி, சமய, சடங்குகள் என்று பல்வேறு கூறுகளை விரிவாக அலசி ஆராய்கிறார். அந்தக் களத்தில்தான் மொழி அடிப்படையில் சில உண்மைகளை இங்கே வெளிப்படுத்துகிறார்.

இந்தியாவில் இன்றைக்கும் மொழி அடிப்படையில் தமிழ் மரபுகளை, இந்தியா முழுவதும் பரந்து விரிந்து கிடந்த தமிழின மரபின் திராவிட மொழி மரபுகளைச் சிதைத்து எல்லாவற்றையும் மாற்றிவிட முயலும் கூறுகளையும் அதன் போக்குகளையும் பார்க்கும் பொழுது டாக்டர் அம்பேத்கர் விரிவாக வரைந்து எழுதி இருக்கின்ற இந்தியாவின் தொன்மை வரலாற்றுக் காட்சிகள் எவ்வளவு விளக்கமானவை என்பதை உணர முடியும்.

◆◆

22. கேரள வைக்கம் போராட்டம்

தீண்டாமைக்கு எதிராகத் தென் இந்தியாவில் தொடங்கப் பட்ட நவீனக் காலத்தின் முதல் வரலாறு-பாபாசாகேப் அம்பேத் கரின் வரலாற்றுப் பதிவு. 1924 மார்ச் மாதம் தீண்டாமை ஒழிப்புக் காக வைக்கம் சத்தியாகிரகத்தை டி.கே.மாதவன், கே.கேளப்பன், ஈ.வெ.இராமசாமி ஆகியோர் தொடங்கினர். இந்தப் போராட்டம் இந்திய வரலாற்றில் பல்வேறு தலைவர்களின் செயல்பாட்டுடன் நடைபெற்றது. இப்போராட்டம் குறித்துப் பாபாசாகேப் அம்பேத்கர் அவர்கள் ஒரு பதிவு செய்துள்ளார். "தீண்டத்தகாத வர்களின் எழுச்சி" என்ற தலைப்பின் கீழ் இயல் இருபத்தி ஒன்றில் பின்வருமாறு குறிப்பிடுகிறார்:

இந்துச் சமூக அமைப்பின் அநீதிக்கு எதிராகத் தீண்டத் தகாதவர்களின் போராட்டம் நீண்ட வரலாறு உடையது. மகாராஷ்டிரத்தில் நடைபெற்ற போராட்டத்தை இவ்வகையில் முக்கியமாகக் குறிப்பிட வேண்டும். இந்த வரலாறு இரண்டு கட்டங்களைக் கொண்டது. முதல் கட்டம் விண்ணப்பங்களும் கண்டனங்களும் நிறைந்த கட்டம்.

இரண்டாவது கட்டம் இந்துச் சமூக அமைப்புக்கு

எதிராக நேரடி நடவடிக்கை என்ற வடிவத்தில் தீண்டத்தகாத வர்கள் ஏறுகள் போல் வீறுகொண்டு பகிரங்கமாக எழுச்சிக் கொடி தூக்கிய கட்டம். இந்த மனமாற்றத்திற்குக் காரணம் இரண்டு சந்தர்ப்பச் சூழ்நிலைகள். முதலாவதாக வெறும் விண்ணப்பங்கள் ஆளும் ஆட்சேபங்களாலும் பலனில்லை. இதற்கெல்லாம் இந்துக்கள் அசைந்து கொடுக்க மாட்டார்கள் என்பதைத் தீண்டத் தகாதவர்கள் உணர்ந்து கொண்டு விட்டார்கள். இரண்டாவதாக எல்லாப் பொதுவசதிகளையும் பொதுநிறுவனங்களையும் தீண்டத்தகாதவர்கள் உட்பட அனைத்துக் குடிமக்களும் எத்தகைய கட்டுப்பாடும் தடையுமின்றி பயன்படுத்திக் கொள்ளலாம் என்று அரசாங்கம் பிரகடனம் செய்திருக்கிறது.

ஏனையோர் அனைவரையும் போலவே தீண்டத்தகாத வர்கள் எவ்வகையான உடைகளையும் உடுத்தலாம் எந்த விதமான ஆபரணங்களையும் அணியலாம் என்பது பிரிட்டிஷ் இந்தியச் சட்டம் அவர்களுக்கு வழங்கியுள்ள உரிமைகளில் சில. இவற்றோடு பொதுக் கிணறுகள், பள்ளிக்கூடங்கள், பேருந்துகள், டிராம்கள் ரயில்வேகள், பொது அலுவலகங்கள் போன்றவற்றை மற்றவர்களைப் போலவே தீண்டத்தகாதவர்கள் பயன்படுத்திக் கொள்ளும் உரிமைகளும் இப்போது ஐயத்துக்கு இடமின்றி அறிவிக்கப்பட்டுள்ளன. எனினும் இந்துக்களின் எதிர்ப்புக் காரண மாகத் தீண்டத் தகாதவர்கள் இவற்றைப் பயன்படுத்திக் கொள்ள இயலவில்லை. இந்த நிலைமையை எதிர்கொள்ளும் பொருட்டுத் தங்களது போராட்ட முறைகளை மாற்றிக் கொள்ள தீண்டப் படாதவர்கள் தீர்மானித்தனர். தங்களுக்கு இழைக்கப்பட்டு வரும் கொடுமைக்கு முடிவு கட்ட நேரடி நடவடிக்கையில் இறங்க முடிவு செய்தனர். இந்த மாற்றம் 1920 ஆம் ஆண்டு வாக்கில் ஏற்பட்டது". (பக்கங்கள்: 185-186, பாபாசாகேப் அம்பேத்கர் பேச்சும் எழுத்தும், நூல் தொகுப்பு 10 தமிழ்)

பாபாசாகேப் அம்பேத்கர் இங்கே குறிப்பிடும் பொது சமூகச் சிவில் உரிமைச் சட்டங்களை எல்லாம் சென்னை மாகாணத்தில் பல்வேறு சட்டங்களாகக் கொண்டுவருவதற்கு இங்கு நீண்ட நெடிய போராட்டம் நடைபெற்றது. அதில் பண்டித அயோத்தி தாசர், இரட்டைமலை சீனிவாசனார், கேரள மாநிலத்தில்

அய்யன்காளி, நாராயண குரு உள்ளிட்ட பல்வேறு தலைவர்களின் மாபெரும் போராட்டங்கள் அடங்கியிருக்கின்றன. அத்தகைய போராட்டங்களுக்குப் பிறகு அன்று இருந்த வெள்ளை அரசாங்கமும் பல்வேறு பொதுநலச் சட்டங்களைக் கொண்டு வந்தது.

இந்த விரிவான பொது இடங்கள் பயன்பாட்டு உரிமை குறித்தான சட்டங்கள் 1920 தொடங்கி 30 வரையில் வெளிவந்த தென்னிந்திய, சென்னை மாகாண சட்டங்களைப் பற்றி எழுத்தாளர் கௌதமசன்னா அவர்கள் தொகுத்து வழங்கிய இரட்டைமலை சீனிவாசன் எழுத்துக்களும் ஆவணங்களும் தொகுதி ஒன்றில் பக்கம் 89 இல் இருந்து 103 வரை விரிவாகக் காணலாம்.

இந்தப் பின்புலத்தில் இருந்து இந்தியத் தேசிய விடுதலைப் போராட்டத்தின் இன்னொரு முகத்தையும் காணமுடியும். இது ஒருபுறமிருக்க பொது சமூகச் சிவில் உரிமைச் செயல்பாடுகளைத் தமிழ்நாட்டில், கேரளாவில் நடைபெற்ற செயல்பாடுகள் பல்வேறு இலக்கியங்களாகவும் கவிதைகளாகவும் பல படைப்பாளர்களால் இருபதாம் நூற்றாண்டின் தொடக்கத்தில் இருந்தே எழுதப் பட்டன என்பது நினைவில் கொள்ளவேண்டும்.

மேலும் பாபாசாகேப் அம்பேத்கர் வைக்கம் போராட்டம் பற்றி எழுதுவது வருமாறு: "இவ்வாறு தீண்டப்படாதவர்கள் மேற்கொண்ட நேரடி நடவடிக்கைகளில் ஒரு சிலவற்றை இங்குக் கூறினால் போதும் என்று கருதுகிறேன். இதிலிருந்து இந்துச் சமூக அமைப்புக்கு எதிராகத் தீண்டப்படாதவர்கள் தூக்கிய போர்க் கொடியைப் பற்றிய அவர்களது எழுச்சியைக் கிளர்ச்சியைப் பற்றிய ஒரு படப்பிடிப்பைப் பெறமுடியும். பொது சாலைகளைப் பயன்படுத்துவதற்கு எல்லோருக்கும் போலவே தீண்டப்படாத வர்களுக்கு உரிமை உண்டு. இந்த உரிமைகளை நிலைநாட்டு வதற்குத் தீண்டத்தகாத மக்கள் நடத்திய போராட்டத்திற்கு உதா ரணமாக 1924இல் திருவாங்கூர் சமஸ்தானத்தில் நடைபெற்ற நிகழ்ச்சிகளை இங்குக் குறிப்பிடலாம்.

அங்கு வைக்கத்தில் உள்ள கோவிலைச் சுற்றியுள்ள சாலைகள் அரசால் பராமரிக்கப்பட்டு வரும் பொதுச் சாலைகள் அவற்றை

எவர் வேண்டுமானாலும் எத்தகைய தடையுமின்றி பயன்படுத்த உரிமை உண்டு. ஆனால் இந்தச் சாலைகள் கோவிலுக்கு மிக அருகில் இருப்பதால் தீண்டத்தகாதவர்கள் அவற்றைப் பயன் படுத்த அனுமதிக்கப்படவில்லை. இதனை எதிர்த்து சத்தியாக் கிரகம் நடைபெற்றது. இதன் பயனாக கோவிலில் சுற்றுப்புற மதில்கள் விஸ்தரிக்கப்பட்டு சாலைகள் மாற்றியமைக்கப்பட்டன. இதன் காரணமாகச் சாலைகளில் தீண்டத்தகாதவர்கள் பயன் படுத்தினாலும் கோவிலுக்குத் தீட்டு ஏற்படாதபடி செய்யப் பட்டது" (பக்கம் 186 மேற்படி நூல்)

இந்தியாவிலுள்ள தீண்டாமையையும் தீண்டப்படாத மக்களின் உரிமைப் போராட்டங்களையும் அவர்கள் செல்ல வேண்டிய திசை வழிகளையும் குறிப்பிட்டு மிக விரிவான வரலாற் றின் பல்வேறு காட்சிகளை எழுதிச் செல்லும் பொழுது இந்த வரலாற்றையும் பார்க்காமல் குறிப்பிடுகிறார் என்பது இங்குக் கொள்ளத்தக்கது.

◆ ◆

23. 'பரோடா ராஜா அவர்களின் பெருநீதி' - பண்டித அயோத்திதாசர் தீர்க்கதரிசனங்கள்

பரோடா மகாராஜா அரண்மனையில் தஞ்சை ஆபிரகாம் பண்டிதரின் தமிழ் இசை விளக்க உரை

Pandit. C.Ayothidass
20.05.1845-5.05.1914

Sayajirao Geikwad III
11.03.1863-06.02.1939

Rao Sahib
M.Abraham Pandithar
02.08.1859-31.08.1919

ஜூலை 8, 1908இல் தமிழன் இதழில் பண்டித அயோத்தி தாசர் பின்வருமாறு எழுதுகிறார் :

"கனம் தங்கிய பரோடா இராஜா அவர்கள் கற்றக் கல்வியின் அழகே அழகு. அவர் தான் கற்ற கல்விக்குத் தக்கவாறு தான் நடாத்தும் இராஜாங்கங்களின் அமைப்பே அமைப்பு. அத்தகைய அமைப்பில் சாதி நாற்றமின்றி அன்பு பாராட்டி ஐக்கியமடையச் செய்த வாழ்க்கையே வாழ்க்கை. இத்தகைய சுக வாழ்க்கையைத் தன் குடிகளுக்கு அளித்து ஆளும் தயாநிதியாம் மன்னன் மன மகிழ மகவுதித்த மாட்சியே மாட்சி. இம்மாதிரி பெற்ற மகவும் மன்னுமரணியும் நீடூழி வாழ்க". (பக்கம்: 73, பண்டித அயோத்தி தாசர் சிந்தனைகள் தொகுதி ஒன்று, தொகுப்பு : ஞான. அலாய்சி யஸ்)

மார்ச் 23, 1910 இல் "இந்து தேச எளியக் குடிகளை ஈடேற்ற தோன்றியவர் கனந்தங்கிய பரோடா ராஜனேயாம்" எனும் தலைப்பின் கீழ் வருகின்ற செய்தி பின்வருமாறு:

"தற்காலம் சென்னை ராஜதானியில் ஏழைக் குடிகளை ஈடேற்றவேண்டுமென தோன்றியுள்ள கூட்டத்தோருக்குச் சாதியும் சமயமும் வேண்டும். (டிப்பிரஸ் கிளாசை) ஈடேற்ற வேண்டும் என்னும் பெயரும் வேண்டும். ஆனால் கனம் தங்கிய பரோடா மகாராஜன் அவர்களுக்கோ சாதியும் உதவாது; சமயமும் உதவாது. நீதியும் ஏழைகளின் ஈடேற்றமுமே அவருக்கு வேண்டும்.

அதன் அநுபவமோ, தற்காலம் பரோடாவில் ஏற்படுத்தியுள்ள பெருத்த கலாசாலையில், சகல சாதி வகுப்போருடன் கலந்து வாசிப்பதற்கு டிப்பிரஸ் கிளாஸ் என்ற எளிய பிள்ளைகள் ஐந்து பெயரைச் சேர்த்தார்களாம். இவர்களைக் கண்டவுடன் கலாசாலையில் வாசிக்க வந்திருந்த பிள்ளைகள் யாவரும் ஒரே கட்டாக எழுந்து அந்த ஐந்து பேர்களுடன் நாங்கள் கலந்து உட்கார்ந்து வாசிக்க மாட்டோம் என்று எழுந்து அவர்கள் இல்லங்களுக்குப் போய்விட்டார்களாம். அதனைக் கேள்வியுற்ற மகாராஜன் அவர்கள் யாது உத்தரவு பிறப்பித்துள்ளார் என்னில் அந்த ஐந்து எளிய வகுப்பு பிள்ளைகளுடன் சகல பிள்ளைகளும் கலந்தே வாசித்தல் வேண்டும். அப்படி வாசிக்காதவர்களும் கலா சாலைக்கு வராதவர்களும் ஆகியவர்களைத் தனது கவர்ன்மெண்டு உத்தியோக சாலைகளில் சேர்க்கப்பட மாட்டாது என்று கண்டிப்பான உத்தரவு அளித்துவிட்டார்.

சகோதரர்களே!, இத்தகைய ஏழைகளுக்காய் இரக்கம் வைத்துள்ள நமது ஐயன் பரோடா மகாராஜன் அவர்களுக்கு நன்றியறிந்த வந்தனம் கூறுங்கள். வந்தனம் கூறுங்கள். அவரது அரிய அன்பும் மென்மேலும் பெருக வென்று ஆசி கூறுங்கள்; ஆசீர் கூறுங்கள். அவரது ஆயுளும் நீடிக்க வேண்டும் என்று உங்கள் அன்பைப் பெருக்குங்கள்: அன்பைப் பெருக்குங்கள். இதுவல்லவோ தயாளகுணம். இதுவல்லவோ பொது சீர்திருத்தம். இவரல்லவோ தன்னவர் அன்னியர் என்று பட்சபாதம் அற்ற ராஜன். இவரல்லவோ சகல மனுக்களும் ஒரே வகுப்பினர் என்று கண்டறிந்த புண்ணிய புருஷன். இவரல்லவோ ஏழைகளை ஈடற்றத் தோன்றிய தயாநிதி. (பக்கம்: 224, பண்டித அயோத்திதாசர் சிந்தனைகள்-தொகுதி ஒன்று, தொகுப்பு:ஞான. அலாய்சியஸ்)

பண்டித அயோத்திதாசரின் இந்தப் பதிவு சுதந்திர நாட்டில் கல்வி நிறுவனங்களில் இன்றைக்கும் ஊடுருவி நிற்கின்ற ஏராள மான ஏற்றத்தாழ்வுகளைக் காணும்பொழுது பிரிட்டிஷ் ஆட்சிக் காலத்தில் ஒரு சுதேசிய அரசர் எந்த அளவுக்குச் சமூக நீதியுடன் செயல்பட்டு இருக்கின்றார் என்பது வியப்பாகக் கூடியதாகவும் இன்றைய ஆட்சியாளர்கள், அனைத்துக் கல்வி நிறுவனங்கள் பின்பற்றத்தக்க வேண்டிய ஒன்றாக இருக்கிறது என்பதில் ஐயமில்லை.

புகழ்பெற்ற இசை அறிஞரும் மருத்துவருமான தஞ்சை ஆபிரகாம் பண்டிதர் அவர்கள் தனது வாழ்நாளில் பம்பாயில் பரோடா மகாராஜா அரண்மனையில் இந்திய இசை மாநாடு நடைபெற்ற பொழுது அதில் பங்கேற்று இருக்கின்றார். இரண்டு மணி நேரத்திற்கும் மேலாக ஆங்கிலத்தில் தமிழிசையின் மாண்பு களையும் பெருமைகளையும் மிக விரிவாகப் பேசி இருக்கின்றார். மகாராஜா அவர்கள் சிறப்பு விருந்து தந்து தஞ்சை ஆபிரகாம் பண்டிதர் அவர்களைப் பாராட்டி உள்ளார் என்ற செய்தி ஆபிரகாம் பண்டிதர் அவர்களின் வரலாற்றுப் பக்கங்களில் பதிந்துள்ளது. ஆபிரகாம் பண்டிதரின் கருணாமிர்தசாகரம் என்ற இணையற்ற நூல் தமிழிசைக் களஞ்சியமாக, தமிழிசையின் முன் னோடி நூலாக விளங்குகிறது என்பது அனைவரும் அறிந்ததே.

புதியசெய்தி

ஒருமுறை பரோடா மகாராஜா அவர்கள் தமிழ்நாட்டில் உள்ள குற்றாலத்திற்கு வந்திருந்த பொழுது தமிழ் அறிஞர்கள் குழு அவரைச் சந்தித்துத் தொல்காப்பியத்தை முழுமையாக ஆங்கிலத்தில் மொழிபெயர்க்க வேண்டும் என்பது குறித்து ஒரு திட்டம் வகுக்கப்பட்டு பரோடா மகாராஜாவுடன் தமிழறிஞர் களின் கலந்துரையாடல் நடைபெற்றுள்ளது. பாபாசாகேப் அம்பேத் கருக்கும் பரோடா மகாராஜா அவர்களுக்கும் இருந்த விரிவான உறவு தனியாக எழுதத்தக்கது. பண்டித அயோத்திதாசர் எழுத்துகள் எந்த அளவுக்குத் தீர்க்கதரிசனமாக இருந்தன என்பதைப் பாபாசாகேப் அம்பேத்கர் அவர்களுக்கு உயர்ந்த கல்வியை வழங்கிய அரசரின் தயாள குணமும் அவர் உருவாக்கிய

கல்வி நிறுவனங்களின் செயல் பாடுகளும் அவரின் நிதி உதவியால் படித்து உயர் நிலையை எய்தி இந்திய அரசில் இணையற்ற அரும் பணிகளை ஆற்றிய பாபாசாகேப் அம்பேத்கரின் வாழ்க்கையின் மூலமாகவும் இந்தியத் தேசம் கண்டுள்ளது.

நல்லார் ஒருவர் உளரேல் அவர் பொருட்டு எல்லோர்க்கும் பெய்யும் மழை. - ஔவையார்

◆ ◆

24. பாபாசாகேப் டாக்டர் அம்பேத்கரும் ராவ்பகதூர் மயிலை சின்னத்தம்பி ராசாவும்

(பாபாசாகேப் அம்பேத்கரைப் புகழ்ந்துரைப்பதும் ராவ்பகதூர் எம்.சி. ராஜா வழியில் வாழ்வதற்குமான இடைவெளிகளுக் கிடையிலான தூரங்கள்)

பாபாசாகேப் அம்பேத்கரின் தென்னிந்திய வருகைகள், தென்னிந்தியாவைப் பற்றிய குறிப்புகள் ஆகியவற்றைப் பார்த்துக் கொண்டிருக்கின்ற இந்தத் தொடர்ச்சியான ஆய்வுகளில் மிகவும் ஒரு முக்கியமான பகுதியாக டாக்டர் அம்பேத்கரும் ராவ்பகதூர் எம்.சி. ராஜாவும் கொண்டிருந்த உறவுகளும் முரண்பாடுகளும் உள்ளன.

இந்தப் பகுதி மிகவும் ஒரு நுட்பமான பகுதி. அதனால் உணர்ச்சிவசப்படாமல் கருத்துக்களை அணுக வேண்டுகிறேன். இது கடந்த காலத்தின் வரலாறு என்றாலும்கூட அதன் தொடர்ச்சியை இன்றைய இந்தியாவிலும் காணுகின்றோம். வட இந்தியாவிலும் சரி தென்னிந்தியாவிலும் சரி இன்றைக்கும் இந்த இரு ஆளுமைகளின் போக்குகளை வெட்டவெளிச்சமாகக் காணுகிறோம்.

மயிலை சின்னத்தம்பி ராசா அவர்கள் 17.6.1883இல் பிறந்து 23.8.1943 காலமானார். பாபாசாகேப் அம்பேத்கர் அவர்கள் 14.04.1891 இல் பிறந்து 6.12.1956 இல் காலமானார். பாபாசாகேப் அம்பேத்கரைவிட எட்டு ஆண்டுகள் மூத்தவர் எம். சி. ராஜா. டாக்டர் அம்பேத்கரைவிட முப்பது ஆண்டுகள் மூத்தவர் இரட்டைமலை சீனிவாசன் அவர்கள். இருப்பினும் இவர்கள் அனைவரும் சமகாலத்தில் இணைந்து பல்வேறு சமூக மறுமலர்ச்சிப் பணிகளை மேற்கொண்டனர்.

பாபாசாகேப் அம்பேத்கர் பிறந்த மகாராஷ்டிர மண்ணி லேயே அவருக்கு முன்னால் இருந்து மாபெரும் பணிகளை ஆற்றிய மகத்தான தலைவர் சிவராம் ஜன்ம காம்ளே (1875 - 11.1.1941) அவர்கள் பாபாசாகேப் அம்பேத்கரைவிட வயதில் மூத்தவர் என்றாலும் பின்னாளில் பேரறிஞர் அம்பேத்கருடன் இணைந்து பணியாற்றினார். அதே வகையில்தான் சில முரண் பாடுகள் இருந்தாலும் திவான் பகதூர் இரட்டைமலை சீனிவாசன், ராவ்பகதூர் எம்.சி. ராஜா போன்றவர்கள் டாக்டர் அம்பேத் கருடன் சில விடயங்களில் முரண்பட்டாலும் இணைந்து பணியாற்றினர்.

ஒடுக்கப்பட்ட வகுப்பினர் அரசியல் பிரதிநிதித்துவம் என்ற அரசியல் களத்திலும் சமய மாற்றம் என்ற சமூக, சமயக் களத்திலும் பாபாசாகேப் அம்பேத்கர் உடன் சில முரண்பாடுகளைக் கொண் டிருந்தார் ராவ்பகதூர் எம்.சி. ராஜா. இந்துவாகச் சாகமாட்டேன் - டாக்டர் அம்பேத்கரின் வெடிகுண்டு இவ்வாறு தான் அன்றைய காலத்தில் அரசியல் களத்திலும் பத்திரிகைகளிலும் டாக்டர் அம்பேத்கரின் இந்தச் செய்தி பேசப்பட்டது. இந்த அறிவிப்பை நாசிக் அருகில் உள்ள மாநாட்டில் டாக்டர் அம்பேத்கர் 13.10.1935 இல் அறிவித்தார். அதன் பின்னர் விரிவான குறைகளை யும் சமய மாற்றத்தின் முக்கியத்துவத்தையும் விளக்கி பல்வேறு அறிக்கைகளும் வெளியிட்டார்.

இந்த அறிக்கைகள் அண்ணல் காந்தியார் தொடங்கி பல்வேறு இந்தியத் தலைவர்கள் இடையே பற்பல தாக்கங்களை உருவாக்கியது. அவர்கள் பல்வேறு கருத்துக்களைத் தெரிவித்தனர். அதே வகையில் ராவ்பகதூர் எம்.சி. ராஜா அவர்களும்

பின்வருமாறு 12.11.1935 இல் தன் கருத்தைத் தெரிவித்தார்: "எனது சமயத்தை மாற்றிக்கொள்ள மாட்டேன்" என்றார். மேலும் ராவ்பகதூர் சீனிவாசன், ராவ்பகதூர் வி.ஐ. முனுசாமி, ராவ்பகதூர் எல். சி. குருசாமி, டாக்டர் ராம் பிரசாத், டாக்டர் சோலங்கி உட்பட பலரும் இந்தக் கருத்திற்கு மாறுபட்டவர்கள் என்றும் விளக்கினார். தீண்டாமை உள்ளிட்ட சமுதாயக் குறை களை இந்துச் சமூகம் ஒழிப்பதற்கு முயல்கிறது. காங்கிரசும் இந்து மகாசபையும்கூட இதற்கான முயற்சிகளை மேற்கொள்கிறது. ஆலய நுழைவுப் போராட்டங்களையும் இந்த இயக்கங்கள் முன்னெடுக்கின்றன என்று கூறிவிட்டு இறுதியாகத் தனது கருத்துக்களைப் பின்வருமாறு முடிக்கின்றார். "நம்முடைய நோக்கம் தீண்டாமையை ஒழிப்பதுதான். மேலும் இந்துச் சமூகத்தின் பிரிக்க முடியாத கூறாக நாம் மாறவேண்டும் என்பதுதான்"

பாபாசாகேப் அம்பேத்கரின் பதில்

டைம்ஸ் ஆப் இந்தியா 1936 ஜூலை 24 இதழிலும் ஜனதா என்ற மராத்தி இதழின் ஆகஸ்ட் 15,1936 பதிப்பிலும் டாக்டர் அம்பேத்கர் அவர்கள் திரு. எம்.சி. ராசா அவர்களுக்கும் அண்ணல் காந்தி அவர்களுக்கும் இன்னும் இந்தியாவின் பல்வேறு தலைவர்களுக்கும் விரிவான பதில்களை அளித்துள்ளார்.

ஒடுக்கப்பட்ட மக்களின் சமய மாற்றம் குறித்து இந்துக்கள் அக்கறை இன்றி இருத்தல் ஆகாது என்ற தலைப்பிலான அறிக்கை டாக்டர் அம்பேத்கரின் இல்லத்தில் டாக்டர் மூஞ்சே அவர்கள் வருகை தந்து ஏறத்தாழ இரண்டு மணி நேரம் உரை யாடிய பிறகு தரப்பட்ட அறிக்கையாகும். இந்த அறிக்கையின் முக்கியமான கருத்தாக டாக்டர் அம்பேத்கர் அவர்கள் ஒடுக்கப் பட்ட உறுப்பினர்களின் சமய மாற்றம் எவ்வகையிலும் இந்திய அரசியல் களத்தில் சிக்கலை உருவாக்காத வண்ணம் இருக்க வேண்டுமென்பதை வலியுறுத்துகின்றார்.

சமய மாற்றத்தால் உரிமைகள் பாதிக்கப்பட மாட்டாது என்ற ஓர் அறிக்கையையும் டாக்டர் அம்பேத்கர் வெளியிட்டுள்ளார். ஜி.ஏ. கவாய் அவர்கள் மத்திய மாகாணங்களில் இருந்து வந்தவர். இவரும் சமய மாற்றம் குறித்து முரண்பாட்டைக் கொண்டிருந்தார்.

"தன்னல நோக்கம் இல்லாத சமய மாறுதல் இயக்கம்" என்ற விரிவான கட்டுரையில் டாக்டர் அம்பேத்கர் ராஜா அவர்கள் மீது கடுமையாகவே தம் கருத்துக்களைக் கூறியுள்ளார். "திரு ராஜா இந்து சமயத்தைத் துறக்கவில்லை என்றால் அவரை யாரும் வற்புறுத்தப் போவதில்லை. எனவே சமய மாற்றம் குறித்துக் குறை கூற அவருக்கு உரிமை ஏதும் இல்லை." .... அவர் இந்து சமயக் கட்டுக்குள் தொடர்ந்து இருக்கும் வரை அவரது பிறந்த சாதி காரணமாக அவர் மீது சுமத்தப்பட்டுள்ள தீண்டாமை என்னும் கறையில் ஒரு சிறு துளியும் அகற்றப்பட மாட்டாது" (பக்கம்: 329-பாபாசாகேப் அம்பேத்கர் பேச்சும் எழுத்தும், தொகுதி 35 தமிழ்)

இருபது ஆண்டுகள்

சமயம் மாறுவது என்பது மிகவும் எளிய ஒன்றல்ல என்பதை டாக்டர் அம்பேத்கரும் புரிந்து கொண்டதால்தான் இருபது ஆண்டுகாலம் அவரது வாழ்க்கையில் இதற்கு நேரம் எடுத்துக் கொள்ளப்பட்டது. அதே நேரம் சமயம் என்பதைக் குறைத்து மதிப் பிடக்கூடாது. அதுதான் இந்திய வாழ்க்கையில் ஆசிய வாழ்க்கை யில் மிக முக்கியமான ஒன்றாக இருக்கிறது என்பதை மிக ஆழமாக உணர்ந்து டாக்டர் அம்பேத்கர் செயல்பட்டவர் என்ற அடிப் படையில் பண்டித அயோத்திதாசர், பேரா. லட்சுமி நரசு உள்ளிட்ட சான்றோர்களின் முன்னோர்களின் முன்னோடிச் செயல்பாடு களுடன் இணைந்து அவர் செயல்படும் வண்ணம் மகத்தான பௌத்த மறுமலர்ச்சிக்கு வித்திட்டார்.

85ஆண்டுகளுக்கு முன்னர் நடைபெற்ற இந்தக் கருத்து விவாதங்கள் இன்றைக்கும் இந்தியாவின் ஒடுக்கப்பட்ட சமூக மக்களிடையே, பின்தங்கிய மக்களிடையே நடந்து கொண்டு தான் இருக்கின்றன. சொல்லக்கூசும் வண்ணம் ஏராளமான ஒடுக்குமுறைகள் நாடு முழுவதும் நடந்தேறிக் கொண்டே இருக் கின்றன. சமயத்தின் பெயரால் இந்த அநீதிகள் நியாயப்படுத்தப் படுகின்றன. பண்டித அயோத்திதாசரும் பாபாசாகேப் அம்பேத் கரும் இன்னும் பல நல்லவர்களும் முன்னெடுத்த சமய மறு மலர்ச்சி இயக்கம் முக்கியமான ஒன்று என்பதை முன்னோக்கிய செயல்பாடு என்பதைச் சமகால வரலாறுகள் உணர்த்துகின்றன.

முனைவர் க. ஜெயபாலன்

25. வடக்கும் தெற்கும் பாபாசாகேப் அம்பேத்கர்

"வடக்குக்கும் தெற்குக்கும் இடையே மிகப்பெரிய வேறுபாடு உள்ளது. வடக்கு மிதவாத மனோபாவம் கொண்டது. தெற்கு முற்போக்கு எண்ணம் கொண்டது. வடக்கு மூடநம்பிக்கைகளில் மூழ்கி போயிருப்பது. தெற்கு பகுத்தறிவுப் பாசறையாக இருப்பது. தெற்கு கல்வித்துறையில் முந்தி நிற்பது. வடக்கு இத்துறையில் பிந்தி இருப்பது. தெற்கத்திய கலாச்சாரம் புதுமையானது. வடக்கத்திய கலாச்சாரம் பழமையானது".

நூல் :மொழிவாரி மாநிலங்கள் பற்றிய சிந்தனைகள்"(1955)

(பக்கம்: 218, பாபாசாகேப் அம்பேத்கர் பேச்சும் எழுத்தும் தொகுதி 1 தமிழ்)

26. ஆட்சியை, அதிகாரத்தை மக்களுக்காகப் பயன் படுத்திய மகத்தான பாரத இரத்தினங்கள் பாபா சாகேப் அம்பேத்கரும் கர்மவீரர் காமராசரும்

கர்மவீரர் காமராசர் அவர்கள் காங்கிரஸ் கட்சியில் இணைந்து தேசத் தொண்டாற்றிப் பல்வேறு பணிகளைத் தொடர்ந்து செய்தவர். பண்டித ஜவகர்லால் நேருவுக்கு இணையாக இருந்த மாபெரும் ஆளுமை. அவரின் பணிகள் நாட்டின் கட்டுமானம் யாவும் ஏழை எளியோருக்கே என்று அமைந்தது.

அதனால்தான் கர்மவீரர் காமராசரின் செயல்பாடுகளை டாக்டர் அம்பேத்கருடன் இணைத்து பகுத்தறிவுப் பகலவன் தந்தை பெரியார் அவர்கள் பின்வருமாறு விரிவாகப் பேசுகிறார்:

"டாக்டர் அம்பேத்கருக்கு அடுத்தபடியாக இன்று எல்லாத் தமிழ் மக்களுக்கும் சேர்த்து யாதோர் தன்னலமுமின்றி காமராசர் பாடுபட்டு வருகிறார். அம்பேத்கரின் தொண்டு என்ன எப்படிப் பட்டது என்றால் இந்தியாவிலேயே மனுதர்மத்தைத் தீயிட்டவர் அம்பேத்கர். மனுதர்மத்தைத் தீயிட்டுக் கொளுத்தி காட்டியவர். நான் வாயால் கொளுத்த வேண்டும் என்றேன் அம்பேத்கர் எரித்தே காட்டினார். அது மட்டுமா?"

என்று இன்னும் டாக்டர் அம்பேத்கரின் பெருமைகளை விரிவாகப் பெரியார் ஈ.வெ.ரா. அவர்கள் சிறுநாங்கூர் என்ற ஊரில் டாக்டர் அம்பேத்கர், காமராஜர் படங்களைத் திறந்து வைத்து ஆற்றிய உரையில் விரிவாகப் பேசியுள்ளார். "காங்கிரஸை எதிர்த்த நான் இன்று ஏன் ஆதரிக்கின்றோம் என்பதையும் காமராசர் செய்துள்ள பல நன்மைகளை எடுத்து விளக்கியும் வருகின்ற தேர்தலில் காமராசர் கரத்தை வலுப்படுத்த வேண்டியதன் அவசியத்தை விளக்கியும் பேசினார்கள்" (விடுதலை 6.3.1961) இவை மட்டுமன்றி ஏழை எளிய மக்கள் வளம் பெறவேண்டும். நாடு நலம் பெற வேண்டும். என்று பல்வேறு களங்களில் இந்த இரு மாமனிதர்களும் ஆற்றிய பங்களிப்புக்கள் விரிவாக ஒப்பிட்டு ஆராயத்தக்கன.

◆ ◆

27. பாபாசாகேப் அம்பேத்கரின் எச்சரிக்கைகள்

இந்தியக் கூட்டாட்சி பலப்படுவதற்கு ஒற்றுமையும் பல்வேறு முன்னேற்பாடுகளும் தேவை. தென்னிந்தியாவிற்கு ஒரு தலைநகரம் தேவை. ஹைதராபாத்தை இந்தியாவின் இரண்டாவது தலைநகரமாக்க வேண்டும். 1956 மே மாத இந்தியப் பாராளுமன்ற விவாதங்களில் மாநிலங்கள் மறுசீரமைப்பு விவாதத்தில் டாக்டர் அம்பேத்கர் பல்வேறு கருத்துக்களைத் தெரிவித்துள்ளார். இவை அனைத்துமே இந்திய மொழிவாரி மாநிலங்கள் உருவாக்கத்தில் உள்ள சாதகப் பாதக அம்சங்களை விரிவாக விளக்குகின்றது.

இதில் பின்வருமாறு டாக்டர் அம்பேத்கர் எச்சரிக்கை செய்வது கவனத்துக்குரியது:

"இந்தக் கூட்டாட்சியில் பல ஓட்டைகள் இருக்கின்றன. இது விரிசல்விட்டு போகக் கூடும் என்று நான் உணர்கிறேன். நாம் உடைந்து வரும் சமுதாயம். நமக்கு ஒன்றியம் இல்லை. நம்மிடையே ஒற்றுமை இல்லை. இந்தச் சமுதாயம் முழுமையும் எந்தச் சமயத்தி லும் உடைந்து போகக்கூடும். எனவே அது உடைந்து போகாமல் இருப்பதற்கு உரிய காலத்தில் நாம் நடவடிக்கைகள் மேற்கொள்ள வேண்டும்.

இதற்கு நான் ஒரு வழியை ஆலோசனையைக் கூறினேன். அதுதான் வடக்கு மாகாணங்களைச் சிறிய பிரதேசங்களாகக் குறுக்கவேண்டும். அப்பொழுதுதான் தெற்கு பிராந்திய மக்கள் எத்தகைய வலுவான நிர்பந்தத்தினாலும் பாதிக்கப்படாமல் இருப்பார்கள். மற்றொரு பரிகாரத்தையும் நான் யோசனை கூறுகிறேன். இந்த நாட்டுக்கு இரு தலைநகரங்களை வைத்துக் கொள்வதுதான் அந்தப் பரிகாரம். ஹைதராபாத்தை இந்தியாவின் இரண்டாவது தலைநகரமாக்க வேண்டும் என்று நான் யோசனைக் கூறுகிறேன். உங்கள் டெல்லியை நீங்கள் வைத்துக் கொள்ளலாம். சில பருவங்களுக்கு அது சிறந்ததாக இருக்கும். ஆனால் தென்னிந்தியாவில் உங்களுக்கு ஒரு தலைநகரம் வேண்டும். அங்கு மக்கள் தங்களுடைய அரசு தங்களுக்கு அருகில் வந்து விட்டதாக உணரவேண்டும். ஹைதராபாத் இந்தியாவின் இரண்டாவது தலைநகரம் மாற்றப்பட வேண்டும் என்று ஒரு சமயம் நான் யோசனைக் கூறினேன். அது இந்தியாவில் நான் எங்குமே பார்த்திராத மிகவும் அழகான நகரங்களில் ஒன்றாகும்.

ஒரு தலைநகருக்குத் தேவைப்படும் எல்லா தேவைகளும் வசதிகளும் அதற்கு இருக்கிறது. தேவைப்படுவதெல்லாம் ஒரு வகைப்பட்ட சட்டப்பேரவையும் மேலவையும் தான். அது செய்யப்பட்டுவிட்டால், தெற்கிலுள்ள மக்கள் - அவர்களுடன் நான் பல பேச்சுக்கள் நடத்தி இருக்கிறேன். தங்களுடைய அரசு மிகவும் தொலைவில் டில்லியில் இல்லை, மாறாகத் தங்களுக்கு அருகில் இருப்பதாக உணர்வார்கள்". (பக்கங்கள் *336 -337*, பாபாசாகேப் அம்பேத்கர் பேச்சும் எழுத்தும், தொகுதி *34*, தமிழ்)

மொழிவாரி மாகாணங்கள் பற்றிய சிந்தனைகள் - 1955

பாராளுமன்ற தனது உரையில் ஏற்கனவே நான் ஆலோசனை கூறினேன் என்று டாக்டர் அம்பேத்கர் கூறியுள்ளது மொழிவாரி மாகாணங்கள் குறித்த சிந்தனைகள் நூலில் அந்தக் கருத்தை ஏற்கனவே அவர் தெரிவித்துள்ளார். அந்த நூலின் இறுதிப் பகுதியில் டாக்டர் அம்பேத்கர் கூறுகின்றார்.

பிரிட்டிஷ்காரர்கள் ஆட்சியிலும் முகலாயர்கள் ஆட்சியிலும் பருவ சூழல்களுக்கு ஏற்ப இரண்டு தலைநகரங்கள்

வைத்திருந்தார்கள். இப்பொழுது இந்தியாவின் பதற்ற சூழ்நிலையைப் பார்க்கவேண்டும். ஏனென்றால் வடக்கின் ஆதிக்கத்தை எப்பொழுதும் தெற்கு ஏற்றுக்கொள்ள தயாரில்லை. மாறாக வடக்கின் ஆதிக்கத்திலிருந்து தன்னை துண்டித்துக் கொள்ள தெற்கு எப்பொழுதும் தயாராகப் போராடி வருகிறது. மொழி அடிப்படையில் வடக்கு இந்தி பேசும் பகுதியாக இருக்கிறது. தெற்கு இந்தி பேசாத பகுதி. இவைகளை எல்லாம் மனத்தில் கொண்டு கருத்தில் கொண்டு கல்கத்தா, டெல்லி, பம்பாய் ஆகிய மூன்று நகரங்களை விடவும் தென்னிந்தியாவில் ஹைதராபாத் நகரில் தலைநகரம் உருவாக்கப்பட்டால் அது இந்தியாவிற்கு மிகவும் பலமானதாக, போர் அபாயச் சூழலில் கூட பாதுகாப்பான தாக அமையும் என்று அத்தியாயம் பதினொன்றில் விரிவாக விளக்கியுள்ளார்.

எல்லா அதிகாரங்களையும் மத்திய அரசில் குவிக்கும் இன்றைய காலகட்டத்தில் டாக்டர் அம்பேத்கரின் கருத்துக் களைக் கடந்தகாலக் கருத்தாகக் காணமுடியாது. அவை என்றைக் கும் இந்தியாவின் வளத்திற்கான சிந்தனைகள். மேலும் மாநிலங் களின் நல்லாட்சி என்பதும் தனிப்பட்ட சாதிகளின் ஆதிக்கத்தில் மாநில ஆட்சியை விடுவதில் முடிந்துவிடக்கூடாது. ஏனென்றால் இந்தியச் சமுதாயம் சாதிகளின் மீது நிற்கிறது. வலிமை படைத்த சாதிகள் பிற சாதிகளை நசுக்குதல் கூடாது. அவ்வாறாகவே மொழி, மத அடிப்படையிலும் பெரும்பான்மையினர் சிறுபான்மையினரை ஒரு போதும் ஒடுக்கக்கூடாது என்றெல்லாம் ஜனநாயக வளத்திற்கு, நாட்டின் முன்னேற்றத்திற்கு அவர் கூறிய கருத்துக்கள் என்றைக் கும் தேவையானவை. ஜனநாயக மரபுகளைப் பாதுகாப்பதன் மூலமாகத்தான் இந்த நாடு முன்னேற முடியும் என்பதை வலியுறுத்தக் கூடியவை.

◆◆

28. பாபாசாகேப் அம்பேத்கரும் 'ஜெய்பீம்' ஆங்கில ஏடும்

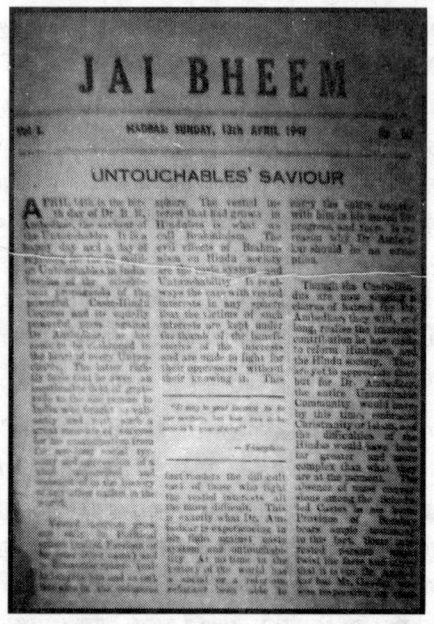

JAI BHEEM

MADRAS: SUNDAY, 13th APRIL 1947

UNTOUCHABLES' SAVIOUR

சென்னையிலிருந்து வெளிவந்த ஜெய்பீம் ஆங்கிலப் பத்திரிகைகுப் பாபாசாகேப் அம்பேத்கர் தந்த செய்திகள்

தந்தை பேராசிரியர் ராவ்பகதூர் என். சிவராஜ் அவர்களை ஆசிரியராகக் கொண்டு ஆங்கிலத்தில் வெளிவந்த 'ஜெய்பீம்' பத்திரிகை இன்னும் தொகுக்கப்படாமல் உள்ளது. மேலும் அதன் பிரதிகள் உள்ளனவா என்று ஐயப்படும் வண்ணம் பேசப்படாமல் இருக்கின்றது. ஏறத்தாழ 10 இல் இருந்து 20 ஆண்டுகள் இந்த இதழ் சென்னையில் நடத்தப்பட்டு இருக்கலாம் என்று எண்ண இடமிருக்கிறது. 1947 இல் தனது பிறந்தநாளை முன்னிட்டு டாக்டர் அம்பேத்கர் அந்த இதழுக்குத் தந்துள்ள செய்தி அனைவரும் அறிந்தது.

தனிமனித வழிபாடு, தலைவர் வழிபாடு மிகவும் கண்டிக் கத்தக்கது என்று டாக்டர் அம்பேத்கர் மிக விரிவாகப்

பேசியுள்ளார். இந்தியாவுக்கு வெளியே தீர்க்கதரிசிகளின் பிறந்த நாட்கள் விரிவாகக் கொண்டாடப்படுகிறது. அதைப் போலவே அரசியல் தலைவர்களின் பிறந்த நாளும் இந்தியாவில் கொண்டாடப்படுகிறது. இது ஜனநாயகத்தின் வக்கிரம் என்று டாக்டர் அம்பேத்கர் பேசுகிறார்.

கிரேக்கப் புராணத்தில் இருந்து மெடோனீரா அரசி கதையைக் கூறி மென்மேலும் துன்பங்களைத் தாங்குதல், போராடுதல் இவைதான் தனது பிறந்த நாள் செய்தி என்று டாக்டர் அம்பேத்கர் தெரிவித்துள்ளார். அந்தச் செய்தியின் இறுதிப்பகுதி இவ்வாறு நிறைவுறுகிறது :

"தாங்கள் எந்த மக்களிடையில் பிறந்து உள்ளார்களோ அவர்களை உயர்த்தும் கடமையை உணர்ந்துள்ளவர்களே மேன்மையடைவார்கள். தமது பொன்னான நாட்களை, தமது சக்தியை, தமது பலத்தையும் அடிமைத்தனத்தை எதிர்க்கும் இயக்கத்தை முன் கொண்டு செல்ல அர்ப்பணிப்பதற்குச் சபதம் மேற்கொள்பவர்களே மேன்மை அடைவார்கள். நல்லது கெட்டது எது வந்தாலும் சூரிய ஒளிவீசினாலும் கடும் புயல் வீசினாலும் கௌரவம் வந்தாலும் அவமரியாதை ஏற்பட்டாலும் தங்களது மனித மாண்பைப் பூரணமாகத் திரும்ப பெறுகின்ற வரையில் போராட்டத்தை நிறுத்துவதில்லை என்று சபதம் ஏற்பவர்களே மேன்மையடைவார்கள்". (ஜெய்பீம், சென்னை டாக்டர் அம்பேத்கர் பிறந்த நாள் சிறப்பு மலர், ஏப்ரல் 13, 1947) (பக்கம் 115- 116 பாபாசாகேப் அம்பேத்கர் பேச்சும் எழுத்தும் தொகுதி 35)

இவை மட்டுமன்றி இன்னும் பல்வேறு செய்திகளை ஜெய்பீம் ஏடு பிரசுரித்துள்ளது. அந்த இதழ்கள் அனைத்தும் மறுபதிப்பு செய்யப்பட வேண்டும். உண்மையில் அவை இருபதாம் நூற்றாண்டு இந்திய வரலாற்றின் முக்கிய ஆவணங்களாக விளங்கும்.

◆◆

29. தங்கவயல் தமிழர்களின் முன்னோடி மொழிபெயர்ப்புப் பணிகள்

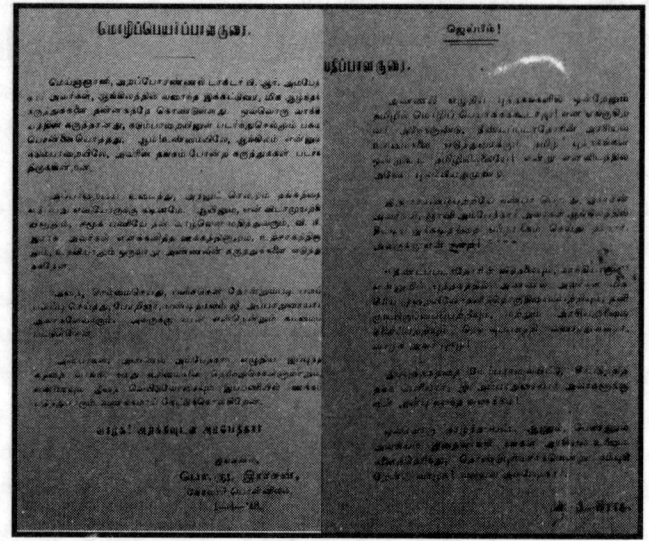

மொழிபெயர்ப்பாளருரை.

ஜெய்பீம்!

பொ. நு. இராசன்,

இந்தியாவில் உள்ள தீண்டப்படாத மக்களின் பிரச்சினைகள் குறித்துக் கனடா கியூபெக்கில் 1942 டிசம்பரில் நடந்த உலகக் கருத்தரங்கு ஒன்றில் பாபாசாகேப் அம்பேத்கர் விரிவான கட்டுரை ஒன்றை எழுதியிருந்தார். அக்கட்டுரையைப் போர் மேகங்கள் சூழ்ந்திருந்த இரண்டாம் உலகப்போர் காலகட்டத்தில் தந்தை பேராசிரியர் நமச்சிவாயம் சிவராஜ் அவர்கள் சென்று அங்கே அக்கட்டுரையை வாசித்தளித்தார்.

இக்கட்டுரையின் முக்கியத்துவம் கருதி பலரின் வேண்டு கோளுக்கு ஏற்ப பாபாசாகேப் அம்பேத்கர் பின்னாளில் 1943 இல் நூலாக வெளியிட்டபொழுது அந்த நூலுக்கு வைக்கப்பட்ட தலைப்பு 'திரு காந்தியும் தீண்டப்படாதோரின் விடுதலையும் இதே தலைப்பில் இந்த நூலை 1948இல் பொ.து. ராசன் என்பார் மொழிபெயர்த்து வி.பி. இராசு அவர்கள் பதிப்பாளராக இருந்து பிரசுரிக்க பண்டிதமணி ஜி.அப்பாதுரையார் அவர்கள் இந்நூலுக்கு

மிகச் சிறந்த அணிந்துரையை ஒன்றையும் வழங்கி நூலைச் செம்மைப்படுத்தி இருக்கிறார்.

முன்னுரையில் அப்பாதுரையார் அவர்கள்

"அரசியல் துறை போகிய வல்லுநர் ஆகிய டாக்டர் பி.ஆர். அம்பேத்கார் அவர்கள் ஆங்கிலத்தில் எழுதிய இந்நூல் தமிழில் மொழி பெயர்க்கப்பட்டு இருக்கிறது. அரசியல் குழப்பம் இன்னும் பெருங்காற்றில் இளஞ்செடிபோல் நிலை காணாது அலமரும் தாழ்த்தப்பட்ட முதுகுடி மக்களுக்கு இந்நூல் பற்றுக்கோடு போன்ற நற்றுணையாவதுடன் இந்துச் சமுதாயக் கொடுமைகள் ஒழிய வேண்டும் என்றும் செயலாற்றும் நற்செயல்களுக்கு ஆற்றல் மிகுந்த கருவிப்பொருளாய் துணை தரும் என்றே கருதுகிறோம்" என்று தொடங்கி மூன்று பக்க அளவில் விரிவான வாழ்த்துரையை வழங்கியிருக்கிறார்.

இந்திய அரசு 1990களுக்குப் பின்னர்தான் அண்ணல் அம்பேத்கரின் நூல்களை மொழி பெயர்த்து இந்திய மொழிகள் எல்லாவற்றிலும் வழங்கியது. அந்த வரிசையில் இந்த நூலும் இடம்பெற்றுள்ளது.

◆◆

30. பிராமணரல்லாதார் இயக்கத்தின் தோற்றம், வளர்ச்சி, தேக்கநிலை குறித்துப் பாபாசாகேப் அம்பேத்கர் விமர்சனம்

சென்னையில் சண்டே அப்சர்வர் பி. பாலசுப்பரமணியம் அவர்கள் தந்த பாராட்டு விழாவில் பிராமணரல்லாதார் இயக்கத்தின் தோற்றம், வளர்ச்சி குறித்துப் பாபாசாகேப் அம்பேத்கரின் விமர்சனம் ஏதோ பழைய காலத்திற்கு மட்டுமல்ல இன்றைக்கும் என்றைக்கும் பொருந்தக் கூடிய ஒன்றாக இருக்கின்றது.

இருபதாம் நூற்றாண்டில் ஆயிரத்து தொள்ளாயிரத்து இருபதுகளில் இருந்து தமிழகத்திலும் மகாராஷ்டிரம் மண்ணிலும் பிராமணரல்லாதார் இயக்கம் பெருவளர்ச்சி பெற்றிருந்தது. அது அரசியல் களத்திலும் வெற்றி பெற்றது. இந்த இரண்டு இடங்களிலும் ஏற்பட்ட இந்த வளர்ச்சி குறித்து குறிப்பிடத்தக்க மதிப்புரைகளைப் பாபாசாகேப் அம்பேத்கர் வழங்கியுள்ளார்.

"1944 ஆம் ஆண்டு செப்டம்பர் 23 ஆம் நாள் மதராஸ் கன்னிமாரா ஹோட்டலில் சண்டே அப்சர்வர் ஆசிரியரான திரு. பி. பாலசுப்பிரமணியம் அளித்த மதிய விருந்தின்போது டாக்டர் அம்பேத்கர் உரை நிகழ்த்தினார்.

டாக்டர் அம்பேத்கர் சொன்னார், நான் ஆய்வு செய்த அளவில் பிராமணரல்லாதார் கட்சி ஒன்று தோன்றி இருப்பது இந்திய வரலாற்றில் ஒரு முக்கிய நிகழ்ச்சியாகும். பிராமணரல்லா தார் கட்சியின் அடிப்படைக் கோட்பாடு அந்தச் சொல் குறிப்பிடுவதுபோல ஒரு வகுப்புவாதத் தன்மைக் கொண்டதல்ல. பிராமணரல்லாதார் கட்சியை நடத்துபவர்கள் யார் என்பது முக்கியமல்ல. பிராமணர்களுக்கும் தீண்டத்தகாதவர்களுக்கு இடைப்பட்ட ஒரு வகுப்பார் இதனை நடத்தி வருகின்றனர். ஜனநாயக வழிபட்டதாக அந்தக் கட்சி செயல்படவில்லை என்றால் அதனால் ஒரு பயனும் இல்லை. எனவே ஜனநாயகத்தில் நம்பிக்கை கொண்ட அனைவரும் இக்கட்சியை, வளர்ச்சியை, கவலையுடனும் அக்கறை யுடனும் கவனித்து வருகின்றனர். பிராமணரல்லாதார் கட்சியின் தோற்றம் நாட்டின் வரலாற்றில் ஒரு மைல்கல் ஆகும். அக்கட்சியின் வீழ்ச்சியும் வேதனையுடன் காண வேண்டிய ஒரு நிகழ்ச்சியே. ஏன் கட்சி படுதோல்வி அடைந்தது என்பதை அக்கட்சித் தலைவர்கள் தமக்குத்தாமே கேட்டுக் கொள்ள வேண்டும். தேர்தலுக்கு முன்னால் இருபத்து நான்கு ஆண்டுகாலம் மதராஸில் பிராமணரல்லாதார் கட்சியின் ஆளுமை இருந்து வந்தது.

நீண்டகாலம் அதிகாரத்திலிருந்த அக்கட்சி அட்டை வீடு போல சரிந்து போனது எதனால்? பிராமணரல்லாதார் மத்தியிலேயே இக்கட்சியின் செல்வாக்குக் கெட்டது எதனால்? இந்த வீழ்ச்சிக்கு இரண்டு காரணங்கள் உள்ளன என்று நான் கருதுகிறேன். முதலாவ தாகப் பிராமணர் பிரிவுக்கும் இவர்களுக்கும் இடையில் உள்ள வேறுபாடு என்ன என்பதை அவர்கள் உணரவில்லை. பிராமணர் களுக்கு எதிராகத் தீவிரமாக இவர்கள் பிரச்சாரம் செய்தபோதும் இவர்களுக்கு இடையிலுள்ள வேறுபாடுகள் கொள்கை வழிப்பட்டது என்று இவர்கள் கூற முடியுமா? பிராமணர் தன்மை அவர்களிடமே எவ்வளவு இருந்தது?அவர்கள் 'நவாப்'களாக இருந்தார்கள். இரண்டாம் தர பிராமணர்களாகத் தங்களை எண்ணிக் கொண்டார்கள். பிரா மணியத்தை விட்டு ஒழிப்பதற்குப் பதிலாக எட்டத்தகுந்த இலக்காகக் கருதி அதன் ஆத்மாவை இவர்கள் இறுகப் பற்றி இருந்தார்கள். பிராமணர்களுக்கு எதிரான அவர்களது கோபம் எல்லாம் தங்களுக்கு அவர்கள் இரண்டாம் தரப் பட்டம் தருகிறார்கள் என்பதே.

ஒரு கட்சியைச் சார்ந்தவர்கள் இன்னொரு கட்சிக்குச் செல்லும்பொழுது இவ்விரு கட்சிகளுக்கிடையிலான கொள்கை ரீதியான வேறுபாடுகள் என்ன என்று அவர்கள் தெளிவாகத் தெரிந்து கொள்ளவில்லை என்றால் அந்தக் கட்சி எப்படி வேரூன்றும்? எனவே பிராமணிய வகுப்பினருக்கும் பிராமணரல்லாதவருக்கும் இடையில் உள்ள கொள்கை வேற்றுமைகளை ஒழுங்காக எடுத்துக் கூறாததே அந்தக் கட்சியின் வீழ்ச்சிக்குக் காரணம். கட்சியின் வெற்றிக்கு இரண்டாவது காரணம் அதனுடைய வேலைத்திட்டம் மிகக் குறுகலாக இருந்ததே ஆகும்.

இக்கட்சியின் எதிரிகள் 'வேலை தேடிகள்' என்று இக்கட்சியை வர்ணித்தனர். இந்தச் சொல்லைத்தான் 'ஹிந்து' பத்திரிகை அடிக்கடி பயன்படுத்தியது. இந்தக் குற்றச்சாட்டை நான் பெரிதாக எடுத்துக் கொள்ளவில்லை. ஏனென்றால் அடுத்தக் கட்சியினரும் இதே வகைபட்டவர்கள்தானே! பிராமணரல்லாதார் கட்சியின் வேலைத்திட்டத்தில் உள்ள ஒரு குறை என்னவென்றால் அவர்கள் தமது இளைஞர்களுக்குக் குறிப்பிடத்தக்க எண்ணிக்கையில் வேலை வாய்ப்புகள் கிட்ட வேண்டும் என்று கூறுவதே. இது மிகவும் நியாய மானது தான். ஆனால் பிராமணரல்லாத இளைஞர்கள் - இவர் களுக்கு வேலை கிடைப் பதற்காகக் கட்சி 20 வருட காலம் போராட வேண்டியிருக்கிறது.

தமக்கு வேலையும் ஊதியமும் கிடைத்த பின்னர் தமது கட்சியை நினைத்துப் பார்த்தார்களா?

கடந்த 20 வருடங்களாகப் பதவியிலிருந்த கட்சியைக் கிராமங்களில் வசிக்கும் 90 சதவீத மக்களை மறந்துவிட்டனர். மக்கள் வசதி சிறிதும் அற்ற வாழ்க்கை வாழ்ந்துகொண்டு கடன்காரரர்களின் பிடியில் சிக்கி அல்லல்படுகின்றனர். இந்தக் காலகட்டத்தில் இயற்றப்பட்ட சட்டங்களை நான் பரிசீலித்துப் பார்த்தேன். நிலச் சீர்திருத்தம் என்ற ஒரே ஒரு நடவடிக்கை தவிர குத்தகைதாரரர்கள், விவசாயிகள் பற்றி இவர்கள் ஒரு சிறிதும் கவலைப்படவில்லை. அதாவது "காங்கிரஸ் பேர்வழிகள் இவர்களது ஆடைகளையே திருடிச்சென்றுவிட்டனர்" என்று தான் இது காட்டுகிறது.

நடந்துள்ள சம்பவங்கள் என்னைப் பெரிதும் வருத்துகின்றன. ஒரு கட்சி மட்டும்தான் அவர்களைக் காப்பாற்றும் என்று மட்டும் நான் அழுத்திச் சொல்ல விரும்புகிறேன். ஒரு கட்சிக்கு நல்ல தலைவர் வேண்டும், ஒரு கட்சிக்கு நல்ல அமைப்பு வேண்டும், ஒரு கட்சிக்கு அரசியல் மேடை வேண்டும்". (பக்கம்: 405-407- பாபாசாகேப் அம்பேத்கர் பேச்சும் எழுத்தும், தொகுதி 37, தமிழ்)

மேற்கண்ட கருத்துக்களுடன் மட்டுமில்லாமல் டாக்டர் அம்பேத்கர் அவர்கள் ஒரு கட்சி ஒரு வேலைத்திட்டம் ஒரு தலைமை என்று ஒற்றுமையுடன் இருந்து செயல்பட வேண்டும் என்று மிக விரிவாக விளக்கியிருக்கிறார். விரிவாக வாசிக்க எண்ணுபவர்கள் டாக்டர் அம்பேத்கருடைய மூல நூல்களைச் சென்று பயில வேண்டும்.

வரலாறு மீண்டும் திரும்புகிறது

1950களில் இருந்து மீண்டும் காங்கிரஸ் ஆளுமைப் பெற்றது. பின்னர் பெரியாரின் சமூகப் பேருழைப்பிற்கு அறிஞர் அண்ணா, நாவலர் நெடுஞ்செழியன், கலைஞர் கருணாநிதி, எம். ஜி. ராமச் சந்திரன், பேராசிரியர் அன்பழகன், கவிஞர் கண்ணதாசன், கவிஞர் சுரதா, கவிஞர் குடியரசு, எஸ்.எஸ். ராஜேந்திரன் உள்ளிட்ட பல்வேறு கலைஞர்கள், அறிஞர்கள், கவிஞர்கள் செயல்பாடுகளி னால் திராவிட இயக்கங்கள் 1967இல் ஆட்சியைத் தமிழகத்தில் கைப்பற்றினர். அதிலிருந்து கடந்த 53 ஆண்டுகளாகத் திராவிட இயக்கங்கள் தான் தமிழகத்தை ஆண்டு வருகின்றன.

உண்மையில் வட இந்தியாவையும் தென்னிந்தியாவையும் ஒப்பிட்டுப் பார்க்கும்பொழுது பல்வேறு விதமான மாற்றங்களை, வளர்ச்சிகளைத் திராவிட இயக்கங்கள் கொண்டு வந்து இருக்கின்றன என்பதில் ஐயமில்லை. இருப்பினும் தமிழகத்தில் இன்றைக்கும் வன்கொடுமை வாழும் பூமியாக ஆணவப் படுகொலைகளின் கால மாகச் சமூகத்தில் பெரும் தேக்கம் இருப்பதை யாரும் இல்லை என்று மறுக்க முடியாது.

தமிழக அரசின் தலைமைச் செயலாளராகவும் மிசோரம் மாநில ஆளுநராகவும் இருந்த மூத்த அதிகாரி ஐயா டாக்டர் ஆ. பத்மநாபன் அவர்கள் "தலித்துகளின் இன்றைய நிலைமை"

(Dalits Crossing the road, 1st edition 1996) என்ற விரிவான நூலில் தந்தை பெரியாருக்குப் பிறகு, அறிஞர் அண்ணாவுக்குப் பிறகு அரசியல் களத்திலேயே திராவிட இயக்கங்களின் சக்தி செலவிடப் பட்டது. சமூகம் இன்னும் மாற்றப்படாமல் இருக்கிறது என்று கூறி இருக்கின்ற கருத்தும் இங்கே ஆழ்ந்து சிந்திக்கத்தக்க ஒன்றாகும்.

டாக்டர் அம்பேத்கர் கூறியிருக்கின்ற கருத்துகள் பழையகால நிலைமைக்கு மட்டுமல்ல, இரண்டாவது கட்டத்தில் திராவிட இயக்கங்கள் பெற்ற வெற்றிக்குப் பிறகும் ஏற்பட்டிருக்கின்ற தேக்க நிலைகளைக் கவனித்துச் செல்ல வேண்டிய திசைவழியையும் காட்டுகின்றது. இருபதாம் நூற்றாண்டுக்கு எதிர்த்திசையில் இன்றைய இருபத்தியோராம் நூற்றாண்டின் நிலை சென்று கொண்டிருக்கின்ற அரசியல் சமூகச்சூழலில் கடந்த கால அரசியல் நிகழ்வுகளில் இருந்து கற்றுக் கொள்ள வேண்டிய பாடங்கள் நிறைய உண்டு.

♦ ♦

31. பாபாசாகேப் அம்பேத்கரின் சூத்திரர்கள் யார்? நூலினூடே வெளிப்படும் மராட்டிய சிவாஜியின் எழுச்சியும் பேரறிஞர் அண்ணா படைத்த சந்திர மோகன் (சிவாஜி கண்ட இந்து ராஜ்யம்) நாடகமும்

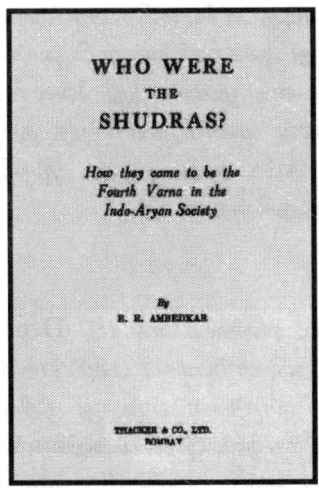

இந்திய மக்கள் தொகையில் பெரும்பான்மையினராக உள்ள சூத்திரச் சாதியினர் ஏறத்தாழ ஆயிரத்திற்கும் மேற்பட்ட சாதிகளாக இந்தியத் துணைக்கண்டம் முழுவதும் பரந்து விரிந்து கிடக்கின்றனர். தங்களை வைசியர் என்றும் பிராமணர் என்றும் சத்ரியர் என்றும் கூறிக்கொண்டு மேம்படுத்திக் கொள்வதற்காக எத்தனையோ எழுதப்பட்ட நூல்கள் உண்டு. இந்தப் பாகுபாடு கள் எதுவும் நிரந்தரமானவை அல்ல. அவை கற்பனையானவை என்பதினால் அவ்வாறு கூறிக் கொள்வதில் தவறுகள் ஏதும் இல்லை.

வாய்மொழி வழக்காறுகளும் நிறைய உண்டு. இவை யாவற்றிலும் வரலாற்று ஆய்வு என்பதைவிடவும் புனைவுகள் மேலோங்கி சமுதாயச் சாதிய முரண்பாடுகள் வெளிப்பாட்டு வடிவங்களாகப் பல்வேறு கூறுகள் படைப்புகளில் இருப்பதைத் தெளிவாகக் காணமுடியும்.

சாதிய, வருணப் பாகுபாடுகள் இந்தியா முழுவதும் ஒரே மாதிரி எந்தக் காலத்திலும் இருந்ததில்லை; இருக்கவும் முடியாது. இந்த அடிப்படையில் தென்னிந்தியாவில் 'மன்னன் உயிர்த்தே மலர்தலை உலகம்' என்றுதான் நீண்ட நெடுங்காலமாக இருந்துள்ளது. அரசர், அந்தணர், வணிகர், வேளாளர் என்ற சமூகக் கட்டமைப்பு இருந்துள்ளது. மேலும் பண்டித அயோத்திதாசர், வேளாளர்கள்தான் உழவர்கள்தான் உலகத்து அச்சாணி என்று திருவள்ளுவர் தொடங்கி அனைவரும் பேசுவதை முன்வைத்து வேளாளர் தான் முதன்மை குடிகள், பிறகுதான் வணிகர்கள் பிறகு தான் மற்ற குடிகள் என்று வேறு பல கட்டமைப்புகளும் இங்கே பேணப்பட்டு வந்துள்ளன எனக் கூறுகின்றார்.

மராட்டிய சிவாஜியின் வரலாறு

பிரிட்டிஷ் அரசு அதிகாரி டென்னிஸ் கின்காய்டு (Dennis kin caid) நூல். பிரிட்டிஷ் அரசு அதிகாரியாகப் பணியாற்றிய டென்னிஸ் கின்கார்டு அவர்கள் சிவாஜியின் வரலாறு குறித்து மகத்தான நூலை எழுதியுள்ளார். இந்த நூல் இந்திய அறிவுலகில் பெரும் தாக்கத்தை உருவாக்கியது என்று கூறலாம். மராட்டி மொழியில் தாதாசாகிப் கெலுஸ்ர் அவர்களும் விரிவாக சிவாஜியின் வரலாற்றை எழுதியுள்ளார். மகாத்மா ஜோதிராவ் புலே அவர்களின் சிவாஜி வரலாற்றுக் கதைப் பாடல்.

"நவீன இந்தியாவின் மாபெரும் சூத்திரர்" என்ற பாபா சாகேப் அம்பேத்கரால் அழைக்கப்பட்ட ஜோதிராவ் பூலே அவர்கள் வெள்ளையரிடமிருந்து இந்தத் தேசம் விடுதலை பெறுவதைவிட சாதிக் கொடுமைகளில் இருந்தும் வருணப் பாகுபாடுகளிலிருந்தும் விடுபடுவது மிக முக்கியமானது என்று உரைத்த மகத்தான அறிஞர் ஆவார். இவர் அடிமைத்தனம், உழவர் பிரச்சனை என்று பல்வேறு நூல்களை மகத்துவமான முறையில் எழுதியவர்.

இவரும் மராட்டிய சிவாஜியின் எழுச்சியைச் சிறப்பான முறையில் விவரித்துள்ளார். சத்ரபதி சிவாஜி சைனியத்திற்குக் கூறியது - கவிஞர் பாரதியார். தமிழில் கவிஞர் பாரதியார் சிவாஜியின் எழுச்சியை முகலாயப் பேரரசர் காலத்தில் உருவான மராட்டிய

மண்டல எழுச்சியை வெள்ளை ஆதிக்கத்திற்கு எதிரான குரலாக மாற்றிப் பாவலர் பாரதியார் படைத்துள்ளார்.

சத்திரியர் யார்? பாபாசாகேப் அம்பேத்கர்

பாபாசாகேப் அம்பேத்கர் தமது ஆய்வில் சத்திரியர்களாக இருந்தவர்கள் சூத்திரர்களாகப் பின்னர் பதவியிறக்கம் செய்யப்பட்டார் என்றும் விவரிக்கின்றார். இதற்குப் பல்வேறு இலக்கிய வரலாற்றுச் சான்றுகளை எடுத்துக் காட்டுகின்றார். இதற்கு ஒரு தக்க விளக்கமாகச் சூத்திரராக அறியப்பட்ட சிவாஜி சத்திரியராக எவ்வாறு மாற்றப்பட்டார்? எவ்வாறு தாக்கம் எதிர்த்தாக்கம் (Influence - Counter influence) என்று ஒப்பிலக்கியத்தில் கூறுவதைப்போல சமுதாய, கலாச்சாரத்தில் எவ்வாறு எதிர் நிலை மாற்றமாக இருந்தது என்பதை சிவாஜியின் வரலாற்றைக் கொண்டு விரிவாக விளக்குகின்றார்.

'சந்திரமோகன் அல்லது சிவாஜி கண்ட இந்து ராஜ்யம்' - அறிஞர் அண்ணா, வாளினால் வெற்றிகொண்ட மாவீரன் சிவாஜியின் போர் வீர மரபைக்கூட தனது நூலினால் வேத மந்திரங்களால் எவ்வாறு பிராமணியம் தள்ளாட வைத்தது; சிக்க வைத்தது என்பதை விளக்கும் விதமாக சிவாஜியைக் கையாண்டு அண்ணா தீட்டிய இந்த நாடகம் திராவிட இயக்க வரலாற்றில் மிக முக்கியமான ஒரு படைப்பாகும். இந்தப் படைப்பின் மூலமாகத்தான் விழுப்புரம் சின்னையா மன்றாயர் கணேசன் 'சிவாஜி கணேசன்' ஆனார்.

பெரியார் ஈ.வெ.ரா. உள்ளிட்டோர் பாராட்டிய நாடகமும் கூட. காசியின் காகப்பட்டராக அறிஞர் அண்ணாவே வேடம் ஏற்று நடித்தார். சந்திரமோகன் என்ற கதாபாத்திரத்தின் மூலமாக அறிவொளியை ஏற்றுகின்ற வேலையை இந்த நாடகத்தில் அறிஞர் அண்ணா செய்தார். இவ்வாறு இருபதாம் நூற்றாண்டில் மராட்டிய சிவாஜியின் வரலாறு உலக மாமேதை அம்பேத்கர் அவர்கள் எழுத்துக்களிலும் தமிழகத் திராவிட இயக்கத்திலும் ஊடாடி நின்றது என்பது கவனிக்கத்தக்கது.

32. மாநிலச் சுயாட்சி - பாபாசாகேப் அம்பேத்கரின் முன்னோடிச் சிந்தனைகள்

மத்தியில் கூட்டாட்சி மாநிலத்தில் சுயாட்சி என்ற அடிப்படையில் தென்னிந்தியாவில் இருந்து உருவான பல்வேறு கருத்துக்கள் இந்திய அரசியலில் இன்றைக்கும் மிக முக்கியமான பலம் வாய்ந்த கருத்துக்களாக உள்ளன.

மொழிவாரி மாகாணங்கள், மாநில சீரமைப்புக் குழுவிடம் அளித்த கருத்துக்கள், பாராளுமன்ற உரைகள் மற்றும் சைமன் குழுவிடம் அளித்த கருத்துகள், மாநிலங்களும் சிறுபான்மை யினரும் உள்ளிட்ட பல்வேறு நூல்களிலும் உரைகளிலும் பல்வேறு கருத்துகளை மத்திய அரசு, மாநில அரசு குறித்து டாக்டர் அம்பேத்கர் தெளிவாக விவரித்து உள்ளார்.

பல்வேறு சாதி மத இன மொழி பண்பாட்டுக் கூறுகளைக் கொண்ட இந்தியத் தேசத்தில் வெற்றி பெற்ற அரசியல் வாழ்க்கைக்கு அண்ணல் அம்பேத்கர் காட்டியுள்ள அணுகுமுறைகள் மிக ஆழமானவை; அகலமானவை; விரிவானவை. இவைகளைப் பின் பற்றிச் செல்வது தேசத்தின் வலிமைக்கும் ஒளிமிக்க எதிர்காலத்திற் கும் வழிவகுக்கும்.

33. பாபாசாகேப் அம்பேத்கர் பற்றி தென்னாட்டு அறிஞர், கவிஞர் பாராட்டுகள்

“பாரதியார் முதல் பாரத நாட்டின்
காந்தி அண்ணலார் பெரியார் வரையிலும்
தீண்டாமை நோய் தீண்டா வண்ணம்
பணியாய்க் கொண்டனர்!-பணியில் எவர்க்கும்
அணியில் முன்நின்ற அம்பேத்காரின்
எரிமலை எண்ணமும் எழும் புயல் செயலும்
விரிவுலகத்தையே விழிப்புறச் செய்தன.
ஆரியக் கொட்டம் அடியோ டழிய
வீரியம் கொண்ட வெஞ்சின வேங்கை முன்
மதத்திமிர் அழிந்தது; சமயம் மடிந்தது;
அதற்கு ஒரு வழி அவர் கண்டார்! இந்திய
நாட்டின் உரிமைப் பேரேட்டின் சட்டம்
அமைத்தவர் ஆதலின்; சாதி வேற்றுமை
குமையத் தானே குலம்உயர் வென்ற
ஆரியப் பெண்ணை மணந்தார்! அதனால்
ஓர்இனம் தனிஇனம் ஒட்டோம் என்னும்
தடையுடை படுவதால் உடைமை யுடைபடுமே!
உடைமையால் அல்லவோ உயர்வும் தாழ்வும்;
அம்பேத்கர் போல் ஆரியப் பெண்களை
நம்மவர் மணக்க நாடுருப் படுமே!”

- புரட்சிக்கவிஞர் பாரதிதாசன். தொண்டு வ.வீராசாமி ஐயா அவர்கள் நடத்திய ஏட்டில் எழுதிய கவிதை.

"நண்பர் டாக்டர் அம்பேத்கர் இப்போது கவர்னரின் நிர்வாக கவுன்சில் உறுப்பினராக ஆகியுள்ளார். வேறு நாட்டில் பிறந்திருந்தால் இந்த உயர்ந்த நிலையை அவர் எப்பொழுதோ அடைந்திருப்பார். ஒரு ஞானியைப் போல் ஏழை எளியோர்க்கும் ஒட்டு மொத்த நாட்டு மக்களுக்கும் வழிகாட்டி நடத்தி வருகிறார்"

- ராவ்பகதூர் தந்தை என். சிவராஜ்.

"டாக்டர் அம்பேத்கர் உணர்ச்சியின் ஊற்று; தன்னம் பிக்கையின் சிகரம்; கல்விக்கடல்; உழைப்பினால் உயர்ந்த உலக பெரியவர்களில் ஒருவர்; தாழ்த்தப்பட்ட மக்களின் அரும்பெரும் தலைவர்; சாதியின் வைரி; மதத்தின் கோடரி; பகுத்தறிவின் பாசறை"

- குத்தூசி குருசாமி.

"டாக்டர் அம்பேத்கார் சமுதாயப் புரட்சிக்குப் பாடுபட்டார் என்பது மட்டுமல்ல சிறந்த சிந்தனைச் சிற்பி ஆனபடியால் சமயத் தத்துவங்களையும் வேதங்களையும் அலசி ஆராய்ச்சி செய்த வரும் ஆவார். ஆகையால் 'நட்ட கல்லைச் சுற்றி வந்து முணு முணுத்தால் எப்பலனையும் எட்ட முடியாது' என்று ஆணித் தரமாகக் கூறிக் கோயில்களில் சாமியைப் பூஜிப்பது அர்த்தமற்றது என்றார்"

- தோழர் ஏ. எஸ். கே.

"பட்டங்கள் அனைத்தும் எழுதியே பெற்றவர் உலக மேதை டாக்டர் அம்பேத்கர். இவர் ஒரு எதிர்நீச்சல் தலைவர். இவர் இழுத்தக் கோடு கடைசி வரை நேர்க்கோடாகவே இருந்தது. தந்தை பெரியாருக்கு நெருங்கிய நண்பராகவும் எட்டுத் திசை களிலும் புகழைப் பரப்பியவராகவும் விளங்கியவர் டாக்டர் அம்பேத்கர்".

- உவமைக்கவிஞர் சுரதா

"புயலாய்ச் சீறி பூகம்பமாய்க் குலுங்கி புரட்சி செய்த புதிய புத்தன் அம்பேத்கார்!"

- டாக்டர் கலைஞர் மு. கருணாநிதி

"ஒடுக்குண்ட எண்கோடி மக்கள் உள்ளத் தொளிர்கின்ற திருவிளக்கு பேதத் தாலே தடுக்கப் பட்டுழல்கின்ற வழக்கந் தன்னை தகர்த்தெறியும் அணுகுண்டு! தாழ்நிலத்தில் எடுத்துற்றப் பெரும் புதையல்! அறிவின் ஊற்றாய் இயற்கை அன்னை ஈன்றெடுத்து நம்பால் இன்று கொடுத்துற்றக் குடியரசின் தலைமைச் சிற்பி: கொள்கையிலே மாறாத வைரநெஞ்சன்.

- மகாமதுர கவிஞர் வீ.வே. முருகேச பாகவதர்

◆ ◆

34. பாபாசாகேப் அம்பேத்கரைப் போற்றிய தென்னாட்டுக் கவிஞர்கள், அறிஞர்கள்-2

வரலாற்றறிஞர்
கே.கே. பிள்ளை

தத்துவக் கவிஞர்
குடியரசு

கோலார் தங்கவயலுக்கு 1954 இல் வருகை தந்தபோது சேலத்தைப் பூர்வீகமாகக் கொண்டவரும் கிறிஸ்துவ பின்னணி யிலிருந்து வந்தவரும் சிறந்த பேச்சாளரும் செயல்பாட்டு வீரரு மான பண்டித கேப்ரியல் அப்பாதுரையார் அவர்களுடன் பாபா சாகேப் அம்பேத்கர் அவர்கள் ஒரு மணி நேரம் கலந்துரையாடி னார். கோலார் தங்கவயல் சமூக, பொருளாதார நிலைமைகள், அங்கே பௌத்தத்தின் தாக்கம் உள்ளிட்டவைக் குறித்து அலசினார் என்று பல்வேறு அறிஞர்கள் குறிப்பிட்டுள்ளனர். இந்த உரை யாடல் குறித்து மேலதிக தகவல்கள் கிட்டவில்லை. அவை கிடைக்கும் போது இன்னும் பல புதிய செய்திகள் கிடைக்கலாம்.

தமிழ் அறிவு உலகில் புகழ்பெற்று விளங்கிய திருநெல் வேலியைச் சார்ந்த பன்மொழிப் புலவர் காசி விசுவநாத அப்பா துரையார் அவர்கள் "தென்னாட்டுப் போர்க்களங்கள்" என்ற விரிவான சிறந்த நூலில் மிக விரிவான வரலாற்றுச் சமூக அரசியல் பின்புலங்களை விளக்குகிறார். அதில் டாக்டர் அம்பேத்கர் நாகர்கள் பற்றித் தருகின்ற பல்வேறு தரவுகளை அப்பாதுரை

யாரும் அதே தன்மையில் இந்த நூலில் அப்படியே வழிமொழிந்து உள்ளார். இதற்கு அவரின் பரந்துபட்ட அறிவும் டாக்டர் அம்பேத்கரை அப்பாதுரையார் ஆழ்ந்து படித்து இருப்பார், என்பதும் எண்ணுதற்குரியது.

தமிழ் வரலாற்று அறிவுலகில் மிகவும் புகழ்பெற்ற அறிஞர் (கே.கே) கோலப்ப கனகசபாபதிப் பிள்ளை அவர்கள் தனது நூல் ஒன்றை டாக்டர் அம்பேத்கருக்குக் காணிக்கை ஆக்கினார் என்பது வரலாற்று அறிஞர்களே கூட மறந்துவிட்ட ஒரு செய்தியாக இருந்தாலும் நினைவுபடுத்த வேண்டிய செய்தியாகும். தமிழ் அறிவுலகம் தலைசிறந்த சான்றோர்களை ஆழ்ந்து கற்றுப் போற்றி உள்ளது என்பதற்கான ஒரு சிறு பதிவு இது.

"சிந்திக்க வைப்பதற்கே பிறந்தபோதன்
சீர்திருத்த அலையெழுப்பும் அறிவு வாரி!
சந்திக்கும் பெரும் கிளர்ச்சி அம்பேத்காரை
சந்தித்த அனைவருமே மனிதர் ஆனார்.
கோத்திரங்கள் சாத்திரங்கள் குல தர்மத்தின்
குளறுபடி குறுக்கீடு எல்லாம் சேர்ந்து
பூத்திருந்த அன்புதனைக் கருக்கிப் போட்டு
பூசலுக்குத் தூபமிட்டால் அம்பேத்காரைக்
காத்திருந்து அழைக்காதா காலம்! அந்தக்
காட்டாற்று வெள்ளத்தில் சிக்கிக் கொண்ட
சாத்திரங்கள் பட்டபாடு கொஞ்சமல்ல
சமுதாயச் சிற்பியவர்; மேதை அண்ணல்"

- தத்துவக் கவிஞர் குடியரசு

35. பாபாசாகேப் அம்பேத்கரைப் போற்றிய தென்னாட்டுக் கவிஞர்கள், அறிஞர்கள் பகுதி-3

'தீண்டாமை, பாராமை, நெருங்காமை, பிறப்பினால் உயர்வு தாழ்வு போன்ற மிக மிகக் கொடிய தொற்றுநோய்க் கிருமிகள் குடியேறியுள்ள மாளிகை, தங்கத்தால் ஆக்கப்பட்ட அரண்மனையாக இருந்தாலும், அங்கு டாக்டர் அம்பேத்கர் போன்றவர்கள் நீண்ட நாள் வாழ ஒப்பமாட்டார்கள்; வெளியேறித் தான் தீருவர். டாக்டர் அம்பேத்கரின் இந்த மதமாற்றம் நல்லறி வாளர்கள் அனைவருடைய பாராட்டுதலுக்கும் உரியதாகும்.

- அறிஞர் அண்ணா, திராவிட நாடு ***21.10.1956.***

"தீண்டுதல் குற்றம்;
தெருவில் நடக்க வேண்டுதல் குற்றம்;
விழியால் பார்ப்பது
மிகப் பெரும் குற்றம்; மிதியடியணிந்து
நடப்பது குற்றம்; நாயினுங் கீழா
இந்திய நாட்டில் இப்படி ஓர் இனம்
சொந்த நாட்டில் நொந்து தவித்தது;
அடிமைப் புழுவெனப் படிமிசைக் கிடந்தது;
சிந்தனை மாந்தர் நொந்தனர் ஆகி

இந்த நிலை ஏன்? என்றனர் ஏங்கி;
அவரவர் தலைவிதி ஆண்டவன் படைப்பிது
தவறில் சாத்திரம் தந்த நெறியென
ஓதினர் இறைவன் தூதுவர் என்போர்!
தூதரைத்துரத்து தொழத்தகு இறைவன்
படைத்தனன் ஆகின் உடைத்தெறி அவனை
சாத்திரம் எதுவெனில் ஆத்திரம் கொண்டு
போர்த்திறன் காட்டு, பொசுக்கு நெருப்பில்.
மதவெறி தடுத்தால் மதத்தை மாற்றெனப்
புதுநெறி காட்டிப் பொங்கினர் இருவர்;
தெற்கில் திராவிடப் பெரியார் ஒருவர்
வடக்கில் வாழ்ந்த அம்பேத்கர் ஒருவர்
இருவர் தோன்றி எதிர்த்தனரேனும்
சரிவரச்சமநிலை சார்ந்தில தின்னும்!
மாற்றம் வேண்டின் நூற்றுவர் வேண்டும்
தூற்றும் மதவெறி சூழின்
ஏற்றம் பெறுமோ இந்திய நாடே?"

- கவியரசர் முடியரசன் காரைக்குடி.

"ஒருவனால் கோடி மக்கள் உயர்ந்தனர் என்றால்
அந்த ஒருவனே நீதான்"

- கவியரசர் கண்ணதாசன்.
(1956 இல் பாபாசாகேப் அம்பேத்கர் காலமானபோது எழுதிய நீண்ட கவிதையில் இரு வரிகள்).

◆◆

முனைவர் க. ஜெயபாலன்

36. சென்னையில் பாபாசாகேப் அம்பேத்கரின் அறிவு முழக்கத்துக்கான எதிர்வினைகள்

அறிவு முழக்கம் கண்டு அலறியோரின் எதிர்வினைகள்

1945ஆம் ஆண்டு டிசம்பர் மாதத்தில் சென்னைக்கு வருகை புரிந்தபோது டாக்டர் அம்பேத்கர் அவர்கள் சென்னை பார்க் டவுன் மெமோரியல் ஹாலில் ஏற்பாடு செய்யப்பட்டு இருந்த தென்னிந்திய நல உரிமைச் சங்கத்தின் கூட்டத்தில் பேசினார்.

"அதே அரங்கில் பார்ப்பனரல்லாத வழக்கறிஞர் சங்கத்தின் இரண்டாவது ஆண்டு மாநாட்டைத் தொடங்கி வைத்து டாக்டர் அம்பேத்கர் பேசினார். அப்போது மனு நீதியையும் மற்ற இந்து மத சாத்திரங்களையும் டாக்டர் அம்பேத்கர் கடுமையாகச் சாடினார். அவருடைய இப்பேச்சு தென்னிந்தியாவில் சாதி இந்துக்களிடையே கடும் சினத்தைக் கிளப்பியது. சினங்கொண்ட இந்துக்கள் பலரும் அம்பேத்கருக்குக் கடிதங்களை அனுப்பினார்கள். கடிதங்கள் சொல்லவோ எழுதவோ கூச்சமடைய கூடிய மொழியில் எழுதப்பட்டிருந்தன. அம்பேத்கரின் உயிருக்கே உலை வைக்கப் போவதாகவும் மிரட்டி இருந்தன" (பக்கம்: 555, டாக்டர்

அம்பேத்கர் வாழ்க்கை வரலாறு, தனஞ்செய் கீர் தமிழில் :
க. முகிலன்)

உண்மைகளை எடுத்துரைக்கும்போது பொய்மைகளின் மீது தங்கள் மேடைகளைக் கட்டியோரின் அலறல். இத்தகு முறையில் எழுதப்பட்ட கடிதங்களைப் பற்றி டாக்டர் அம்பேத்கர் அவர்கள் சூத்திரர்கள் யார்? என்ற நூலின் முன்னுரையில் (உண்மையில் டாக்டர் அம்பேத்கர் எழுதி உள்ள அனைத்து முன்னுரைகளுமே மிகப்பெரிய அறிவுக் கருவூலங்களாக விளங்குபவைதான். அதே நேரம் இந்த நூலுக்கு எழுதியுள்ள முன்னுரையும் தீண்டப்படாத வர்கள் நூலுக்கு எழுதியுள்ள முன்னுரையும் இந்திய வரலாற்றையே மிகத் தெள்ளத் தெளிவாகக் காட்டுகின்ற அரிய முன்னுரைகள் ஆகும்)

இதைப் பற்றிப் பின்வருமாறு கருத்துரைக்கிறார்:

"இந்த விஷயம் குறித்து சென்னையில் நான் ஆற்றிய உரை பற்றி மிகவும் சினமுற்று பெரிதும் நிதானம் இழந்து இந்துக்கள் எனக்கு ஏராளமான கடிதங்கள் எழுதியதிலிருந்து இதன் முன் என்றும் இல்லாதபடி இதனைத் தெரிந்து கொண்டேன். இந்தக் கடிதங்கள் சொல்லக் கூசும் வகையில் மிகவும் ஆபாசமான மொழியில் எழுதப்பட்டிருந்தன; என்னைக் கொலை செய்துவிடப் போவதாக வும் பல கடிதங்களில் அச்சுறுத்தப்பட்டு இருந்தன. முதல் குற்றம் செய்தவனாகக் கருதி சென்றமுறை வெறும் பயமுறுத்தலுடன் என்னை விட்டு விட்டார்கள். இந்தத் தடவை அவர்கள் என்ன செய்யப் போகிறார்களோ தெரியவில்லை. ஏனென்றால் எனது புத்தகத்தை வாசித்து அவர்கள் நிச்சயமாக மேலும் அதிகக் கோபம் அடைவார்கள். புனித நூல்கள் என்ற பெயரால் எத்தகைய மோசடிகள் நடைபெற்று வருகின்றன என்பதையும் அரசியல் நோக்கம் கொண்ட எத்தகைய குருட்டுத்தனமான கட்டுக் கதைகளும் ஏமாற்றும் சூழ்ச்சிகளும் அவற்றில் அடங்கியுள்ளன என்பதையும் அத்தியாயம் அத்தியாயமாக ஸ்லோகம் ஸ்லோகமாக நான் எடுத்துக் காட்டியிருப்பது பழைய குற்றத்தை முன்னிலும் கொடூரமான முறையில் செய்திருப்பதாக அவர்கள் கண்களுக்குப் படும் அவர்களது வசவுகளையும் நிந்தனைகள் ஐயோ

பயமுறுத்தல்கள் ஐயோ நான் பெரிதாக எடுத்துக்கொள்ளப் போவதில்லை. ஏனென்றால் அவர்கள் தமது மதத்தைப் பாதுகாக்க போவதாகக் கூறிக் கொண்டு அந்த மதத்தையே ஒரு வணிகப் பொருள் ஆக்கிவிட்ட ஓர் இழிவான கும்பல் என்பதை நான் நன்கு அறிவேன். அவர்கள் இந்த உலகிலேயே வேறு எங்கும் காண முடியாத அப்பட்டமான சுயநலவாதிகள். தங்கள் வர்க்க நலன்களைப் பாது காப்பதற்காக அவர்கள் தங்கள் அறிவாற்றலையே அடகு வைத்து வருகிறார்கள்." (பக்கம் 10-11, நூல் தொகுதி 13 (தமிழ்), பாபாசாகேப் அம்பேத்கர் பேச்சும் எழுத்தும்)

◆ ◆

37. சென்னைப் பகுத்தறிவாளர் சங்கத்தில் பாபாசாகேப் அம்பேத்கரின் உரை

டாக்டர் அம்பேத்கர் சென்னையில் இருக்கும்பொழுது பல நிறுவனங்கள் அவரை உரை நிகழ்த்த வருமாறு அழைத்தனர். இந்த நிறுவனங்களில் ஒன்றான சென்னைப் பகுத்தறிவுச் சங்கத்தார் (Madras rationalist forum) "இந்தியாவில் பகுத்தறிவு வாதம்" என்ற பொருள் பற்றிப் பேச அழைத்தனர்.

சென்னைப் பிராட்வேயில் உள்ள பிரபாத் டாக்கீஸில் 1944 ஆம் ஆண்டு செப்டம்பர் 24-ஆம் நாள் கூட்டம் நடந்தது. மேனாள் மந்திரி எஸ். இராமநாதன் (பெரியாரின் வலதுகரமாக இருந்தவர். அவரது அயல்நாட்டு பயணங்களின்போது உடன் சென்றவர். மேலும் ரேஷனலிஸ்ட் பத்திரிகை நடத்தியதாகவும் வாலாசா வல்லவன் அவர்கள் குறிப்பிடுகிறார். பின்னாளில் ராஜாஜி யுடன் இணைந்து (1937-38) தமிழக அமைச்சராக இருந்தவர். தஞ்சை மாவட்டம் மயிலாடுதுறை கொடைவிளாகம் கிராமத் தைச் சேர்ந்தவர்) தலைமையில் கூட்டம் நடைபெற்றது. எம்.எம். முத்து (முன்னோடி தமிழக அரசியல் ஆளுமையான சத்திய வாணி முத்து தன் கணவர் எம்.எஸ் முத்துவாக இவர் இருக்க வேண்டும்.) இன்னும் ஒரு தகவல் சத்தியவாணிமுத்து அம்மை யார் அவர்களே ஆங்கிலத்தில் டாக்டர் அம்பேத்கருக்கு

வரவேற்புரை வழங்கி உள்ளார் என்ற ஒரு செய்தியும் உள்ளது. 19 வயதிலேயே சிறப்பான ஆங்கில உரையை வழங்கியதைக் கண்டு தந்தை பெரியார் அவர்களும் சத்தியவாணிமுத்து அவர்களுக்கு ஊக்கம் அளித்ததாக ஒரு செய்தி உள்ளது. தகவல்களை வழங்கிய ஐயா செல்லதுரை, ஐயா வழக்கறிஞர் செல்வராஜ், ஐயா டாக்டர் பூரணேசன் ராஜூ ஆகியோருக்கு நன்றி) டாக்டர் அம்பேத்கரை வரவேற்றார். டாக்டர் அம்பேத்கர் பிறகுப் பேசினார்.

இந்தியாவில் பகுத்தறிவுவாதம் என்ற விஷயம் பற்றி மக்கள் பலரும் ஆர்வம் கொண்டுள்ளனர். மக்கள் மத்தியில் செல்வாக்குச் செலுத்துகின்ற விஷயமிது. இந்தியச் சமுதாயமும் சமுதாய வாழ்வும் இந்த விஷயத்தைக் கண்டு கொள்ளவே இல்லை. இந்திய வரலாறு பற்றிப் பல போலிக் கருத்துக்கள் உள்ளன. இலக்கியத் துறையில் பெரிய வல்லுநர்களாகத் திகழ்பவர்களைப் பாதிக்கும் வகையில் இக்கருத்துக்கள் உலா வருகின்றன. ஆழமான கருத்துக்களுடன் எழுதும் வரலாற்று ஆசிரியர்கள்கூட இந்தியாவில் அரசியல் பற்றி அதிகமாகக் குறிப்பிடவில்லை. பண்டைக்கால எழுத்தாளர்கள் தத்துவவியல், சமயம், மெய் விளக்க இயல்பு பற்றித்தான் எழுதினார்களே தவிர அரசியல் பற்றி அவர்கள் கவலைப்படவில்லை என்றும் கூறுகிறார்கள்.

பண்டைய காலத்தில் எந்த ஒரு நாட்டிலும் சமுதாய ஒழுக்கங்களைப் பாதிக்கும் விதமாக எத்தகைய புரட்சி நடந்ததில்லை. பண்டைய கால இந்தியர்களிடம் அரசாங்கமும் தத்துவ இயலும் முக்கியத்துவம் பெற்றிருந்தன. உலகில் எங்குமே இல்லாத வகையில் இந்தியாவில் பகுத்தறிவுவாதம் பிரச்சாரம் செய்யப் பட்டது. பிரெஞ்சுப் புரட்சியையே ஒரு சுண்டைக்காய் என்று சொல்லும் அளவுக்கு இந்தியா ஒரு புரட்சி பூமியாக விளங்கியது.

இந்திய வரலாற்றைப் பயில்கிறவர்கள் ஒரு உண்மையைக் கணக்கில் கொள்ள வேண்டும். இந்திய வரலாற்று ஆசிரியர்கள் அனைவருமே இதைக் கண்டுகொள்ளவில்லை. இந்த அடிப்படையான உண்மையை மனத்தில் கொள்ளவில்லை என்றால் இந்திய வரலாற்றை ஒருவரும் புரிந்துகொள்ள முடியாது. அந்த

அடிப்படை உண்மை என்னவென்றால் பண்டைக் கால இந்தியாவில் புத்த மதத்திற்கும் பிராமணியத்துக்கும் இடையில் ஒரு பெரும் போராட்டம் நடந்து வந்தது.

இப்போராட்டம் தான் இந்திய வரலாற்றை நிர்ணயம் செய்தது. தத்துவவியல் பேராசிரியர்கள் திரும்பத் திரும்பச் சொல்வது பற்றிய சச்சரவு இது. கோட்பாடு பற்றிய புரட்சியாக மட்டுமன்றி அரசியல் சமூக தத்துவவியல் புரட்சியாகவும் இது விளங்கியது. உலகச் சரித்திரத்திலேயே சுதந்திரம், சமத்துவம், சகோதரத்துவம் என்ற செய்தியை முதன் முதலாகச் சொன்னவர் புத்தர் தான். ஆனால் அவர்கள் தோற்றுப் போனார்கள் ஏனென்றால் புரட்சி எதிர்ப்புரட்சி தோற்கடிக்கப்பட்டுவிட்டது.

பகுத்தறிவு வாதமும் அவர்களிடமிருந்து போய் விட்டது. இதன் காரணமாக இந்துச் சமுதாய மிக மோசமான நம்பிக்கையில் உழல்கிறது. உருவ வழிபாடு மற்ற மூடப் பழக்கங்களும் மதத்தின் பெயரால் கடைபிடிக்கப்படுகின்றன. உண்மையை அணுகும் புத்தரின் பகுத்தறிவுப் பூர்வமான அணுகுமுறை மறைந்து போனது. இன்று அவர்கள் எதிர்ப் புரட்சியாளர்களின் கைகளில் சிக்கி யுள்ளனர். எதிர்ப்புரட்சியாளர்களின் வேதவாக்குப் பகவத்கீதையும் மனுஸ் மிருதியும்தான். பகுத்தறிவுக்கு ஒவ்வாத கோட்பாடுகள் இன்று அரசியலிலும் புகுந்துள்ள என்பதுதான் துயரமான விஷயம்.

(விரிவான வாசிப்பிற்குப் பார்க்க:பக்கங்கள்: 424-427, பாபாசாகேப் டாக்டர் அம்பேத்கர் பேச்சும் எழுத்தும், 37 தமிழ், ஆங்கிலம் English volume 17 part 3. Pg. 334)

◆ ◆

38. இந்தியக் கிறிஸ்தவம் குறித்த ஆய்வுகளில் தென்னிந்தியா பற்றிய குறிப்புகள்

இந்திய வரலாற்றில், இந்தியச் சமுதாய அரசியல் மறுமலர்ச்சியில் ஆர்வமுடைய எவரும் அண்ணல் அம்பேத்கரின் அனைத்து நூல்களையும் வாசிக்கவேண்டும் என்று பெருவிருப்பு கொள்வர் இதில் சந்தேகமில்லை. அதிலும் குறிப்பாக இந்து மதம், தீண்டாமை, சாதியம் குறித்து அவர் எழுதியுள்ள ஆய்வுகள் ஈடுஇணை யற்றவை. ஆங்கில நூல் தொகுப்புகளில் 4,5 தொகுப்புகளாக இருந்த நூலாக்கம் பெறாத நூல்களாக (Unpublished writings) இருந்து வசந்த் மூன் அவர்களின் பேருழைப்பால் நூலாக்கம் பெற்ற நூல்தொகுப்புகள் தமிழில் ஆறு ஏழு எட்டு ஒன்பது பத்து தொகுதிகளாக டாக்டர் அம்பேத்கர் பவுண்டேஷன் மற்றும் இந்தியச் சமூக நீதித்துறை உழைப்பில் அழகாக மொழி பெயர்க்கப்பட்டு வெளிவந்துள்ளன.

இவற்றைப் பத்தாவது தொகுதியில் பகுதி4 சமயம் ஆகும். இதில் 4 இயல்கள் உள்ளன. அவை முறையே 27, 28, 29, 30 ஆகும். இவ்வியல்களில் 29, 30 பகுதிகளில் மிக விரிவாக டாக்டர்

அம்பேத்கர் கிறிஸ்தவ சமய வரலாறு குறித்தும் அது இந்தியாவில் ஓரளவு இந்துக்களையும் தீண்டப்படாத மக்களையும் எவ்வாறு உள்வாங்கியது? மதம் மாறியவர்களின் நிலை என்ன? கிறிஸ்தவம் எவ்வாறு இந்தியாவில் சாதி ஒழிப்பிற்குப் பங்காற்றியது? அதன் வெற்றி, தோல்விகள் என்ன? அதன் எதிர்காலம் என்ன? என்று விரிவாக ஆராய்ந்துள்ளார். பக்கம் 479 இலிருந்து 562 ஆம் பக்கம் வரை விரிவாக ஆராய்ந்துள்ளார். இந்த ஆய்வை முடிக்கும் பொழுது அவர் பின்வருமாறு கூறுகிறார். இவை நெஞ்சில் நிறுத்த வேண்டிய கருத்துக்கள் ஆகும்.

"இந்தியக் கிறிஸ்தவர்கள் பால் நான் ஆழமான அக்கறை கொண்டு இருக்கிறேன். ஏனெனில் அவர்களில் மிகப்பெரும் பான்மையினர் தீண்டப்படாத சாதிகளில் இருந்து ஈர்க்கப்பட்ட வர்கள். நான் செய்துள்ள விமர்சனங்கள் நண்பனின் விமர்சனங் களே அன்றி ஒரு எதிராளியின் விமர்சனங்கள் அல்ல.

அவர்களின் குறைகளை அவர்களது கவனத்திற்குக் கொண்டு வந்ததற்குக் காரணம் அவர்கள் பலம் உடையவர்களாக இருக்கவேண்டும் என்று நான் விரும்புவதால்தான். ஏனென்றால் அவர்களைப் பெரும் அபாயங்கள் எதிர் நோக்குகின்றன" (பக்கம் 561, தொகுதி 10 (தமிழ்) பேச்சும் எழுத்தும்)

இயேசுநாதரின் 12 சீடர்களில் ஒருவரான தாமஸ் காலம் தொடங்கி இந்தியாவில் கிறிஸ்தவம் நூற்றாண்டு தோறும் எவ்வாறு விரிவாக வளர்ந்துவிட்டது என்று விவரித்துள்ளார். தாமஸ் இந்தியாவிற்கு வந்தது சென்னையில் அவருக்கு நினைவுச் சின்னம் என்றெல்லாம் இருப்பினும் கூட அதற்கு இன்னும் நம்பத் தகுந்த சான்றுகள் சரியாக வேண்டும் என்று அண்ணல் அம்பேத்கர் எண்ணுகின்றார். இரண்டாம் நூற்றாண்டில் அலெக்சாண்ட்ரியா விலிருந்து கிறிஸ்தவ மத பிரச்சாரகராக வந்த பென்டோனியஸ் பற்றி வரலாற்று ஆவணங்களில் உள்ளது என்று கூறுகிறார். பின்னர் 15, 16 ஆம் நூற்றாண்டுகளுக்குப் பிறகு ஐரோப்பியரின் தொடர் பயணங்களை விரிவாக விளக்கியுள்ளார்.

கிறிஸ்தவ மதத்தின் வளர்ச்சிக்கு மூன்று காரணங்கள் வேகத்தடை போட்டு உள்ளன என்றும் விவரிக்கிறார். மேலும்

கிறிஸ்துவ நிறுவனங்கள் தங்களது உயர்கல்விகளையெல்லாம் இந்தியாவில் சாதிப் பிரிவு மக்களுக்கு விழுந்து கொண்டு பணி யாற்றினாலும் அவர்களில் எவரும் கிறிஸ்தவத்தை நோக்கித் திரும்புவது இல்லை. மாறாகத் தீண்டப்படாத மக்கள் கிறிஸ்தவத்தின்பால் ஈர்க்கப்பட்டாலும் கிறிஸ்தவர்கள் அவர்களை இன்னும் சரியான விதத்தில் அங்கீகரிக்கவில்லை. இந்தியாவில் கிறிஸ்தவர்கள் இன்னும் தீண்டாமை உணர்வுடன் இருக்கின்றனர் என்று டாக்டர் அம்பேத்கர் குற்றம் சாட்டுகிறார்.

கிறிஸ்தவர்கள் தங்களது அரசியல் ஆதிக்கம், ஒற்றுமை, தீவிரமான சமூகச் செயல்பாடுகள் ஆகியவற்றில் மிக கவனமாகத் தங்களை வளர்த்தெடுக்க வேண்டும் என்று அறிவுறுத்துகிறார். ராபர்ட் டி நொபிலி, சுவார்ட்ஸ் இன்னும் பல்வேறு கிறிஸ்தவப் பாதிரிகளின் பணிகளையும் விளக்குகின்றார்.

‘உண்மையான ஒரு கிறிஸ்தவன் சாதியில் நம்பிக்கை வைக்க முடியாது’ (பக்கம் 536 மேற்படி நூல்) என்று கருத்துரைக்கிறார்.

இந்த இடத்தில் டாக்டர் அம்பேத்கருக்கு 50 ஆண்டு களுக்கு முன்பேயே அயோத்திதாச பண்டிதர் அவர்கள் விவிலியத்தை ஒரு கையிலும் மறு கையில் மனுதர்மத்தையும் வைத்துக் கொண்டிருப்பவர்களை, சாதி பேதத்தைத் தேடுபவர்களை அரைக் கிறிஸ்தவர்கள் என்று விளக்கியுள்ளார் என்பது ஒப்பிட்டு ஆராயத் தக்கது. இந்தப் பதிவுகளில் டாக்டர் அம்பேத்கரின் ஆழ்ந்த புலமையை அற்புதமான மேற்கோள்கள் வழி அறியமுடிகிறது. மேலும் மிகக் கூரிய கண்களுடன் நேர்மையுடன் ஆய்வு செய்ததையும் உணர முடிகிறது.

◆◆

39. பாபாசாகேப் அம்பேத்கரின் பார்வையில் இந்தியக் கிறிஸ்துவத்தின் எதிர்காலமும் கிறிஸ்தவச் சமயப் பரப்பு ஞானிகளின் பணிகளும்

இந்தியச் சமூக விடுதலையில் ஆழ்ந்த சிந்தனையைப் பதித்த டாக்டர் அம்பேத்கர் அவர்கள் கிறிஸ்தவமும் அது இந்தியச் சமூகத்தில் செய்த மாற்றங்கள் குறித்தும் தெளிவான பல கருத்து களை வழங்கியுள்ளார். அவற்றில் சிலவற்றைக் காண்போம்.

"கல்வி, மருத்துவ உதவித் துறைகளில் கிறிஸ்தவ அமைப்பு களின் சாதனைகள் குறிப்பிடத்தக்கவையாகவும் பாராட்டக் கூடியவகையாகவும் இருந்தபோதிலும் பதில் சொல்ல வேண்டிய ஒரு கேள்வி இன்னமும் உள்ளது. மத மாற்றம் செய்யப்பட்ட வர்களின் மனோபாவத்தில் மாற்றம் செய்வதில் கிறித்தவ சமயம் என்ன சாதித்துள்ளது? மதமாற்றம் செய்யப்பட்ட தீண்டப்படாத வர்கள் தீண்டப்படுபவர்களது நிலைக்கு உயர்ந்து உள்ளனரா?

தீண்டப்படுபவர்களும் தீண்டப்படாதவர்களும் தங்கள் சாதியைக் கைவிட்டு விட்டனரா? தங்கள் பழைய சமயக் கடவுள் களைத் தொழுவதையும் தங்கள் பழைய சமய மூடநம்பிக்கை களைக் கடைப்பிடிப்பதையும் நிறுத்தி விட்டனரா? இவை முக்கியத்துவம் வாய்ந்த கேள்விகளாகும். இவற்றுக்குப் பதில் வேண்டும்; இந்தியாவில் கிறிஸ்தவ சமயம் நிலைத்து நிற்குமா

இராபர்ட் டி நொபிலி   வீரமாமுனிவர்

அல்லது விழுந்து விடுமா என்பது இந்தக் கேள்விகளுக்குக் கிடைக்கும் பதிலைப் பொறுத்துத்தான் உள்ளது". (பக்கம்: 525, பாபாசாகேப் அம்பேத்கர் பேச்சும் எழுத்தும், தொகுதி 10 தமிழ்) 'இது கடுமையான குற்றச்சாட்டாகும் இருப்பினும் இதே நிலை இந்தியாவின் எல்லாப் பகுதிகளுக்கும் பொருந்தாது என்பதும் அதே போல் சகல கிறிஸ்துவப் பிரிவினருக்கும் இது பொருந்தாது என்பதும் ஆறுதல் அளிக்கும் விஷயமாகும்' (பக்கம் : 528 மேற்படி நூல்).

ராபர்ட்- டி- நொபிலி

"கிறிஸ்துவ மதத்திற்கு மாறியவர்கள் பழைய பழக்க வழக்கங்களையும் மதச் சம்பிரதாயங்களையும் அப்படியே உடும்புப் பிடியாகப் பிடித்துக் கொண்டதற்குத் தற்காலத்தில் ஆரம்பத்தில் களத்தில் குதித்த இயேசு சமயப்பரப்பு குழுக்கள் விட்டுச்சென்ற மரபுகளே பெரும்பாலும் காரணம். பழைய சம்பிரதாயங்கள் சம்பந்தமாகக் கத்தோலிக்க சமய பரப்பு குழுக்கள் பற்றிய மனப்பான்மை 'மதுரை மிஷன்' எனப்படும் சமயப் பரப்புக் குழுவின் நோக்கிலிருந்தும் போக்கிலிருந்தும் வழிமுறைகளில் இருந்தும் பிறந்ததே ஆகும்.

இத்தாலி நாட்டின் ரோமன் கத்தோலிக்கப் பாதிரியார் ராபர்ட் டி நொபிலி என்பவரால் இந்த அமைப்பு ஸ்தாபிக்கப்பட்டது. அவர் இந்தியாவிற்கு ஆயிரத்து அறு நூற்று எட்டில் வந்தார்.

பிரான்சிஸ் சேவியரின் தோல்வி பற்றி அறிந்து கொண்ட அவர் ஒரு புது திட்டத்தை உருவாக்கினார். அவர் இயேசு நாதரின் சீடர் பாலின் வழியைப் பின்பற்றினார். எல்லாவற்றையும் எல்லோருக்கும் கொண்டுவர வேண்டும் என்றும் சிலரைக் காப்பாற்ற முடியும் என்றும் பால் குறிப்பிட்டிருந்தார். இந்த நம்பிக்கையை ஆதாரமாகக் கொண்டு மதுரை அரசர் திருமலை நாயக்கரின் அரச சபைக்குச் சென்றார். புகழ்பெற்ற மதுரை மிஷன் என்னும் கிறிஸ்துவச் சமயப் பரப்பமைப்பை நிறுவினார்" (பக்கங்கள்: 529 -530 மேற்படி நூல்). விரிவான மேற்கோள்கள் மூலமாக ராபர்ட் டி நொபிலியின் வாழ்க்கையை டாக்டர் அம்பேத்கர் விரிவாக விளக்குகின்றார். மேலும் அவருக்குப் பின்னர் ஜான் டி பிரிட்டோ அவர்களின் வரலாற்றையும் கூறுகின்றார்.

ஜான் டி பிரிட்டோவுக்குப் பின் அவருடைய இடத்திற்கு நியமிக்கப்பட்ட பாதிரியார் ஜோசப் பெஸ்கி 1707 இல் இந்தியா வந்தடைந்தார். பெஸ்கியின் ஆடம்பரம், அவரது பல்லக்கு வாழ்க்கை, புலித்தோல் ஆசனம், கவர்ச்சிகர உடைகள் என்று பலவற்றைக் கூறிவிட்டு பிறகு டாக்டர் அம்பேத்கர் பின்வருமாறு விளக்குகின்றார்:

வீரமுனிவரின் ஞான வாழ்வு

"பெஸ்கி வெறும் வெத்துவேட்டு பாதிரியாரல்ல. மக்களைப் பற்றி முற்றிலுமாகப் புரிந்து கொண்டு அவர் தனது வழி முறையைக் கையாண்டார். பலரிடம் அது நன்கு பலன் அளித்தது. அவரது புகழ் அவரது படாடோபமான நடைமுறைகளால் ஏற்பட்டது அல்ல. அவரது வியக்கத்தக்க புலமையின் அடிப்படையில் கிடைத்தது. அவரை ஒரு பிறவி பன்மொழிப்புலவர் என்றுதான் கூறவேண்டும். அவர் தமிழில் முழுமையாகப் புலமை பெற்றிருந்தார்.

அவர் காலத்தில் அவர் மிகவும் திறமை பெற்ற தமிழ் அறிஞராகத் திகழ்ந்தார். உள்நாட்டு பண்டிதர் எவரும் அவருக்குச் சமமாக இருக்கவில்லை. செந்தமிழ், கொடுந்தமிழ், பண்டித பிராமணரின் தமிழ், மக்களின் வட்டார மொழி இவை எல்லா வற்றிலும் தேர்ந்தவராக இருந்தார். அகராதிகள், இலக்கண நூல்கள், கவிதைகள், உரைநடைக் கட்டுரைகள் இவை எல்லாம் அவரது பேனாவிலிருந்து மலை அருவி போல் பொழிந்த வண்ணம்

இருந்தன. அவை இன்றும் படித்துப் போற்றி மதிக்கப்படுகின்றன. இந்நூல்கள் முதலில் வெளிவந்த போது தென்னிந்திய மக்கள் அவற்றைப் படித்துப் பரவசமடைந்தனர். அவரது புலமையால் மிகவும் ஈர்க்கப்பட்ட வேலூர் நவாப் சந்தா சாகிப் அவரை தமது அரசவையில் ஓர் உயர்ந்த பதவியில் நியமித்தார். அவருக்கு உதவும் வகையில் திருச்சிராப்பள்ளி மாவட்டத்தில் 4 கிராமங்களை அவருக்கு மானியமாக வழங்கினார். அவை 12,000 ரூபாய் வருமானத்தைக் கொடுத்தன. இந்தப் புகழையும் செல்வாக்கையும் பெஸ்கி விசுவாசத்துடனும் தமது சமயப் பணியை முன்கொண்டு செல்ல பயன்படுத்தினார். இவர் வாழ்நாளில் இப்பணி மிக உயர்நிலையில் இருந்தது. ஆனால் பாதிரியார் பெஸ்கி 1742 மரண மடைந்ததை அடுத்து இப்பணி வேகமாகச் சரிந்து இறுதியில் வீழ்ச்சியில் முடிந்தது" (பக்கங்கள் 533- 534 மேற்படி நூல்)

சுவார்ட்ஸ் பாதிரியார்

இந்தியாவில் மிகச் சிறந்த மதபோதகராக விளங்கியவரும் தம்முள் சச்சரவிட்டுக் கொண்டிருந்த அரசர்களிடையே தமது சீலத்தின் காரணமாகச் சமாதானம் செய்து வைத்ததாகவும் திகழ்ந்த சுவார்ட்ஸ் மதுரைக் குழுவின் கருத்தை ஆதரித்தவர் அல்ல. ஆனால் சாதியும் கிறிஸ்தவச் சமயமும் ஒன்றுக்கொன்று ஒத்துப் போக முடியாதவை என்பதை அவர் நம்பினாரா? ஒரு உண்மை யான கிறிஸ்தவன் சாதியில் நம்பிக்கை வைக்க முடியாது. அதைத் தனது வாழ்க்கைத் திட்டமாகக் கைக்கொள்ள முடியாது என்பதை அறிந்து இருந்தாரா? இந்தப் பிரச்சனைப் பற்றி அவரது கருத்து எதுவாக இருந்தாலும் அதற்கு ஆதரவாக ஒரு பிரச்சாரத்தை அவர் நிச்சயம் செய்யவில்லை. (பக்கம்: 536 மேற்படி நூல்.)

பாபாசாகேப் அம்பேத்கர் அவர்கள் இந்தியக் கிறிஸ்தவத்தின் வரலாற்றுச் செய்திகளையும் அது சமுதாயத்தில் ஏற்படுத்திய மாற்றங்களையும் அதன் இன்றைய நிலைகளையும் மதிப்பிட்டு பல்வேறு கருத்துக்களை விரிவாக வழங்குகின்றார். அவை அனைத்தையும் சமூக விடுதலையில் ஆர்வம் உடையவர்கள், சமய மறுமலர்ச்சிச் சிந்தனையுடைய அனைவரும் மனிதநேய உரிமை யாளர்களும் பயிலவேண்டும் என்பது சொல்லித் தெரிய வேண்டிய தில்லை. காலத்தின் கட்டாயமாகும்.

◆◆

40. இருபது வயதிலேயே பாபாசாகேப் அம்பேத்கருக்குச் சென்னையில் ஆங்கிலத்தில் வரவேற்பு அளித்த அன்னை சத்தியவாணிமுத்து

தமிழகச் சட்டப்பேரவை உறுப்பினர் தமிழ்நாட்டின் அமைச்சர், திராவிட முன்னேற்றக் கழகத்தின் ஐம்பெரும் தலைவர்களில் ஒருவர், ராஜ்யசபா உறுப்பினர், திராவிட இயக்கத்தில் இருந்து முதன் முதலாக மத்திய அமைச்சராகப் பிரதமர் சரண்சிங் காலத்தில் பதவி ஏற்றவர். இப்படிப் பல்வேறு வரலாற்றுப் பெருமைக்குச் சொந்தக்காரரான அன்னை சத்தியவாணிமுத்து அவர்கள் எனது போராட்டம், எரிக்கப் பட்டவள் உள்ளிட்ட பல்வேறு நூல்களையும் எழுதியவர். மிகச் சிறந்த பேச்சாளர். தந்தை பெரியார், அறிஞர் அண்ணா, கலைஞர் கருணாநிதி, எம்.ஜி. ராமச்சந்திரன் உள்ளிட்ட அரசியல் ஆளுமை களுடன் இணைந்து பயணித்தவர். அன்னை சத்தியவாணிமுத்து வின் வாழ்க்கையும் போராட்டங்களும் அவருடைய அரசியல் வாழ்வின் ஏற்ற இறக்கங்களும் மிக விரிவாக எழுதத் தக்கவை.

மகாமதுர கவிஞர் வீ.வே. முருகேச பாகவதர் அவர்கள் அன்னை சத்தியவாணிமுத்து குறித்து நல்லதொரு கவிதையை எழுதியுள்ளார். அதை எனது முருகேச பாகவதர் தேர்ந்தெடுக் கப்பட்ட பாடல்களும் கவிதைகளும் (2010) குறித்த நூலிலும் பதிவு செய்துள்ளேன்.

திராவிட இயக்க உணர்வுகளிலும் பௌத்த மறுமலர்ச்சி யிலும் ஆர்வமுடைய நாகநாதர் என்பவருக்கும் ஜானகி அம்மாளுக்கும் 15.2.1923 இல் பிறந்த சத்தியவாணி முத்து அம்மையார் 11.11.1999 வரை இந்த மண்ணுலகில் வாழ்ந்துள் ளார். 1943 இல் இல்லற வாழ்வை எம். எஸ். முத்து அவர்களுடன் தொடங்கினார். நான்கு பிள்ளைகள் பெற்றார். பிள்ளைகள் அறச் செல்வன், சித்திரமுகி, மரகதமணி, செழியன் பிள்ளைகள் அனைவருக்குமே அண்ணாதான் பெயர் வைத்துள்ளார்.

அம்மையாரைப் பற்றிய பல கருத்து விளக்கப்படங்களும் யூடியூப் சேனலில் வெளிவருகின்றன. சென்னையில் 1944 செப்டம்பர் மாதம் 24ஆம் நாளில் சென்னைப் பகுத்தறிவாளர் சங்கம் நடத்திய நிகழ்வில் பாபாசாகேப் டாக்டர் அம்பேத்கருக்கு இந்நிகழ்வில் வரவேற்புரையை அன்னை சத்தியவாணிமுத்து அவர்கள் தனது 20வது வயதில் சிறப்பான முறையில் ஆங்கிலத்தில் அளித்துள்ளார். இது அன்றைய நாளில் பலரின் பாராட்டையும் பெற்றுள்ளது. குறிப்பாகத் தந்தை பெரியார் அவர்கள் சிறப்பாகப் பாராட்டியுள்ளார்.

(தொலைபேசி வழியே பல்வேறு கருத்துக்களை வழங்கிய வழக்கறிஞர் செல்வராஜ் சில ஒளிப் படங்களையும் அவரே அனுப்பினார். ஐயா செல்லதுரை இசக்கிமுத்து, ஐயா வாலாசா வல்லவன், பெங்களூர் மருத்துவர் ஐயா பூரணேசன் ஆகியோருக்கு மிக்க நன்றி)

◆ ◆

41. பண்டைக் கால இந்திய வணிகம் கட்டுரையில் தமிழ்நாட்டு வாணிபச் சிறப்பு பற்றிய செய்திகள்

இன்றைய இருபத்தியோராம் நூற்றாண்டிலும் இருபதாம் நூற்றாண்டிலும் உலகம் இங்கிலாந்தையும் அமெரிக்காவையும் சுற்றிச் சுழல்கிறது என்று ஒரு முறைக்கு கூறுவோம் என்றால் இரண்டாயிரம் ஆண்டுகளுக்கு முந்தைய உலகம் கிரேக்கத்தையும் ரோமாபுரியையும் இந்தியாவையும் சீனாவையும் சுற்றியே சுழன்றது என்று கூறலாம்.

ஆசிய நாடுகளுக்கும் ஐரோப்பிய நாடுகளுக்கும் இடைப் பட்ட பிரதேசத்தில் இருந்த அரபியர்களும் பண்டைக் கால வரலாற்றில் மிகப் பெரிய இடத்தைப் பெற்றிருந்தனர்.

சீனாவும் இந்தியாவும் உண்மையில் இரண்டாயிரம் ஆண்டு களுக்கு முன்னர் மகத்தான வளர்ச்சியைப் பெற்றிருந்தது. அன்றைய காலகட்டத்தில் உலக வரலாற்றில் அமெரிக்கா என்ற நாடே இல்லை. இங்கிலாந்து என்ற தேசமும் பழங்குடிகள் இருந்த ஒரு பிரதேச மாகத்தான் இருந்தது. ஆனால் உலக வரலாற்றில் வளர்ச்சிகளும் பேரரசுகளின் நிகழ்ச்சிகளும் வாணிக வளர்ச்சிகளும் தொடர்ச்சி யாக ஒரே இடத்தில் இருப்பதில்லை. பல்வேறு சமூக அரசியல் பொருளாதாரக் காரணங்களால் இவை மாறிக்கொண்டே இருக் கின்றன. கடலலைகள் எப்படி உலகம் முழுவதும் சென்று கொண்டே இருக்கின்றதைப்போல உலகத் தேசங்களின் வளர்ச்சிகளும் பேரரசுகளின் எழுச்சிகளும் பல்வேறு இடங்களில் மாறிமாறி அமைகின்றன. இவை யாவும் இயங்கியல் என்று தத்துவ மொழியில் கூறுகின்றனர்.

அமெரிக்கக் கொலம்பியா பல்கலைக்கழகத்தில் 105 ஆண்டு களுக்கு முன்னர் 1915 அளவில் முதுகலை மற்றும் முனைவர் பட்ட ஆய்வுகளைச் செய்து கொண்டிருந்தபொழுது இந்த ஆய்வுக் கட்டுரையை (பண்டைக்கால இந்திய வணிகம்- Ancient

Indian commerce) முதுகலைப் பட்டத்தின் ஒரு பகுதியாகப் பாபா சாகேப் அம்பேத்கர் எழுதினார்.

'விளையும் பயிர் முளையிலேயே தெரியும்' என்ற ஒரு பழமொழிக்கு ஏற்ப வரலாறு, சமயம், பேரரசுகளின் தோற்றம், வெற்றி, வணிகம், பண்டைய இலக்கியங்கள் என்று மேற்குலகை யும் கிழக்குலகையும் இணைத்துச் செய்யப்பட்ட அனைத்து ஆய்வுகளையும் இந்தச் சிறிய கட்டுரையில் பாபாசாகேப் அம்பேத்கர் மேற்கோள்களாகக் காட்டுகிறார். அறிவுத் தேடலில் இப்படி ஒரு வெறிகொண்ட மனிதரை, இளைஞரை காரல் மார்க் சுக்குப் பிறகு டாக்டர் அம்பேத்கரிடம் தான் நாம் காண்கிறோம். அதை விடவும் அதில் மிக முக்கியமானது நேர்மை. அறிவு நேர்மை மிக அற்புதமான செய்திகளைக் கூற வைக்கிறது.

தமிழ்நாட்டு வாணிகம் குறித்த பதிவுகள்

பழங்காலத் தமிழர் வாணிகம் என்ற தலைப்பில் சிறந்ததொரு நூலை அறிஞர் மயிலை சீனி வேங்கடசாமி எழுதியிருப்பார். இன்னும் பல நூல்களையும் ஆய்வுக் கட்டுரைகளையும் ஆங்கிலத்திலும் தமிழிலும் பல்வேறு அறிஞர்கள் எழுதியுள்ளனர். குறிப்பாக Royal Asiatic society, Tamilian antiquity, Journal of Oriental studies உள்ளிட்ட ஆங்கில ஏடுகளிலும் இன்னும் பத்தொன்ப தாம் நூற்றாண்டின் இறுதிக் காலத்திலும் இருபதாம் நூற்றாண் டின் தொடக்க காலத்தில் வெளிவந்த செந்தமிழ்ச் செல்வி போன்று பல்வேறு சிறப்பு வாய்ந்த தமிழ் இதழ்களிலும் பல்வேறு தரமான கட்டுரைகள் பல்வேறு அறிஞர்களால் எழுதப்பட்டுள்ளன. பாபாசாகேப் அம்பேத்கர் அவர்கள் மேற்கோளாகவும் தனது ஆய்வுக் கருத்தாகவும் வெளிப்படுத்துகின்ற தமிழக, திராவிட வாணிபம் சார்ந்த செய்திகளைப் பின்வருமாறு வரிசைப்படுத்த லாம்.

1. 'கி.மு. ஏழாம் நூற்றாண்டிலும் ஆறாம் நூற்றாண்டிலும் இந்தியாவுக்கும் பாகிஸ்தானுக்கும் இடையே கடல்வழி வாணிகம் பெரிதும் செழித்து வளர்ந்தது என்று கருதுவதற்கு நிறைய ஆதாரம் இருக்கிறது. இந்த வாணிகம் பிரதானமாகத் திராவிடர்கள் கையில் இருந்தது. அதே சமயம் ஆரியர்களுக்கும் இதில் ஓரளவு பங்கு

இருந்தது. பின்னர் இந்திய வணிகர்கள் அரேபியாவிலும் ஆப்பிரிக்காவின் கிழக்குக் கடற்கரையில் குடியேறினர். அதேசமயம் அவர்கள் சீனாவின் கிழக்குக் கரையிலும் குடியேறிதைப் பார்க்கின்றோம். பாபிலோனில் அவர்கள் குடியேறி இருப்பார்கள் என்பதில் எந்த ஐயமும் இல்லை.' இக்கருத்து இன்னும் விரிவாகப் பெரிய அளவில் ஜே. கென்னடி என்பார் 1898 இல் எழுதிய கட்டுரையிலிருந்து மேற்கோளாக எடுத்துக் கையாளப்பட்டுள்ளது.

2. இந்தியாவின் பெருவணிகம் ஐரோப்பிய நாடுகளில் குறிப்பாகக் கிரேக்க நாடுகளில் இன்னும் பாபிலோனிய நாடுகளில் பேரளவில் கொடிகட்டி பறந்தது என்று விவரிக்கின்றார். (இதே அளவில் தான் 15,16ஆம் நூற்றாண்டுகளில் இந்தியாவின் நறுமணப் பொருள்கள் மேலைநாடுகளின் உள்ளத்தைக் கொள்ளைக் கொண்டன என்று வேறொரு கட்டுரையில் கூறுகின்றார்.) அலெக்ஸாண்டரின் இந்தியப் படை எடுப்புக்கு அவரின் பொன்னாசை தான் காரணம் என்பதற்குப் பேராசிரியர் லாஸ்ஸன் அவர்களின் கருத்தைப் பின்வருமாறு மேற்கொள் காட்டுகிறார்:

உதாரணமாக அரிசி (அரிஸா) இஞ்சி (ஜிஞ்சிபெர்) இலவங்கப்பட்டை (கர்ப்பியன்) ஆகியவற்றைக் குறிக்கும் கிரேக்க பெயர்கள். இதே பொருள்களைக் குறிக்கும் அரிசி, இஞ்சிவேர், கரவைப் பட்டை ஆகிய தமிழ்ப் பெயர்களுடன் முறையைப் பெரிதும் ஒத்திருப்பதைப் பார்க்கலாம். கிரேக்கச் சொற்கள் தமிழ்ச் சொற்களுடன் ஒத்திருப்பது எதைக் காட்டுகின்றன. இந்தப் பொருள்களையும் அவற்றின் பெயர்களையும் தமிழகத்தில் இருந்து ஐரோப்பாவுக்குக் கொண்டு சென்றவர்கள் கிரேக்க வணிகர்கள் என்பதையே இது புலப்படுத்துகின்றது. மேலும் மேலே வணிகர்களைக் குறிப்பதற்கு என்ற சொல் பயன்படுத்தப்பட்டது. பழைய சமஸ்கிருத கவிதைகளில் முக்கியமாகக் கிரேக்கர்களைக் குறிப்பதற்கு இச்சொல் பயன்படுத்தப் பட்டிருப்பதைக் காணலாம். ஜவோனிஸ் எனும் கிரேக்கச் சொல்லிலிருந்து இது பெறப் பட்டிருக்கிறது.'

3. ராதா ரகுநாத் முகர்ஜி என்பார் எழுதிய இந்தியக் கப்பல்கள் என்ற நூல்களிலிருந்தும் பல கருத்துக்களைப்

பாபாசாகேப் அம்பேத்கர் மேற்கோள் காட்டுகின்றார். இதில் வரும் முக்கியமான ஒரு பகுதி வருமாறு:

'தமிழ்ப் புலவர்கள் அநேகம்பேர் தென்னிந்தியாவின் சில துறைமுகங்களையும் நகரங்களையும் மிக அழகாக வருணித் திருக்கிறார்கள். அவர்களில் ஒருவர் பின்வருமாறு கூறுகிறார்: யவனர்களின் எழில்மிகு மாபெரும் நாவாய்கள் தங்கத்தை ஏற்றிக் கொண்டு கேரள கடற்பரப்பில் பொங்கும் வெண்ணுரை நாலா பக்கங்களிலும் தெறிக்க, வளம் கொழிக்கும் முசிறிக்கு வருகின்றன. பிறகு மிளகை ஏற்றிக் கொண்டு அங்கிருந்து திரும்புகின்றன.

மீன்கள் நெல்லுக்குப் பண்டமாற்றுச் செய்யப்படுகின்றன. அவை கூடைகளில் வீடுகளுக்குக் கொண்டு வரப்படுகின்றன என்கிறார் மற்றொரு புலவர். பொங்கும் கடல் அலைகள் ஓயாது ஒழியாது கீதம் இசைக்கும் நகரம் முசிறி. அரிய கடல் செல்வங் களையும் மலைச் செல்வங்களையும் விருந்தினர்களுக்குக் குட்டுவன் (சேர மன்னன்) வாரி வாரி பரிசளிக்கும் நகரம் முசிறி. அந்நகரில் மிளகு மூட்டை மூட்டையாய் வீடுகளிலிருந்து சந்தைக்குக் கொண்டு வரப்படுகிறது. இவற்றை விற்று கிடைக்கும் தங்கம் கப்பல்களில் இருந்து படகுகள் மூலம் கரைக்குக் கொண்டு வரப்படுகிறது.

காவிரிப்பூம்பட்டினம் (பெரிப்ளூஸ் நூலில் இது கமரா என்றும் தாலமியால் காபரிஸ் என்றும் இது குறிப்பிடப்பட்டிருக் கிறது) அல்லது புகார் பற்றிய வர்ணனையும் சிறப்பானதாகவும் மிகவும் சுவையானதாகவும் அமைந்துள்ளது. இந்த நகரம் காவிரி ஆற்றின் வடக்குக் கரையில் நிர்மாணிக்கப்பட்டு இருந்தது. அச்சமயம் காவிரியாறு மிகவும் ஆழமாகவும் இருந்தது. இதனால் ஏராளமான சரக்குகளை ஏற்றிக்கொண்டு வரும் கப்பல்கள் பார்க்காமலேயே கடலிலிருந்து ஆற்றுக்குள் பிரகாசிக்க முடிந்தது. நகரம் இரண்டு பகுதிகளாகப் பிரிக்கப்பட்டிருந்தது. இவற்றில் ஒன்று மருவூர்ப் பாக்கம் என்பது இது கடற்கரையை ஒட்டி அமைந்திருந்தது. மறுபக்கத்தில் உயரமான மேடைகளும் கிடங்குகளும் பண்டக சாலைகளும் காணப்பட்டன.

கப்பல்களில் இருந்து இறக்கப்படும் உணவுப் பொருள்கள் இவற்றில் சேமித்து வைக்கப்பட்டன. எங்குச் சுங்க வரி

செலுத்தப்பட்ட பிறகு சரக்குகள் மீது புலிச்சின்னம் (சோழ மன்னர்களின் இலச்சினைக்) கொண்ட முத்திரை பதிக்கப்பட்டு வணிகர்களின் பண்டகசாலை ஆகியவை அனுப்பப்பட்டன. இவற்றிற்குப் பக்கத்தில் யவன (அந்நிய) வணிகர்களின் குடியேற்றங்கள் அமைந்திருந்தன. இங்கு விற்பனைக்காகப் பல பொருள்கள் எப்போதும் காட்சிக்கு வைக்கப்பட்டிருந்தன. கடல்கடந்து வந்து உள்ளவர்களுக்கும் பல்வேறு மொழிகளைப் பேசுவோர்களுக்குமான வேற்றுநாட்டு வணிகர்களின் தலைமை அலுவலகமும் இங்குதான் அமைந்திருந்தது. நறுமணப் பசை, பொடி, மலர்கள், சாம்பிராணி விற்பனையாளர்கள், பட்டு, கம்பளி, பருத்தி முதலியவற்றைக் கொண்டு ஆடை அணிகள் தயாரிக்கும் தையற்காரர்கள், சந்தனக் கட்டை, அகில், பவழம், முத்து, தங்கம், மணிக்கற்கள் முதலிய பொருள்களில் வாணிகம் செய்பவர்கள், தானிய வணிகர்கள், சலவையாளர்கள், மீன் தூண்டில் இரை தயாரிப்பவர்கள், கசாப்புக் கடைக்காரர்கள், கொல்லர்கள், தச்சர்கள், ஓவியர்கள், சிற்பிகள், பொற்கொல்லர்கள், பொம்மைகள் செய்பவர்கள் போன்ற இவர்கள் அனைவரும் மருவூர்ப் பாக்கத்தையே உறைவிடமாகக் கொண்டு இருந்தனர்.

இந்தியாவுக்கு மேலை நாடுகளுக்குமான வணிக மார்க்கங்கள்

தரைவழி மற்றும் கடல்வழி மாற்றங்கள் குறித்து விரிவாக டாக்டர் அம்பேத்கர் விளக்குகிறார். தரைவழி மார்க்கம் மூடப்பட்டதுதான் ஆசிய வரலாற்றிலும் ஐரோப்பிய வரலாற்றிலும் மிகப்பெரிய மாற்றங்களை உருவாக்கியது என்று விவரிக்கிறார்.

இவ்வாறு நவீனகால அறிஞர்களின் கருத்துக்களையும் பண்டைய இலக்கியங்களையும் கொண்டு பண்டைக்கால இந்திய வணிகத்தின் போக்குகளை மிக விரிவாக டாக்டர் அம்பேத்கர் இந்தக் கட்டுரையில் கூறுகின்றார். கட்டுரையை வாசித்து முடிக்கும் பொழுது அராபிய மற்றும் ரோமானிய கிரேக்க வரலாறுகளை விடவும் இந்திய வரலாற்றை மையப்படுத்தி இருக்கும் பகுதிகள் இந்திய மனங்களுக்கு பின்வருமாறு கருத்துக்களைத் தோற்றுவிக்கும்.

1. இந்தியப் பௌத்த இலக்கியங்களில் ஏராளமான

பண்டைக்கால வணிகம் குறித்தும் பொருளாதார வாழ்க்கைக் குறித்தும் செய்திகள் இருக்கின்றன என்பதை டாக்டர் அம்பேத்கர் உறுதிப்படுத்திச் சான்றுகளுடன் இந்தக் கட்டுரையில் பல இடங்களில் காட்டுகின்றார்.

2. தமிழ் இலக்கியங்கள் தமிழ் நாட்டுக்கு மட்டுமல்லாமல் இந்திய வரலாற்றின் வாணிக போக்கின் பொருளாதார வளர்ச்சி மற்றும் பலமான அரசியல் கட்டமைப்பு என்று பல தளங்களுக்கும் இந்திய மண்ணுக்குத் தமிழ்ச் சமூகம் பணியாற்றி இருக்கின்றது என்பதைத் தமிழ் இலக்கியங்கள் காட்டுகின்றன என்பதை டாக்டர் அம்பேத்கர் கருத்துக்கள் உறுதிப் படுத்துகின்றன.

3. சமஸ்கிருத மொழியில் எழுதப்பட்டுள்ள பல்வேறு பண்டைய இலக்கியங்களிலும் பல சுவையான தகவல்கள் கிடக்கின்றன. அவைகளை நுணுகி ஆராய்ந்து எடுக்க வேண்டிய கடமை ஆய்வாளர்களுக்கு உள்ளன என்பதையும் காட்டுகிறது.

சமகாலத்தில் தமிழரின் திராவிடரின் பொருளாதார நிலைகள் எங்கே இருக்கின்றன? டாக்டர் பாபாசாகேப் அம்பேத் கரின் பொருளாதார, வாணிகக் கட்டுரைகளை வாசிக்கும் பொழுது செழுமை வாய்ந்த பண்டைய தமிழினத்தின் பொருளா தார மேன்மைகளைக் காணமுடிகின்றன. ஆனால் சமகாலத்தில் தமிழினத்தின் பொருளாதாரக் கட்டமைப்பு எவ்வாறு உள்ளது. அரசியல் சீரழிவு எப்படிப் பல்வேறு தளங்களிலும் சீரழிவுகளைக் கொண்டு வந்துள்ளது என்பதை உணராமல் இருக்க முடியாது.

அண்ணல் அம்பேத்கர் இந்தியாவின் பொருளாதாரக் கட்டமைப்பு குறித்து ஆய்வு செய்த அதே காலகட்டத்தில் இங்கே தமிழ் நாட்டின் பொருளாதாரக் கட்டமைப்பில் கடல் கடந்தும் கப்பலோட்டி பொருளீட்டி பெ.மா.மதுரைப்பிள்ளை, வ. உ. சிதம்பரம் பிள்ளை போன்றோரின் வரலாறுகள் புதியதொரு அத்தி யாயத்தைத் தமிழ்நாட்டில் உருவாக்கியது என்பதையும் சிந்திக்க வேண்டிய இடமாகும்.

'பொழுதெல்லாம் எங்கள் செல்வம் கொள்ளைக் கொண்டு போகவோ-நாங்கள் சாகவோ அழுது கொண்டிருப்போமோ

ஆண்பிள்ளை அல்லவோ உயிர் வெல்லமோ' என்று புதுமைக் கவிஞர் பாரதியார் கூறிய வரிகளும்

'மாண்ட தமிழ்ப் பெருமை யாவும் மீண்டெழ வேண்டும்' என்று புரட்சிக்கவிஞர் கூறுவதும்

'தமிழ் மரபும் சீன மற்றும் ஜப்பானிய மரபும் ஏறத்தாழ 2000 ஆண்டுகளுக்கு முற்பட்ட மரபாகும். இவை காலங்களைத் தாண்டி புதிதாக வளர்ந்து கொண்டே இருக்கின்றன'. என்று பன் மொழிப்புலவர் கா. அப்பாத்துரையார் கூறுவதும் சிந்திக்கத்தக்கன.

21ஆம் நூற்றாண்டில் உலகமயச் சூழலில் இந்தியப் பெரு முதலாளியம் தமிழகத்தின் எல்லா வளங்களையும் கொள்ளை யிட்டுச் சீரழிக்கும் சூழலில் எண்ணிப்பார்க்கத் தேவையான எழுச்சிமிக்க சிந்தனைப் போக்காகும். இது பொருளாதார கண்ணோட்டத்தில் மட்டுமல்லாமல் சமூக வளர்ச்சிக்கு அடிப்படையான ஒன்றாகும்.

◆◆

42. பாபாசாகேப் அம்பேத்கரும் (1891 - 1956) கேரளாவைச் சார்ந்த சுவாமி தர்மதீர்த்தரும் (1893 - 1978)

கேரளாவைச் சார்ந்த ஆன்மீக ஞானியும் சமூகச் சீர்திருத்த வாதியுமான நாராயண குருவின் வழியில் தோன்றி சமூகத்துக்குப் பணியாற்றுவது, மக்களுக்குப் பணி செய்வது, மக்களின் ஏற்றத் தாழ்வுகளைப் போக்குவதுதான் உண்மையான ஆன்மிகம் என்பதைப் புரிந்து கொண்டு மிகச் சிறப்பாகப் பணியாற்றியவர்களில் ஒருவர் சுவாமி தர்மதீர்த்தர். இவர் எழுதிய "இந்துமதக் கொடுங்கோன்மை யின் வரலாறு" என்ற நூல் தமிழிலும் மொழி பெயர்க்கப்பட்டுள் ளது. ஆங்கிலம், மலையாளம் உள்ளிட்ட மொழிகளில் இவர் வாழ்ந்த காலத்திலேயே சிறப்பாக வெளிவந்துள்ளது.

பாபாசாகேப் அம்பேத்கரின் பாராட்டு

இவரின் நூலுக்குப் பாபாசாகேப் அம்பேத்கர் 1941 இலேயே பின்வருமாறு பாராட்டை வழங்கியுள்ளார். "நான் நீண்ட காலமாக வலியுறுத்தி வரும் கருத்துக்களே இந்த நூலில் கூறப்பட்டுள்ளன. நான் எழுதிவரும் நூலில் குறிப்பிட்டிருக்கும் பல கருத்துக்களை இந்த நூலிலும் காண்கிறேன். இந்த நூலை நான் மிகவும் விரும்பி வரவேற்கின்றேன்" சென்னை (மெட்ராஸ்)"கார்டியன்" பத்திரிகையின் பாராட்டு.

"நடுநிலையான தேசபக்தி உடைய ஒவ்வொருவரும் படித்துக் குறிப்பு எடுத்துப் புரிந்துகொள்ள வேண்டிய நூல் இது. உண்மையைச் சொல்லப்போனால் இந்திய வரலாற்றைப் புதிய கண்ணோட்டத்தில் ஆராய்ந்து நம்முடைய உண்மையான பல வீனங்களை வெளிச்சம்போட்டு காட்டும் நூல்...... தன்னுடைய கருத்துக்களுக்கு வலிமை சேர்க்கும் விதமாக இந்து ஆசிரியர்க ளான ஆர்.சி.தத், ரானடே, ஜாதுநாத் சர்க்கார், வைத்தியா போன்ற வர்களின் எழுத்துக்களையே நூலாசிரியர் தேர்ந்தெடுத்துள்ளார்". (பக்கம் 29, இந்துமதக் கொடுங்கோன்மையின் வரலாறு, சாளரம் வெளியீடு, மறுபதிப்பு, 2009)

பரமேஸ்வர மேனன் - தர்மதீர்த்தரானார்

1893 இல் குருவாயூரில் பிறந்த பரமேஸ்வர மேனன் பழமைப் பற்றுடைய குடும்பத்தில் பிறந்தார். பின்னர் எர்ணாகுளம் மகாராஜா கல்லூரியில் பயின்ற போதே பல்வேறு பரிசுகள் பாராட்டுகள் பெற்றார். இளங்கலைப் படிப்பைச் சென்னை மாநிலக் கல்லூரியில் பெற்றார். பின்னர் கொச்சி சமஸ்தான மன்னர் அலுவலகத்தில் பணியாற்றினார். அப்போது திருமணம் செய்துகொண்டார். பின்னர் பம்பாய் சென்றார். அங்குச் சட்டக்கல்லூரியில் சேர்ந்து வழக்கறிஞர் ஆனார். கேரளாவுக்குத் திரும்பினார். பின்னர் மலையாள மாதமிருமுறை இதழையும் ஆங்கில இதழையும் நடத்தினார். சாதிக் கொடுமைக்கு எதிராகப் போராடினார். இல்லற வாழ்வில் இருந்து விலகினார். நாராயண குருவின் மகத்தான பணிகளால் ஈர்க்கப்பட்டார். 1927இல் துறவியானார் தர்மதீர்த்தா என்ற பெயரை தவத்திரு நாராயண குரு அவர்கள்தான் சூட்டினார்.

பின்னர் ஒரு நாடோடியாக இந்தியா முழுவதும் புனித பயணங்கள் மேற்கொண்டார். எல்லா இடங்களுக்கும் சென்று ஞானத்தைத் தேடி அலைந்து ஆங்காங்கே பிச்சை உணவு எடுத்து உண்டார். சாலையோரங்களில் படுத்து உறங்கினார்.

இந்தியாவின் ஆன்மீகத்துறைகளில் ஊடுருவிக் கிடக் கின்ற சுரண்டலைக் கண்டு மிகவும் மனம் வெறுத்தார். லாகூருக்குச் சென்றார். அங்கு மேலும் வரலாற்றை ஆழமாகப்

பயின்றார்; சட்டத்தையும் கற்றார். பல ஆண்டுகள் உழைத்த பின்னரே 1941இல் "The menace of Hindu imperialism" என்ற நூலை வெளியிட்ட பின்னர் அதன் தலைப்பு history of Hindu imperialism என்று மாற்றினர். ஆங்கிலத்தில் 1941 1946 ஆகிய பதிப்புகள் லாகூரிலும் 1948, 1969 ஆகிய பதிப்புகள் முறையே டெல்லி திருவனந்தபுரம் ஆகிய இரு இடங்களில் இருந்தும் வெளியிடப் பட்டன.

ஆங்கில நூலின் அடிப்படையில் அடிகளாரே மலை யாளத்தில் 1969ஆம் ஆண்டு "ஹைந்துவ துஷ் பிரபுத்துவச் சரித்திரம்" என்று நூலாக்கினார். 1978 ஆம் ஆண்டு தவத்திரு அடிகளார் தனது 85 ஆம் அகவையில் இயற்கை எய்தினார். உலகின் அனைத்துச் சமயத் துறவிகளும் டாக்டர் அம்பேத்கரின் வாழ்க்கையில் வந்து சென்றுள்ளனர். பௌத்த பிக்குகள், ஜைனத் துறவிகள், இந்து சமயத் துறவிகள், கிறிஸ்தவ, இஸ்லாமிய சான்றோர்கள் என்று பற்பலரும் டாக்டர் அம்பேத்கரின் வாழ்க்கையில் வந்துள்ளனர்.

இந்தியாவின் சமய வாழ்க்கையை, சமூக வாழ்க்கையை மாற்றி அமைக்காமல் அரசியல் களத்தில் மட்டும் மாற்றங்களைக் கொண்டு வந்துவிட முடியாது என்ற டாக்டர் அம்பேத்கரின் ஆழமான அகலமான புரிதலோடு ஒன்றிணைந்து செல்லுகின்ற ஆன்மீக சான்றோர்களில் மிக முக்கியமான ஒருவராகச் சுவாமி தர்மதீர்த்தரைக் காணுகின்றோம். இவரின் நூல்கள் மிக விரிவான, ஆழமான வாசிப்புடன் எழுதப்பட்டுள்ளன. இவரின் நூல்கள் மீண்டும் மீளாய்வுக்கும் தேடுதலுக்கும் உரியன.

◆◆

43. இந்திய அரசமைப்புச் சட்ட அவையில் பாபாசாகேப் அம்பேத்கரைப் பாராட்டிய டி.டி.கிருஷ்ணமாச்சாரி

இந்திய அரசியலமைப்புச் சட்ட வரைவுக் குழுவில் டாக்டர் அம்பேத்கர் தலைமையில் என். கோபாலசுவாமி ஐயங்கார், அல்லாடி கிருஷ்ணசாமி அய்யர், கே. எம். முன்ஷி, சையத் முகமது சாதுல்லா, என். மாதவராவ், டி.டி. கிருஷ்ணமாச்சாரி ஆகியோர் இடம் பெற்றிருந்தனர். இவர்களில் கே.எம். முன்ஷி அவர்கள் குஜராத்தைச் சேர்ந்தவர். பாரதிய வித்யா பவனை நிறுவியவர். வழக்கறிஞராகப் பணியாற்றியவர். பல நூல்களை எழுதியவர். சையத் முகமது சாதுல்லா அவர்கள் அசாம் பகுதியைச் சார்ந்தவர் அங்கே முதல்வராகவும் இருந்தவர்.

வரைவுக் குழுப் பணிகளில் பங்கேற்றிருந்த பி.என். ராவ் அவர்களும் டி.பி கைதான் அவர்களும் கூட வட பகுதியைச் சார்ந்தவர்கள். மற்ற நால்வருமே தென்னிந்தியாவைக் குறிப்பாகத் தமிழகத்தைச் சார்ந்தவர்கள். என். கோபாலசுவாமி ஐயங்கார் (தஞ்சாவூரைச் சேர்ந்தவர் ஜம்மு - காஷ்மீர் ராஜ்ஜியத்தின் பிரதமராக இருந்தவர். பின்னாளில் இந்திய ரயில்வே அமைச்சராகவும் பணியாற்றியவர்), அல்லாடி கிருஷ்ணசாமிஐயர்

(சென்னை மாகாணத்தில் முதல் தலைமை அரசு வழக்கறிஞராகப் பணியாற்றியவர்), என். மாதவராவ்,(மைசூர் திவானாக இருந்தவர்.) , டி.டி. கிருஷ்ணமாச்சாரி (பின்னாளில் இந்தியாவின் நிதி அமைச்சராகவும் விளங்கியவர் தொழில்துறையாளராக மதிக்கப்படுகிறார்) ஆகியோர் தென்னிந்தியாவில் குறிப்பாகத் தமிழகத்தில் இருந்து சட்ட அவைக்குச் சென்றவர்கள்.

சட்ட அவையில் இவர்கள் மாநில உரிமைக்காக, ஒடுக்கப்பட்டோர், பின்தங்கியோர் நலனுக்காக, பெண்களின் விடுதலைக்காக, சமூகச் சமத்துவத்திற்கான பணிகளை என்ன என்ன ஆற்றினார்கள் என்பதை அரசியல் சட்ட விவாதங்களையும் அறிஞர்களின் நூல்களையும் எடுத்துப் படித்துப் பார்த்தால் விளங்கிக் கொள்ளலாம். மேற்கண்ட உறுப்பினர்களில் டி.டி. கிருஷ்ணமாச்சாரி அவர்கள் டாக்டர் அம்பேத்கரைக் குறித்து ஆற்றிய இந்த உரை மிகவும் புகழ்பெற்ற உரையாகும். இவ்வுரை டாக்டர் அம்பேத்கர் திரைப்படத்திலும் அழகாக இடம்பெற்றுள்ளது.

"அரசியலமைப்பு வரைவு குழுவில்தேர்ந்தெடுக்கப்பட்ட ஏழு உறுப்பினர்களில் இருந்து ஒருவர் ராஜினாமா செய்தார், ஒருவர் இறந்தார், ஒருவர் அமெரிக்கா சென்றார், ஒருவர் சமஸ்தானத்தில் தனது வேலையில் மும்முரமாக இருந்தார், டெல்லியில் இருந்து ஓரிருவர் வசிக்கின்றனர், சிலர் உடல்நிலை காரணங்களுக்காக மன்னிக்கப்பட வேண்டியிருந்தது, டாக்டர் அம்பேத்கர் மட்டுமே அனைத்து பணிகளையும் தன் தோளின் மீது ஏற்றிக்கொண்டு இந்தச் சட்டத்தை எழுதி முடித்தார்"

(Krishnamachari in his speech in Constituent assembly about Dr.Babasaheb's dedicatory contribution said, "Out of the seven members selected to prepare the draft constitution, one resigned, one died, one left for America, one was busy with his work in princely state, one or two live away from Delhi, some had to be excused for health reasons, Dr.Ambedkar was the only one who had to bear the burden." The 1st President of India, Dr.Rajendra Prasad, praised the services rendered by Dr.Babasaheb in the making of the Constitution said, "I have carefully watched the day-to-day activities from the presidential seat. Therefore, I appreciate more than others with how much dedication and vitality this task has been carried out by the Drafting Committee and by its chairman Dr.Bhim Rao Ambedkar in particular. We never did a better thing than having Dr.Ambedkar on the Drafting Committee and selecting him as its chairman.")

Reference : November 26: "Constitutional day of India"

❖ ❖

44. தமிழ்நாட்டில் குன்னூர் ராணுவ அதிகாரிகள் கல்லூரியில் டாக்டர் அம்பேத்கர்

இந்திய அரசமைப்புச் சட்டம் குறித்து டாக்டர் அம்பேத்கர் 1954 ஆம் ஆண்டு ஜூலை மாதம் குன்னூர் ராணுவ அதிகாரிகள் கல்லூரியில் உரை வழங்கினார். தமிழகத்தில் பல்வேறு இடங்களிலும் கோலார் தங்கவயல் வரையிலும் டாக்டர் அம்பேத்கர் இப்பயணத்தின்போது சென்று வந்தார். பின்னர்தான் அவர் புதுதில்லி சென்றார்.

இது பற்றிய பல்வேறு செய்திகள் பலர் வாய்மொழியாகக் கடந்தகாலங்களில் கூறியுள்ளனர். குன்னூரில் குடியிருந்து பின்னர் மதுரை அலங்காநல்லூர் வந்து வாழ்ந்த பல பெரியவர்கள் இதுபற்றிய செய்திகளைக் கடந்த 20 ஆண்டுகளுக்கு முன்னரேயே தங்களிடம் பகிர்ந்து கொண்டதாகப் பண்டித அயோத்திதாசர் ஆய்வு நடுவம் அமைப்பாளர் ஐயா பாரி செழியன் அவர்கள் தகவல்களைத் தந்துள்ளார். கோலார் தங்கவயல் சார்ந்தவர்களும் சென்னையில் உள்ள பல பெரியவர்களும் இக்கருத்தை உறுதி செய்துள்ளனர்.

டாக்டர் பாபாசாகேப் அம்பேத்கர் எழுதிய கடிதம் ஒன்றில் இந்தச் செய்தியை உறுதிப்படுத்துகின்றார். இக்கடிதம் ஜூலை 15, 1954 எழுதப்பட்டது. அக்கடிதத்தில், 'பம்பாயில் இருக்கும்போது கல்லூரி விவகாரங்களில் நான் ஈடுபட்டிருந்ததால் உடனடியாகத் தங்கள் கடிதத்துக்குப் பதில் எழுத முடியாமல் போனதற்காக வருந்துகிறேன். அதன் பிறகு உடனே குன்னூருக்குச் சென்று அங்கு ராணுவ அதிகாரிகள் கல்லூரியில் இந்திய அரசியல் சாசனம் பற்றி நான் உரை நிகழ்த்த வேண்டி வந்தது. நேற்றுதான் அங்கிருந்து திரும்பினேன் (பக்கம்: 498- பாபாசாகேப் அம்பேத்கர் பேச்சும் எழுத்தும் தொகுதி 36 தமிழ், - In English Babasaheb Ambedkar speeches and writings volume 17 part 2 page 386) இவ்வகையில் பல செய்திகள் இன்னும் திரட்டப்பட வேண்டியவை உள்ளன.

❖ ❖

45. திராவிட இயக்கமும் பௌத்த மறுமலர்ச்சி இயக்கங்களும் இணைந்து நடத்திய ஈரோடு - புத்தர் மாநாடு

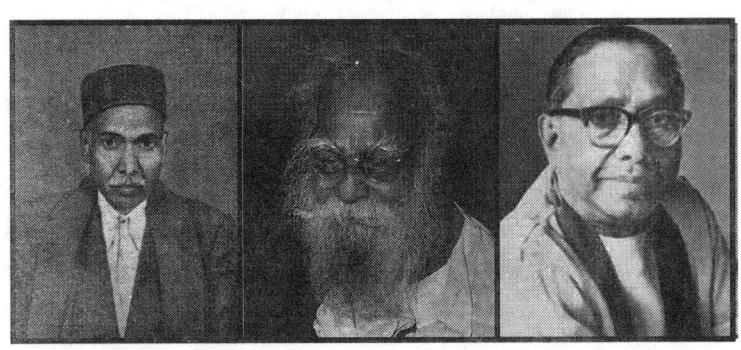

தென்னிந்தியாவில் நடைபெற்று வந்த பௌத்த மறுமலர்ச்சி இயக்கங்களும் அதன் செயல்பாடுகளும் சமுதாய விடுதலையை ஆழமாகக் கொண்டிருந்தன. இவ்வாறான முற்போக்குச் சிந்தனை களின் நீட்சியாக 1920களில் இருந்து வேகம்பெற்ற திராவிட இயக்கத்தின் செயல்பாடுகளிலும் பௌத்த முன்னெடுப்பு என்பது மிக முக்கியமான ஒன்றாக இருந்தது.

அவ்வகையில் 1954 ஆம் ஆண்டு ஜனவரி 23 ஆம் நாள் ஈரோட்டில் நடைபெற்ற புத்தர் மாநாடு மிக முக்கியமான ஒன்றாகும். இதே ஆண்டில்தான் பர்மாவிலும் டிசம்பர் மாதத்தில் உலக பௌத்த மாநாடு நடைபெற்றது. அம் மாநாட்டில் தந்தை பெரியார் அவர்கள் டாக்டர் பாபாசாகேப் அம்பேத்கருடன் கலந்து உரையாடியது பற்றிய செய்திகள் பெரும்பாலும் அனைவரும் அறிந்ததே.

ஈரோடு புத்தர் மாநாட்டில் பங்குகொண்ட முக்கியமான தலைவர்கள் வருமாறு:

தந்தை பெரியார்,
கோலார் தங்கவயல்,

கேப்ரியல் அப்பாதுரையார்,
இலங்கை டாக்டர் மலாலசேகரா,
தென்னிந்தியப் பவுத்தச் சங்கப் பொறுப்பாளர்
வி.பி.எஸ். மணியர்,
சிதம்பர சாமி கவுண்டர்,
"விடுதலை" ஆசிரியர் எஸ். குருசாமி,
புத்த பிக்குணி ஞான ரத்தினம்,

உள்ளிட்ட பல்வேறு சான்றோர்கள் அறிஞர்கள் கலந்து கொண்டனர்.

ஈரோட்டில் கூடிய புத்தர் கொள்கை பிரசார மாநாட்டில் தலைமை வகித்துப் பேசிய கொழும்பு பல்கலைக்கழக புத்த கலாச்சாரப் பேராசிரியர் டாக்டர் ஜி.பி. மல்லால சேகரா அவர்கள் ஆங்கிலத்தில் ஆற்றிய தலைமையுரையில்,

"மனிதருக்கு ஏற்பட்ட மதம் பௌத்தம். அதனாலேயே இத்துணைச் சிறப்பு. உலகியல் வாழ்வை குறித்து கவலை கொள்ளச் செய்தவர் புத்தர்" என்று கூறி மிக விரிவாக பௌத்தத்தின் சிறப்பு களையும் உலகமெங்கும் அது எவ்வாறு வளர்ந்து இருக்கிறது என்பதையும் இந்தியா மீண்டும் பௌத்தத்தை ஏற்க வேண்டியதன் தேவையையும் வலியுறுத்தினார்.

வி.பி.எஸ் மணியர் தமது உரையில், இந்த நாள் மிகவும் முக்கியமான ஒரு பொன்னாள் என்றும் பௌத்த உலகம் தந்தை பெரியாருக்குக் கடமைப்பட்டிருக்கிறது என்றும் கூறி புத்தர் கூறிய சமயம் ஒழுக்கத்தை அடிப்படையாகக் கொண்டது. இதைப் பழந்தமிழ் இலக்கியங்கள் மிக நன்கு வெளிக்காட்டி உள்ளது என்று விவரித்தார்.

கோலார் தங்கவயல் ஜி. அப்பாதுரையார் அவர்கள் தமது உரையில் "தமிழர் தம் பண்பாட்டை உலகுக்கு உணர்த்தி தமிழ் மொழி சிறந்ததென்று பறைசாற்றுவது வள்ளுவர் தம் குறளறம். அதே போன்று உலக ஒழுக்க உயர்வை எடுத்துக் காட்டுவது பௌத்தம். நம் தமிழ் இலக்கியங்களான மணிமேகலை குண்டலகேசி உள்ளிட்ட பல்வேறு காப்பியங்களில் கருத்துக்கள் ஏராளமாக உள்ளன. அறிவி லிருந்து வெளிப்படுவது தான் பௌத்தம் மற்ற மதங்கள் அறிவுக்கு

உரிமை அளிப்பதில்லை. பௌத்தமோ அறிவின் சமயமாகும்" என்று விரிவான உரையை வழங்கியுள்ளார்.

சிதம்பரசாமி அவர்கள் "திராவிடக் கொள்கையும் புத்தரும்" என்ற தலைப்பில் பேசுகையில் பழந்தமிழர் பண்பாட்டை நிலைநாட்டியவர் புத்தர். புத்தர் கூறியதையே புத்தரின் வாரிசாக வள்ளுவரும் கூறினார். அறம், பொருள், இன்பம் மூன்றையும் வள்ளுவர் கூறினார். இவ்வுலக இன்பத்திற்கு வேண்டிய நல்லறங்களை அதில் எடுத்துக் கூறியுள்ளார். புத்தரின் போதனைகள் நம் தமிழ் மக்கள் பின்பற்ற வேண்டியவையே. புத்தர் பணிகளையே நாம் தொடர்கின்றோம் என்று விரித்துக் கூறினார்.

விடுதலை ஆசிரியர் குருசாமி அவர்கள் தமது உரையில் "உலகில் தலைசிறந்த ஒழுக்க கொள்கைகளைப் போதித்த புத்தரின் கருத்துக்களை மையப்படுத்தி மாநாடு கூடியுள்ளோம் இது மகத்தானது.

பகுத்தறிவுக்கு அதிக முக்கியத்துவம் அளித்தவர் புத்தர். ஆனால் சிலர் சந்தேகப்பட்டு திராவிடநாடு பெறுவதற்கு இலங்கை உதவியை நாடுகிறார்கள் என்று தவறாகச் சிந்திக்கிறார்கள்" என்றும் குருசாமி அவர்கள் பேசியுள்ளார்.

மாநாடு நன்கு நடைபெற வேண்டும் என்று சிங்கப்பூர் வி.வீரையா, சிங்கப்பூர் திராவிடர் கழகம், புத்தர் கழகம் கொழும்பு, திருச்சி கி.ஆ.பெ. விசுவநாதம், ஈ.வி.கே. சம்பத், பேரறிஞர் அண்ணா, ஆசைத்தம்பி, என். வி. நடராஜன், இரா. நெடுஞ்செழியன், தோழர் பக்கிரிசாமி பிள்ளை எம்எல்ஏ, எஸ் எஸ் ராமசாமி எம்எல்ஏ, வி. வி ராமசாமி, சேலம் பழனிசாமி எம்எல்சி, சுப்பைய கவுண்டர் கோவை, தியாகராசர் விழுப்புரம் நகரசபைத் தலைவர்,டாக்டர் எஸ். தர்மாம்பாள், தோழர் ஜக்கரியா பம்பாய் திராவிடர் கழகம், கோவிந்தராஜன் வாணியம்பாடி, ஜி. என்.சாமி கும்பகோணம் உள்ளிட்ட பலரும் வாழ்த்துச் செய்திகள் அனுப்பி இருந்தனர்.

மாநாட்டின் நிறைவில் புத்தர் படத்தைத் திறந்து வைத்து நீண்டதொரு உரையைப் பெரியார் அவர்கள் ஆற்றினார். மாநாட்டில் ஐந்து முக்கியமான தீர்மானங்களும் நிறைவேற்றப்பட்டன.

இவ்வாறான புத்தர் மாநாடு மட்டுமன்றி திருவள்ளுவர் மாநாடுகள் திருவள்ளுவர் படத்திறப்பு விழாக்கள் உள்ளிட்டவை தமிழர் வரலாற்றில் மிக முக்கியமாகக் கவனித்து ஆராய்ச்சி செய்யத் தக்கவை.

(படங்கள் தந்தை பெரியர், கோலார் தங்கவயல் கேப்ரியல் அப்பாதுரையார், இலங்கை டாக்டர் மல்லால சேகரா)

◆◆

46. ஹைதராபாத் முற்போக்காளர் குழுவின் சார்பில் போர்ட் கிளப்பில் நடைபெற்ற கூட்டத்தில் டாக்டர் பாபாசாகேப் அம்பேத்கர் உரை

இந்திய அரசின் சட்ட அமைச்சர் டாக்டர் பி. ஆர். அம்பேத்கர் ஐதராபாத்துக்கு விஜயம் செய்தார். ஹைதராபாத் முற்போக்காளர் குழுவின் சார்பில் போர்ட் கிளப்பில் நடந்த கூட்டத்தில் 24.05.1950 அன்று அவர் உரையாற்றினார். அரசியல் சாசனம், ஜனநாயகம், தீண்டாமை ஆகியன பற்றிப் பத்திரிகையாளர்களும் பார்வையாளர்களும் அவரிடம் சில கேள்விகள் கேட்டனர்.

"இந்தியாவின் ஜனநாயகம் இருண்டு போய் உள்ளது என்று நான் அடிக்கடி நினைப்பதுண்டு. அதே நேரம் நாம் அனைவரும் ஒன்று சேர்ந்து "அரசியல் சாசன ஒழுக்கத்தைக் கடைப் பிடிப்போம்" என்று பிரமாணம் எடுத்துக் கொண்டால், சுதந்திரம், சமத்துவம், சகோதரத்துவம் ஆகியவற்றைக் கொண்டதொரு சரியான கட்சி அமைப்பு முறையை அமைத்திட முடியும் என்று நான் பல நேரங்களில் நினைத்தது உண்டு" என்றும் கூறினார்.

"அடிப்படை உரிமைகள் குடிமக்களுக்கு வரம்பற்ற உரிமைகளை வழங்குவதாக நினைப்பது தவறாகும். தனிநபர் சுதந்திரம் அனாவசியமாகப் பாதிக்கப்படக்கூடாது என்பதை அடிப்படை உரிமையாகக் கொண்டுதான் அனைத்தும் ஏற்படுத்தப்பட்டுள்ளன" என்று கூறினார்.

சரியான எதிர்க்கட்சி இருப்பது ஜனநாயகத்தின் முக்கிய அம்சம் என்றும் பேசினார். இந்தியா மாறுகின்ற காலகட்டத்தில் உள்ளது என்றும் வயதுவந்தோர் வாக்குரிமை குறித்தும் இன்னும் தீண்டப்படாதவர்கள் பிரச்சனைகள் குறித்தும் பல்வேறு விஷயங்களைத் தெளிவுபடுத்தினார். அனைத்து மக்களுக்குமான பொதுச் சட்டம் உருவாக்குவதற்கு முன்னால் ஆட்சி செய்கின்ற சட்டங்கள் என்ன என்பதை மக்கள் அறிந்து கொள்ள வேண்டும் என்று வலியுறுத்தினார்.

"சாதி மதம் பாராமல் அனைத்து வகுப்பினருக்கும் பொருந்தக்கூடிய பொதுவான சிவில் சட்டம் இயற்றுவது சுலபமல்ல. இந்தியாவிற்கு அப்பால் உள்ள சில நாடுகளில் இருந்து நீதித்துறை கொள்கைகளை நாம் புதிதாக இறக்குமதி செய்ய முடியாது என்பது தெள்ளத் தெளிவு. ஏதும் அற்ற வெறும் பரப்பு அல்ல நமது சட்டத்துறை. இந்து சமயச் சட்டம் முஸ்லிம் சமயச் சட்டம் கிறிஸ்தவர்களும் பிற வகுப்பினர் கடைபிடிக்கும் சட்டங்கள் ஆகியவற்றை எல்லாம் எடுத்துக் கொண்டு அவற்றில் இருந்து ஒரு புது சட்டத்தை உருவாக்க வேண்டும். சட்டம் ஒரே சீராக அனைவருக்கும் பொருந்த வேண்டும் என்பதை ஏற்றுக் கொள்ளும்படி ஒவ்வொரு வகுப்பினர் இடமும் நாம் எடுத்துக் கூற வேண்டும்". என்றும் டாக்டர் அம்பேத்கர் வலியுறுத்தினார். (விரிவான வாசிப்பிற்குப் பார்க்க பக்கங்கள்: 489- 492 பாபாசாகேப் டாக்டர் அம்பேத்கர் பேச்சும் எழுத்தும் தொகுதி 36 தமிழ்)

❖ ❖

47. தம்பிக்கு அண்ணாவின் கடிதங்களில் பாபாசாகேப் அம்பேத்கரின் கருத்துரைகள்

தம்பிக்கு அண்ணாவின் கடிதங்கள் என்று அரசியல் சமூக இலக்கிய பொருளாதாரக் கட்டுரைகளாக விளங்கும் ஆவணங்கள் உண்மையில் தமிழகத்தின் அறுபது எழுபது ஆண்டுகளுக்கு முந்தைய ஆவணங்களாக இருந்தாலும் இன்றைய ஆவணங் களாகவும் விளங்குகின்றன.

வடக்கு தெற்கு, ஆரியம் திராவிடம், இந்தி பேசும் பகுதி, இந்தி பேசாத பகுதி, மாநில உரிமைகள், சுயநிர்ணயம், மொழி உரிமை, இன உரிமை, சாதிய ஒழிப்பு, பொருளாதார மீட்சி, மாகாண மொழி வளர்ச்சி என்பவையெல்லாம் அன்றைய காலகட்டத்தின் மிக முக்கியமான பாடுபொருளாக இருந்ததைப் போலவே இன்றைக்கும் இருக்கின்றன என்பது சொல்லித் தெரிய வேண்டியதில்லை.

முனைவர் க. ஜெயபாலன்

சாதி அடிப்படையில் பிறப்பு அடிப்படையிலான இந்தியாவின் பேதக் கோட்பாடுகளையெல்லாம் எதிர்த்துப் போராடிய பேரறிஞர் பாபாசாகேப் அம்பேத்கர் அவர்கள் மொழி அடிப்படையில், இன அடிப்படையில் ஏற்படுகின்ற வடக்கு, தெற்கு போராட்டங்களையும் மிகக் கூர்மையாகக் கவனித்துப் பல்வேறு கருத்துக்களை எழுதியுள்ளார். அவைகளை மிகச் சரியாக உள்வாங்கிக் கொண்டு பேரறிஞர் அண்ணா அவர்கள் தமது திராவிட நாடு, காஞ்சி ஏடுகளில் எழுதிய கடிதங்களில் மிகச் சிறப்பாக டாக்டர் அம்பேத்கரின் கருத்துக்களை எடுத்துக் காட்டியுள்ளார். மேலும் அண்ணாவின் உலகளாவிய அறிஞர்களின் மேற்கோள் களும் சிந்தனைகளும் செயல்பாடுகளும் தமிழகத்தின் தொன்மை வரலாறுகளை மிக நயமாக எடுத்துரைக்கும் பாங்கும் பண்பாட்டுத் தளத்தில் ஏற்பட்ட மறுமலர்ச்சியை மிக நுட்பமாக அரசியல் களமாக மாற்றிய அண்ணாவின் ஆற்றலும் வளரும் தலைவர் கள், தலைமுறைகள் அனைவருக்கும் பாடம் என்றால் அது மிகையில்லை.

◆◆

48. வாழும் காலத்திலேயே பாபாசாகேப் அம்பேத்கருக்கு இலக்கியத்தில் கவுரவ டாக்டர் பட்டம் வழங்கிய ஆந்திர மாநில உஸ்மானியப் பல்கலைக்கழகம்.

1953 Doctorate in Literature Awarded to Dr. Babasaheb Ambedkar by the Osmania University

"12th Jan. 1953 The Osmania University conferred on Dr. Ambedkar the honorary degree of Doctor of Literature Honoris Causa (D. Litt.) It mentioned him, "a person of great eminence, high attainments and distinguished services, one of the ablest lawyers, a pre-eminent legislator a champion of the backward and down-trodden people of India."

இந்திய அரசியல் சாசனத்தின் பிரதம சிற்பியான டாக்டர் பி. ஆர். அம்பேத்கர் நாட்டுக்கு ஈடு இணையற்ற சேவை புரிந்துள்ளார். அவரது அரிய சாதனையை அமெரிக்காவிலுள்ள கொலம்பியா பல்கலைக்கழகம் அங்கீகரித்துள்ளது; இந்தப் பல்கலைக்கழகத்தில் ஒரு சமயம் அவர் மாணவராக இருந்தார். கொலம்பியா பல்கலைக் கழகம்தான் ஒரு விசேடப் பட்டமளிப்பு விழா நடத்தி அவருக்கு எல்.எல். டி. பட்டம் வழங்கிய முதல் பல்கலைக் கழகமாகும்.

இந்திய நாட்டிலேயே ஹைதரபாத் உஸ்மானியாப் பல்கலைக் கழகம் தான் 1953 ஜனவரி 12 ஆம் தேதி டாக்டர் பி. ஆர். அம்பேத்கருக்கு டி. லிட் (இலக்கிய முனைவர்) பட்டம்

வழங்கி கௌரவித்துள்ளது. இந்தப் பட்டமளிப்பு விழா குறித்து ஹைதராபாத் டெக்கான் கிராணிக்கில் ஜனவரி 13, 1953 ஆம் தேதி இதழில் பின்கண்டவாறு எழுதிற்று: டாக்டர் அம்பேத்கர் மிகச் சிறந்த வழக்குரைஞர்களில் ஒருவர்; அடக்கி ஒடுக்கப்பட்ட மக்களின் தீவிர ஆதரவாளர். இந்திய அரசியல் சாசனத்தைத் தயாரிப்பதில் பிரதான பங்கு வகித்தவர்.

"உஸ்மானிய பல்கலைக்கழகப் பட்டமளிப்பு விழாவிற்கான நிகழ்ச்சி நிரல் " பல்கலைக்கழக வேந்தர் பின்வருமாறு கூறுகிறார் :

" உஸ்மானியா பல்கலைக் கழகத்தின் இந்தப் பட்டமளிப்புப் பேரவை (1) இந்தியாவின் ஜனாதிபதி டாக்டர் எஸ். ராதாகிருஷ்ணன் (2) திரு. எம். கே. வெள்ளோடி (3) டாக்டர் பி. ஆர். அம்பேத்கர் ஆகியோருக்கு கௌரவப் பட்டங்கள் வழங்குவதற்கும் மேலும் இந்தப் பட்டங்கள் பெறுவதற்குத் தகுதி பெற்ற இவர்களுக்குப் பட்டங்கள் வழங்குவதற்கும் கூட்டப்படுகிறது. அப்போது அவர்கள் இங்குப் பிரசன்னமாக இருக்க வேண்டும்.

" (7) அடுத்து துணைவேந்தர் சட்டமுறைப்படியான அழைப்புகளை வாசித்து மேற்கண்டவர்களுக்கு வழங்குவார்.

(8) ஒவ்வொரு அழைப்பையும் வாசித்து முடித்ததும் பல்கலைக் கழக வேந்தர் பட்டம் வழங்கி பின்வருமாறு கூறுவார். ." உஸ்மானியா பல்கலைக்கழகத்தின் வேந்தர் என்ற முறையில் எனக்கு வழங்கப்பட்டுள்ள அதிகாரத்தின் அடிப்படையில், உங்களது மேம்பட்ட நிலையையும் சாதனைகளையும் கணக்கிலெடுத்துக் கொண்டு நன்மதிப்புக்கு அடையாளமாக உங்களுக்குப் பட்டத்தை வழங்குகிறேன். எட்டாவது பத்தியில் டாக்டர் பி.ஆர். அம்பேத்கரைப் பற்றிக் காணப்படும் மேற்கோள் வருமாறு; திரு. பல்கலைக்கழக வேந்தர் அவர்களே, டாக்டர் பி.ஆர். அம்பேத் கருக்கு இலக்கியத்தில் டாக்டர் பட்டம் வழங்க வேண்டும் என்று பரிந்துரைக்கப்படுகிறது.

டாக்டர் அம்பேத்கர் 1893 ஆம் ஆண்டில் பிறந்தார். ஆந்திராவிலும் பம்பாயிலும் கல்வி பயின்றார். பம்பாய் பல்கலைக் கழகத்தில் படித்துப் பட்டம் பெற்ற பிறகு மேற்படிப்புப் படிப்பதற்கு அமெரிக்காவுக்குச் சென்றார். 24 ஆவது வயதில் 1917 ல்

தத்துவத்தில் டாக்டர் பட்டம் பெற்றார். இந்தியாவுக்குத் திரும்பிய தும் பரோடா சமஸ்தானத்தில் சிறிது காலம் அமைச்சராகவும் பின்னர் பம்பாய் சைடைன்ஹாம் கல்லூரியில் அரசியல், பொருளாதாரப் பேராசிரியராகவும் பணி புரிந்தார். திரும்பவும் அவர் வெளிநாடு சென்றார். இந்தத் தடவை இங்கிலாந்துக்குச் சென்றார். விஞ்ஞானத்தில் டாக்டர் பட்டம் பெறுவதற்கு லண்டன் பொருளாதாரத்துறைக் கல்லூரியில் சேர்ந்தார்; "ரூபாய் பிரச்சினை " என்ற பெயரில் அவர் எழுதிய ஆய்வுக் கட்டுரை உலகெங்கும் பொருளாதார வல்லுநர்களால் பெரிதும் போற்றிப் பாராட்டப்பட்டது.

அவரது அரசியல் வாழ்க்கை முன்னமே தொடங்கிவிட்டது . ஆனால் அவரது சட்டமன்ற வாழ்க்கை **1926** ல் பம்பாய் சட்ட மன்றத்தில் நுழைத்த பிறகுதான் தொடங்கிற்று. இந்திய வாக்குரிமை குறித்து லோதியன் குழுவின் முன்னால் சாட்சியம் அளித்தார். இதே போல் ராயல் கமிஷன் முன்னால் இந்திய செலாவாணி பற்றியும் மற்றும் இதர பல கமிட்டிகள், கமிஷன்கள் முன்னால் வேறு பல முக்கியப் பிரச்சினைகள் குறித்தும் சாட்சியம் அளித்தார். டாக்டர் அம்பேத்கர் தமது வாழ்நாளில் ஆரம்பம் முதலே அடக்கி ஒடுக்கி கொடுமைப்படுத்தப்பட்ட மக்கள் அனைவரின் தீவிர ஆதரவாளராக இருந்தார். இத்தகைய மக்கள் அவரது அனுதாபத்தைப் பெற்றனர். அவர் தாழ்த்தப்பட்டோர் சம்மேளனத்தின் நிறுவனத் தலைவரானார். தாழ்த்தப்பட்ட மக்களைப் பிரதிநிதித்துவப்படுத்த இலண்டன் வட்ட மேஜை மாநாட்டுக்கு **(1930 - 1932)** அவர் அழைக்கப்பட்டார்.

1942 முதல் **1946** வரை வைசிராய் நிர்வாகக் கவுன்சிலில் தொழிலாளர் துறை உறுப்பினர் என்ற உயர் பதவி வகித்து வந்தார். **1947** இல் இந்தியா சுதந்திரம் அடைந்தபின் அவர் அமைச்சரவை யில் சட்டத்துறைக்குப் பொறுப்பேற்றார். இந்திய அரசியல் சாசனத்தைத் தயாரிக்கும் பொறுப்பு அவரிடம் ஒப்படைக்கப் பட்டது. இது விஷயத்தில் அவர் ஆற்றிய மகத்தான பங்கு பிரசித்தி பெற்றது.

டாக்டர் அம்பேத்கர் நூல்கள் படிப்பதில் எல்லையற்ற ஆர்வமும் வேட்கையும் கொண்டவர். அவருக்கு ஏழு மொழிகள்

தெரியும். அவர் தனிச் சிறப்புமிக்க நூலாசிரியர். ஏராளமான நூல்களை எழுதியுள்ளார். தீண்டப்படாதவர்களுக்காக காங்கிரசும் காந்தியும் செய்தது என்ன? சாதி ஒழிப்பு, சம்மேளனம் காணும் சுதந்திரம், பாகிஸ்தானும் இந்தியப் பிரிவினையும், ரானடேயும் காந்தியும் முதலான நூல்களை இவ்வகையில் குறிப்பிடலாம்.

"பல்கலைக்கழக வேந்தர் அவர்களே, டாக்டர் பட்டம் பெறுவதற்கு நான் முன்மொழியும் டாக்டர் அம்பேத்கர் மிகவும் பிரபலமானவர், உயர்நிலையில் உள்ளவர்; அரும்பெரும் சேவைகள் புரிந்து வருபவர், மிகத் திறமை வாய்ந்தவர், வழக்கறிஞர்களில் ஒருவர், பிரபல சட்டமன்ற உறுப்பினர், இந்தியாவின் மிகவும் பின்தங்கிய, பெரிதும் கொடுமைப் படுத்த பட்டுவரும் மக்களின் தீவிர ஆதரவாளர், அவர்களது நல்வாழ்வுக் காக அல்லும் பகலும் பாடுபட்டு வருபவர். அம்பேத்கர் மீது நாம் கொண்டுள்ள எல்லையற்ற அன்புக்கும் மதிப்புக்கும் அடையாளமாக அவருக்கு கௌரவப் பட்டம் வழங்குமாறு உங்களை இப்போது பணிவன்போடு கேட்டுக்கொள்கிறேன்."

டாக்டர் பி.ஆர் அம்பேத்கருக்கு கௌரவப் பட்டம் பின்கண்ட முறையில் வழங்கப்பட்டது! உஸ்மானிய பல்கலைக் கழகம் இலக்கியத்துறை டாக்டர் பட்டத்தை டாக்டர் அம்பேத் கருக்கு வழங்குகிறது. அவர் வகிக்கும் உயர் நிலையையும் அவர் புரிந்துள்ள மகத்தான சாதனைகளையும் அங்கீகரித்து இந்தப் பட்டத்தை வழங்குகிறோம்.

ஹைதராபாத் - டெக்கான் பல்கலைக்கழக வேந்தர்,
ஜனவரி 12, 1953.

கைர்மோட், தொகுதி - 1 : பக். 63 - 66,
(பக்கங்கள் 621 - 624 டாக்டர் பாபாசாகேப்
அம்பேத்கர் பேச்சும் எழுத்தும் தொகுதி 37 - தமிழ்

◆◆

49. தென்னிந்தியப் பௌத்த மறுமலர்ச்சி இயக்கத்தை அடையாளம் கண்ட டாக்டர் பாபாசாகேப் பி. ஆர். அம்பேத்கர்

தென்னிந்தியாவின் மொழி, கலை, இலக்கியம், கல்வி உள்ளிட்ட பல்வேறு மறுமலர்ச்சிகளைக் கண்டதைப் போலவே தெனிந்தியாவில் ஏற்பட்டிருந்த பௌத்த மறுமலர்ச்சி இயக்கத்தைப் பேரறிஞர் பாபாசாகேப் அம்பேத்கர் சரியாக அடையாளம் கண்டார்.

புயல் போன்று சுழன்று கொண்டிருந்த அவரது அரசியல் வாழ்க்கை, பல்வேறு அறிவுப் பணிகள் இடையேயும் தென்னிந்தியாவில் ஏற்பட்டிருந்த பௌத்த மறுமலர்ச்சி இயக்கம் என்பது பாபாசாகேப் அம்பேத்கரின் சிந்தனையில் மிகப்பெரிய தாக்கத்தை ஏற்படுத்தியுள்ளது என்பது மிக சுவாரசியமான ஒரு செய்தியாகும். இதைப்பற்றி பாபாசாகேப் அம்பேத்கரே பதிவு செய்துள்ள ஒரு குறிப்பு மிக முக்கியமானது. அது பின்வருமாறு:

நினைவுக் குறிப்பு II

தென்னிந்தியாவில் புத்தமத நிலை குறித்த அறிக்கை

1. தென்னிந்தியாவில் இந்தியப் பௌத்தச் சமுதாயத்தினரின் நிலை குறித்து நேரில் தெரிந்து கொள்வதற்காக அங்குச் சுற்றுப் பயணத்தை மேற்கொண்டேன். ஜூலை 7 ஆம் தேதி முதல் ஜூலை 14 ஆம் தேதி வரை அங்கு இருந்தேன்.

- (1954 பாபாசாகேப் அம்பேத்கர் மேற்கொண்ட பயணத்தைக் குறிப்பிடுகிறார் - க.ஜெ.)

பின்கண்ட இடங்களில் பௌத்த சமுதாயத்தினர் இருப்பதைக் கண்டேன்.

அ. சென்னை நகருக்கு அருகில் இரண்டு மையங்கள் உள்ளன :

(i) பெரம்பூர்

(ii) காஞ்சிபுரம் (செங்கல்பட்டு)

ஆ. மதராஸ் மாநிலத்தின் உட்பகுதியில் :

(i) பாலிகொண்ட (வட ஆற்காடு மாவட்டம்)

(ii) திரிபுரம் (வட ஆற்காடு மாவட்டம்)

(iii) வெள்ளத்தூர் (வேலூர் மாவட்டம்)

(iv) வானி வேடா (பானிபெத்)

இ. மைசூர் மாநிலத்தில் :

(i) கோலார் தங்கவயல்;

(ii) பிரஸர் நகர், கண்டோன்மெனட் பெங்களூர் நகரம்;

(iii) பெங்களூர் நகரில் மத்தியச் சிறைச் சாலைக்கு அருகில்

தென்னிந்தியாவில் இந்தப் பௌத்த மையங்கள் 30/40 ஆண்டுகளாக இருந்து வருகின்றன. பிராமணர்களும் இந்துக்களும்

சூழப்பட்டிருந்தாலும் புத்த மதத்தைப் பின்பற்றுவதில் அவர்களுக்குள்ள திட உறுதியை இது புலப்படுத்துகிறது.

4. தங்கள் சொந்தச் செலவில் இவர்கள் கட்டியுள்ள விஹாரங்கள் எளிமையான கட்டிட அமைப்புகளாகும்.

5. மைசூர் சமஸ்தானத்தின் ராஜபிரமுகரான மகாராஜாவை ஜூலை 8 ஆம் தேதி சந்தித்தேன். பெங்களூரில் எங்கள் பணியை மேற்கொள்வதற்கு ஒரு சமயத்தைத் தொடங்கும் பொருட்டு அவருக்குச் சொந்தமான நிலத்தின் ஒரு பகுதியை எங்களுக்கு வழங்குமாறு கேட்டுக் கொண்டேன்.

6. 5 ஏக்கர் நிலத்தை வழங்க மனமுவந்து பரிவோடு ஒப்புக் கொண்டார். மேன்மை தங்கிய மகாராஜாவின் பிரத்தியேக செயலாளர் எழுதியுள்ள கடிதத்தை இத்துடன் இணைத்துள்ளேன். அன்பு கூர்ந்து இந்த விஷயத்தை இரகசியமாக வைத்திருங்கள். தானப்பத்திரம் இன்னும் எழுதப்படவில்லை.

7. இது எழில் மிக்க இடம்; அருமையான சுற்றுச்சூழல். இது விலை உயர்ந்ததும் கூட எங்கள் மதக் குருக்களைப் பயிற்றுவிப்பதற்கு ஒரு பௌத்த சமயப் பள்ளியையும் அத்துடன் தென்னிந்தியாவில் புத்த மதத்தைப் பிரசாரம் செய்வதற்கான ஒரு மையத்தையும் நிர்மாணிப்பதற்கு இந்த நிலத்தைப்பயன்படுத்திக் கொள்ளலாம் என்பது என் திட்டம்.

(ஒப்பம்) பி.ஆர். அம்பேத்கர்.
(பக்கங்கள்: 653- 654 டாக்டர் பாபாசாகேப் அம்பேத்கர் பேச்சும் எழுத்தும் தொகுதி 37 தமிழ்)

50. பாபாசாகேப் அம்பேத்கர் சென்னை வருகை (இறுதிப் பயணம்)

டாக்டர் அம்பேத்கர் அவர்கள் கடைசியாக சென்னைக்கு வந்தபோது தங்கவயல் மற்றும் வ. ஆ. அம்பேத்கர் மாவட்டத் தலைவர்களுடன்

பாபாசாகேப் அவர்கள் இறுதியாகச் (1954 ஜூலை) சென்னைக்கு வந்தபோது என்று குறிப்பு இருக்கிறது. இந்தப் படத்தில் பாபாசாகேப் அம்பேத்கர், ராவ்பகதூர் தந்தை சிவராஜ், சவிதா அம்மையார் ஆகியோர் நடுவில் உள்ளனர். மற்றும் உள்ள பெரியோர்கள் பற்றி விவரங்கள் தெரிந்தவர்கள் வழங்கவும்.

ஐயா, நான் அறிந்தவரையில் புகைப்படத்தில் காணும் சிலரைக் குறிப்பிட விரும்புகிறேன். என்று தங்கவயல் துரை இராஜேந்திரன் ஐயா அவர்கள் தந்துள்ள தகவல்கள் பின்வருமாறு:

'தொண்டு' இதழின் ஆசிரியர் திரு.வ. வீராசாமி M.P.
'அம்பேத்கர் தத்துவ முத்துக்கள்' ஆசிரியர்

திரு. சே.கா. ராமசாமி

இதழாசிரியர் திரு. ஜார்ஜ் கோமகன்

பௌத்தச் சங்க - இந்தியக் குடியரசுக் கட்சித் தலைவர்

திரு. M. தனகோபால்

இந்தியக் குடியரசுக் கட்சித் தலைவர் B. செல்லமுத்து

திரு. P.N.ராஜ்போஜ் M.P.

தந்தை திரு. N.சிவராஜ் M.P.

அண்ணல் பாபாசாகேப் அம்பேத்கர்

திருமதி மாய்சாகேப் சவிதா அம்பேத்கர்

திரு. C.M. மணவாளன்

திரு. P.M. ஜெய்பீம் சிகாமணி

திரு. P.M. சாமிதுரை M.L.A.

திரு. R. ஞானசூரியன் (வி.சி. துரை நாடக கதாநாயகன்)

திரு. சுப்பய்யா M.L.A.

♦♦

பின்னிணைப்புகள்

1. சென்னை மாகாண ஆதிதிராவிட முன்னோடிகளின் அரசியல் விழிப்புணர்வு பற்றி பாபாசாகேப் அம்பேத்கர்

தென்னிந்திய பௌத்த மஹாஜனக்கூட்டம்.

முதல் கூட்டம் (4—II—17)

அக்கிராசனாதிபதி.

புரொபெஸர் - P. லக்ஷ்மிநரசு.

உபந்நியாசகர்

உள்நாடு, வெளிநாடுகளினின்று விஜயமாகும் பிரதிநிதிகளினின்று தெரிந்தெடுக்கப்படுவர்.

கார்யஸ்தானம்.

சென்னை பீபில்ஸ்பார்க் மூர்பாவிலியன் ஹாலில்.

அன்பிற்சிறந்து அறிவால் மிகுந்து இன்புற்றிலகும் பெரியோர்காள்!

(4—II—17) இன்று பகல் 1-மணிமுதல் 5-மணிவரையில் பீபில்ஸ்பார்க் மூர்பாவிலியன் ஹாலில் தென்னிந்திய பௌத்த மஹாஜனக்கூட்டமென்னும் சாதிபேதமில்லா ஜனனு கூலம் பிரவர்த்தன மகேந்திர பெருங்காரியத்தை, புத்ததன்ம மஹாஞான பெரும்பண்டிதராகிய ஆசாரியதுரை சுவாமி க. அயோத்திதாஸ் அவர்களால் இத்தென்னிந்தியாவில்ஆங்காங்கு ஸ்தாபிதமாயிலகும் அநேக பௌத்த ஸ்தலங்களினின்றும் கோலார், மாரிகுப்பம், சாம்பியன்ரீப்ஸ், அளிஞ்சிகுப்பம், திருப்பத்தூர், பெங்களூர், செக்கந்திராபாத், குடகு, பிரம்பூர், பாங்கிமலே, புலியூர், சைதாப்பேட்டை, வாலாஜாரோட், பௌரிங்பேட்டை, அரக்கோணம், குடியாத்தம், காஞ்சிபுரம், வேலூர், வாலாஜாபாத், வந்தவாசி, செய்யாறு, சோளிங்கபுரம், கோயம்புத்தூர், பட்டுக்கோட்டை, கொழும்பு, இரங்கூன், நாகப்பூர் இன்னும் மற்றுள்ள இடங்களினின்றும் பிரதி நிதிகள் வருவார்கள்.

அப்போது இந்தியா மந்திரி Mr. மாண்டேகு அவர்களுக்கு இனிக் கொண்டு வரப்போகும் இந்திய சீர்திருத்தத்தைப்பற்றி ஆலோசிக்கப்படும்.

அவ்வமயம் சாதிபேதமற்ற ஒவ்வொருவரும் தவறாது விஜயஞ்செய்யும்படி வேண்டுகின்றோம்.

இங்ஙனம்:

4—11—17
சென்னை.

M. Y. முருகேஸம் சாஸனதாயகா,
(சபாநாயகர்.)
தென்னிந்திய சாக்கைய பௌத்த சங்கங்கள்.

M. Y. M. PRESS, PUDUPET.

பாபாசாகேப் அம்பேத்கரின் அரசியல் விழிப்புணர்வு அவர் மாணவராக அமெரிக்காவில் பயின்று கொண்டிருந்த காலத்திலேயே தொடங்கிவிட்டது எனலாம். *1915*இல் அவர் முதுகலை முடிக்

கின்றார். அமெரிக்க கொலம்பியா பல்கலைக்கழகத்தில் அவர் முதுகலை படிக்கும் பொழுது எழுதிய இரண்டு ஆய்வுக் கட்டுரை களிலும் தீவிரமான அரசியல் செயல்பாடு வெளிப்படுகிறது.

1. பண்டைக்கால இந்திய வணிகம்
2. பிரிட்டிஷ் ஆட்சிக்காலத்தில் நிதியும் நிர்வாகமும்

இவை இரண்டுமே முதுகலைப் படிக்கும்பொழுதே எழுதப்பட்ட ஆய்வுக் கட்டுரைகள் ஆகும்.

அதன் பின்னர் இரண்டு ஆண்டுகளில் அவர் முனைவர் பட்டத்தையும் பெறுகின்றார். அந்த முனைவர் பட்டமும் பிரிட்டிஷ் மாகாண நிதிநிலை வளர்ச்சி பற்றியதாகும். இதே காலகட்டத்தில் இந்தியாவில் சாதிகளின் தோற்றம், வளர்ச்சி, அமைப்பியக்கம் பற்றிய ஒரு கட்டுரையையும் படிக்கிறார். இவை யாவுமே தீவிரமாக இந்தியாவைப் புரிந்து கொண்ட அரசியல் செயல்பாடு என்று கூறலாம். இதற்குப் பின்னர் 1919இல் இந்தியாவில் மும்பையில் சவுத் பரோ குழுவிடம் அவர் பேட்டி அளிக்கின்றார். பின்னர் எழுத்துப் பூர்வமான சாட்சியத்தை அளிக்கின்றார். அதிலிருந்து அவரது அரசியல் செயல்பாடு தொடங்குகிறது என்று கூறலாம். இந்தச் சௌத்பரோ குழு மாண்டேகு செம்ஸ் போர்டு சீர்திருத்தம் அடிப்படையில் உருவான வளர்ச்சியாகும். பின்னர் இதனுடைய முயற்சியாக சைமன் கமிஷன் அமைகிறது. பின்னர் வட்ட மேசை மாநாடுகள். பிறகு 1935 இல் உருவாக்கப்பட்ட இந்திய அரசியல் சட்டம் வருகிறது. இவை யாவற்றிலும் டாக்டர் அம்பேத்கர் பெரும் பங்களிப்பைச் செலுத்தினார் என்பது யாவரும் அறிந்ததே.

1919 இல் சௌத்பரோ (southborogh) குழுவில் டாக்டர் அம்பேத்கர் சென்னை மாகாண முன்னோடிகளின் அரசியல் விழிப்புணர்வு பற்றிக் கூறும் கருத்துக்கள் வருமாறு:

"தீண்டாதாருக்கு வகுப்பு அடிப்படையில் போதிய அளவில் பிரதிநிதித்துவம் கிடைக்க வேண்டியதின் முக்கியத்துவம் பற்றிக் கேள்விக்கு இடமில்லை. தீண்டாதார் இது பற்றி எவ்வளவு ஆழ்ந்த உணர்வுடன் பேசுகிறார்கள் என்பதைச் சென்னை மாகாணத்தின் தீண்டாதார் திரு. மாண்டேகுவிடம் என்ன

சொன்னார்கள் என்பதிலிருந்து உணர்ந்து கொள்ளலாம். உள்நாட்டு சுயாட்சி (Home rule) யுடன் சேர்ந்து தீண்டாதார் வகுப்புவாரி பிரதிநிதித்துவம் அளிக்கப்படவில்லை என்றால் இரத்தம் சிந்தும் நிலைமை ஏற்படும் என்று அவர்கள் கூறினார்கள்" (பக்கம்: 35- பாபாசாகேப் அம்பேத்கர் பேச்சும் எழுத்தும் தொகுதி 2 தமிழ்).

சென்னை மாகாணத்தின் முன்னோடி தலைவர்கள் தீண்டப்படாத மக்களுக்குப் போதிய அளவில் பிரதிநிதித்துவம் அளிக்கப்பட வேண்டும் என்பதற்கு எவ்வளவு தீவிரமாகப் போராடினார்கள்; போராடி வருகிறார்கள் என்பதை உணர்த்துகின்ற வாசகங்கள் இவை. சௌத்பரோ குழுவிடம் கருத்துக்களை உரைத்த ஆதிதிராவிட முன்னோடிகளைப் பற்றிய கூடுதல் தகவல்களைப் பல வரலாற்று ஏடுகளில் இருந்து நாம் பெற வேண்டி உள்ளது.

1.இராவ்பகதூர் எம்.சி. ராஜாவின் ஒடுக்கப்பட்ட இந்துக்கள் (the Oppressed Hindus) நூலின் தொடக்கமே மாண்டேகு செம்ஸ்போர்டு சீர்திருத்தங்களிலிருந்து அவர் தொடங்குவதைப் பார்க்கலாம்.

2.திரிசிபுரம் ஆ.பெருமாள் பிள்ளை எழுதிய ஆதி திராவிடர் வரலாற்று நூலில் இதுபற்றி,

"இந்தியாவின் சீர்திருத்த விஷயமாக 1917 ஆம் வருஷம் சென்னைக்கு விஜயம் செய்து அருளிய எச்.இ. லார்ட் செம்ஸ் போர்டு, ரைட் ஹானர்பிள் மிஸ்டர் இ.எஸ். மாண்டேகு ஆகிய பிரபுக்கள் இடம் ஆதிதிராவிடர் என்னும் பெயரைப் பற்றியும் ஆதிதிராவிடர்களின் முன்னேற்றத்தைப் பற்றியும் அவாவிய பத்திரம் ஒன்று விடுக்க சென்னை விக்டோரியா பொதுக்கூட்டத்தில் திருமயிலை இராகவதாசர் அவர்களின் தலைமையின் கீழ் ஆதிதிராவிடர்களின் பெரும் கூட்டம் ஒன்று நிறைவேற்றிய மேற்படி பத்திரத்தில்

ஸ்ரீமான் பி. வி. சுப்ரமணியம் பிள்ளை,
ஸ்ரீமான் சி ஓங்காரம், ஸ்ரீமான் வி. முக்குந்து பிள்ளை,
ஸ்ரீமான் எம். சண்முகம் பிள்ளை,
ஸ்ரீமான் எம். சி. ராஜா
ஸ்ரீமதி திருப்புகழ் அம்மாள்,
ஸ்ரீமான் கே. முனுசாமி பிள்ளை,

ஸ்ரீமான் வி.ஜி. வாசுதேவ பிள்ளை,
ஸ்ரீமான் வி.ஜி. ராஜரத்தினம் பிள்ளை,
ஸ்ரீமான் வேணுகோபால் பிள்ளை

ஆகிய இவர்கள் தங்களது கையொப்பம் சார்த்தி இந்திய மந்திரியாகிய மாண்டேகு பிரபுவிடம் சமர்ப்பித்தனர்". (பக்கம்: 29-ரெட்டைமலை சீனிவாசன் எழுத்துக்களும் ஆவணங்களும் தொகுதி-1 தொகுப்பு கௌதம சன்னா-ஆழி பதிப்பகம், 2019)

3. இது பற்றிய இன்னும் சில தகவல்களைச் சிறப்பான குறிப்புகளுடன் அருமையான நூலை ஆக்கிய வரலாற்று அறிஞர் டி.பி. கமலநாதன் அவர்கள்,

"அரசியல் களத்தில் ஒடுக்கப்பட்டோர் பெற்ற வெற்றிகளுக்கு 1907, 1908, 1920, 1930, 1932, 1935 ஆகிய ஆண்டுகள் அதிக முக்கியத்துவம் வாய்ந்தவையாக இருந்தன" (பக்கம்: 83 - தலித் விடுதலையும் திராவிடர் இயக்கமும் தி.பெ. கமலநாதன், தமிழில் ஆ.சுந்தரம், எழுத்து, 2009) மேலும் இவர் தமது நூலில் பல்வேறு சிறப்பான முன்னோடி தகவல்களை வழங்கியுள்ளார்.

இவ்வாறு பத்தொன்பதாம் நூற்றாண்டிலேயே தொடங்கப் பட்ட பல்வேறு ஆதிதிராவிடர் அமைப்புகள் பல்வேறு அரசியல் போராட்டங்களின் ஊடாக ஐரோப்பியருடன் கொண்ட தொடர்பின் மூலமாக பஞ்சமி நிலங்கள், அரசியல் பிரதிநிதித்துவங் கள் மற்றும் பொதுச் சமூக பண்பாட்டு உரிமைகள் என்று பல்வேறு நலன்களை, பயன்களை ஒடுக்கப்பட்டச் சமூகங்கள் பெறுவதற்கு வித்திட்டிருந்தனர்.

இவையாவும் பழம்பெருமை பேசுவதற்காக அல்லாமல் உண்மையான வரலாறுகளை ஒடுக்கப்பட்ட, பிற்படுத்தப்பட்ட, முற்பட்ட, சிறுபான்மையினர் என்று இருக்கின்ற அனைத்துச் சமுதாய மக்களும் அறிந்து கொள்ள வேண்டும் என்ற தன்மையிலும் புதிய வரலாற்றைப் புதிய தேச மறுமலர்ச்சியை உருவாக்குவதற்கும் அடிப்படையாக அமையவேண்டும் என்ற நிலையிலும் அனைவரும் எடுத்துப் பார்க்க வேண்டியது அவசியமாகும்.

◆ ◆

2. ஹைதராபாத் அம்பேத்கர் பி.எஸ்.வெங்கடராவ் வாழ்க்கைச் சுருக்கமும் மும்பை மாநாட்டுத் தலைமை உரையும்

பி.எஸ்.வெங்கடராவின் பெற்றோர் பத்துல சாயண்ணா-முத்தம்மா ஆவர். அவரது தந்தை ஒரு பிரிட்டிஷ் அதிகாரியின் வீட்டுப் பணியாளராக/ஹவுஸ் கீப்பராகப் பணிபுரிந்ததால் வெங்கடராவுக்கு நவீன கல்வியில் வாய்ப்பு கிடைத்தது. பின்னர், பள்ளிக் கல்விக்குப் பிறகு, வெங்கட ராவ் தனது தாய்மொழியான தெலுங்குடன் ஆங்கிலம், உருது, பாரசீகம் மற்றும் மராத்தி மொழிகளில் தேர்ச்சி பெற்றார்.

நிஜாம் அரசாங்கத்தின் பொதுப்பணித் துறையில் அதிகாரியாகச் சேருவதற்கு முன்பு புனேவில் சிற்பியாக சிறிது காலம் பணியாற்றினார். தீண்டாமை மற்றும் சாதிப் பாகுபாடு ஆகியவற்றால் வேரூன்றிய பல இன்னல்களை நேரில் கண்டும் அனுபவித்தும், சாதி அமைப்பின் தீமைகளை ஒழிக்க பாடுபட்டார். சமூக விடுதலைப் போராட்ட வீரர் பாக்யாரெட்டி வர்மா தலைமையிலான தலித் இயக்கத்தின் செயல்பாடுகளில் அவர் தீவிர பங்கு வகித்தார்.

அவர் 1922 இல் ஆதி திராவிட சங்கத்தைத் தொடங்கி, தெலுங்கானாவில் தேவதாசி, ஜோகினி, பசிவி போன்ற பழங் காலத் தீய பழக்கங்களை ஒழிப்பதற்காகத் தலித் இளைஞர் களிடையே புதிய உணர்வையும் ஒற்றுமையையும் கட்டி யெழுப்ப அயராது உழைத்தார். மேலும், தலித் சீர்திருத்த நடவடிக்கைகளைப் பரப்பும் நோக்கத்துடன் 1927ல் ஆதி இந்து மகாசபையையும் தொடங்கினார். ஆதி இந்து மகாசபையின் கீழ் செகந்திராபாத்தில் உள்ள காஸ் மண்டியில் (அதய்யா நகர்) தலித்துகளுக்காக நூலகங்களையும் கோயில்களையும் கட்டினார். அதேபோல், காஸ் மண்டியில் தலித்துகளுக்கு வீடுகள் கட்டி, அதன் பெயரை ஆதய்யா நகர் என மாற்றினார்.

இந்தியாவில் தலித் இயக்கத்தை ஊக்குவிக்கும் அம்பேத்கரின் எழுத்துக்கள் மற்றும் செயல்பாடுகளின் செல்வாக்கு டன், ஹைதராபாத் மாநிலத்தில் சாதி ஒழிப்பு இயக்கத்தை கட்டியெழுப்ப அம்பேத்கர் இளைஞர் கழகத்தையும் வெங்கட ராவ் நிறுவினார். இது தலித் இளைஞர்களிடையே புதிய உத்வேகத்தை ஏற்படுத்தியது மற்றும் சாதி அமைப்புக்கு எதிரான இயக்கத்தை உருவாக்க உதவியது.

அம்பேத்கர் யூத் லீக் என்ற பெயரை, ஐதராபாத் மாநில தாழ்த்தப்பட்ட வகுப்பினர் சங்கமாக மாற்றினார். ஹைதரா பாத்தில் தலித் இயக்கத்தின் முக்கியத்துவத்தை அங்கீகரிக்கும் வகையில், அம்பேத்கர் வெங்கட ராவை பம்பாய் பிரசிடென்சி மஹர் சபைக்குத் தலைமை தாங்க அழைத்தார்.

மகாராஷ்டிராவில் வளர்ந்து வரும் தலித் இயக்கத்தால் ஈர்க்கப்பட்ட வெங்கடராவ், ஹைதராபாத்தில் உள்ள தலித் இளைஞர்களிடையே அம்பேத்கரிசத்தைப் பரப்ப பல நடவடிக்கைகளைத் தொடங்கினார். மகாராஷ்டிராவில் மகாத்மா ஜோதிபா பூலே தலைமையிலான கல்வி நிறுவனங்கள் மற்றும் இயக்கங்களால் அவர் வலுவான தாக்கத்தை ஏற்படுத்தினார், மேலும் பல அமைப்புகள் மூலம் தலித் இளைஞர்களிடையே கல்வி பரவலுக்காகப் பாடுபட்டார். ஹைதராபாத், செகந்திராபாத், பொல்லாரம் பகுதிகளில் இருந்து ஏராளமான

தலித் இளைஞர்கள் வெங்கடராவ் தலைமையில் முற்போக்கு நடவடிக்கைகளில் தீவிரமாகப் பங்கேற்றனர்.

1937 இல் ஹைதராபாத் மாநகராட்சியின் உறுப்பினராக பரிந்துரைக்கப்பட்டார். பின்னர், அவர் 1943 இல் நிஜாம் பாது காப்பு கவுன்சில் உறுப்பினரானார், 1946 இல் ஹைதராபாத் சட்ட மன்ற உறுப்பினராக ஒருமனதாக வேட்பாளராக ஆனார், மேலும் 1947 இல் மிர் லாயிக் அலியின் அமைச்சரவையில் கல்வி அமைச்சராகப் பணியாற்றினார். பாபாசாகேப் அம்பேத்கர் மராத்வாடா பல்கலைக் கழகத்தை அவுரங்காபாத்தில் நிறுவிய பொழுது அதற்குப் பெரிய அளவில் நிதி உதவியை வழங்கியவர்.

தாழ்த்தப்பட்ட வகுப்பினரிடையே கல்வி மேம்பாட்டிற் காக கல்வி அமைச்சராக மகத்தான பணிகளைச் செய்தார். வெங்கடராவ் எடுத்த முயற்சியின் காரணமாக, நிஜாமின் அரசு, பட்டியல் சாதியினர் நல நிதிக்கு ரூ.1 கோடி மானியம் வழங்கியது. அவரது சேவைகளைப் பாராட்டி, நிஜாம் வெங்கட ராவுக்கு குஸ்ரோ-இ-அலீம் என்ற பட்டத்தை வழங்கி கௌரவித்தார். 1952 இல், அவர் சட்டமன்றத்தால் ராஜ்யசபாவிற்குத் தேர்ந் தெடுக்கப்பட்டார். ஹைதராபாத் அம்பேத்கர் என்று பிரபலமாக அறியப்பட்ட வெங்கட ராவ், தலித்துகளின் விடுதலைக்காக ஒரு எழுச்சியூட்டும் இயக்கத்தைக் கட்டியெழுப்புவதில் துணிச்சலான தலைவராக இருந்தார். அசாதாரணத் தலைவராக விளங்கிய மாமனிதர் விரைவிலேயே காலமானது வரலாற்றின் துயரமாகும்.

தலைமை உரை

(30 மே, 1936 அன்று பம்பாயில் நடைபெற்ற 'தி பாம்பே பிரசிடென்சி மஹர் மாநாட்டின்' தலைவராக திரு. பி. எஸ். வெங்கட ராவ் ஆற்றிய உரை)

1936 மே 30ஆம் நாள் பம்பாயில் நடைபெற்ற மகார் மாநாட்டின் தலைவராக இவர் பொறுப்பேற்றார். இவர் பொறுப் பேற்று ஆற்றிய உரை மிகச் சிறப்பான வகையில் இடம் பெற்றுள்ளது அந்த உரை பின்வருமாறு:

சகோதரிகளே! மற்றும் சகோதரர்களே! இந்த முக்கியமான மாநாட்டின் விவாதங்களுக்கு என்னைத் தலைமையேற்க வைத்து,

அறியப்படாத தனிமனிதரான எனக்கு வழங்கிய மரியாதைக்கு நான் உங்களுக்கு மிகவும் மனப்பூர்வமாகவும் நன்றியைத் தெரிவித்துக் கொள்கிறேன்.

நீங்கள் என் மீது வைத்திருக்கும் நம்பிக்கையை நான் பெரிதும் பாராட்டுகிறேன், மேலும் இந்தப் பதவியில் இணைக்கப்பட்டுள்ள பொறுப்புடன் இருந்து நீங்கள் என் மீது சுமத்தியுள்ள பணியை நான் ஏற்க முடிவு செய்தேன். இத்தருணத்தில், டாக்டர் பாபா சாகேப் அம்பேத்கரின் வசம் நமது சேவைகளை வழங்குவதும், இந்து மதத்தின் கோரப்பிடியில் இருந்து நம்மை விடுவிக்கத் தேவையான அனைத்து ஆதரவையும் வழங்குவதும் நம் ஒவ்வொருவரின் கடமையாகும்.

இச்சந்தர்ப்பத்தில் இங்கு கூடியிருக்கும் எமது மக்களின் நம்பிக்கைக்குரிய தலைவர்கள் அவர்கள் கருதிய தீர்ப்பு மற்றும் பழுத்த அனுபவத்தின் அனைத்து நன்மைகளையும் எமக்கு வழங்குவார்கள். இந்து மதத்தை விட்டு வெளியேற வேண்டுமா இல்லையா என்பது முதல் கேள்வி. இயோலா மாநாட்டில் உறுதி மொழியில் பதில் ஏற்கனவே கொடுக்கப்பட்டுள்ளது. இந்த முடிவு சிலருக்கு நம்பிக்கையையும் அச்சத்தையும் ஏற்படுத்தியுள்ளது. இயற்கையாகவே இந்து சமூகம் இந்த முடிவை வெறுப்புடன் பார்க்கிறது. இயோலா மாநாட்டின் தீர்மானம் பொதுவாக இந்து மதத்திற்கு ஒரு சவாலாகவே எடுத்துக்கொள்ளப்படுகிறது. தாழ்த்தப்பட்ட வகுப்பினர் என்றழைக்கப்படும் மக்கள் இதைப் பின்பற்ற மாட்டார்கள் என்று, தீர்மானம் ஒரு முட்டுக்கட்டை யாகவே இருக்கும் என்று சிலர் யோசனைக் கூறி ஏமாற்ற முயல்கின்றனர். உண்மையாகவே அப்படி இருந்தால், இந்து சமுதாயத்தின் புறாக் கூடுகளில் ஏன் இப்படி ஒரு படபடப்பு இருக்க வேண்டும் என்று நான் பார்க்கத் தவறவில்லை. யோசனை சாத்தியமற்றது என்றால், இயக்கம் இயற்கையாகவே முடிவுறும். பிறகு ஏன், இவர்கள் அதைப்பற்றிக் கவலைப்படு கிறார்கள்?

இயக்கத்தின் காப்பாளர் மீது கடுமையான விமர்சனங்களை முன்வைக்கிறார்கள்? சிலர் நம்புவது போல் அல்லது கூறுவது போல் இது வெறும் துவேஷம் என்றால், அந்த இயக்கத்தைப் பற்றி ஜாதி

இந்துக்கள் தீவிரமான கவனிப்பு எடுக்க வேண்டியதில்லை. ஒடுக்கப்பட்ட வகுப்பினர் என்று அழைக்கப்படுபவர்களுக்கு அனுதாபம் தெரிவிக்கும் ஒரு சில சாதி இந்துத் தலைவர்கள், சாதி இந்துக்கள் அவர்கள் மீதான அணுகுமுறையால் வெறுப்படைய எல்லா காரணங்களும் இருந்தாலும், சிந்திக்கும் நடவடிக்கை பிரச்சினையைத் தீர்க்காது என்பது மட்டுமல்ல, மேலும் இதுவும் கூட என்று கூறுகிறார்கள். அதன் தீர்வை மேலும் கடினமாக்குவது இந்து சமுதாயத்தைப் பகைத்துக்கொள்ள வேண்டும். ஆட்சேபனைகள் பாவ நோக்கங்களால் ஈர்க்கப்பட்டவை என்பதை ஏற்றுக்கொண்டு, தீண்டாமையை ஒழிப்பதற்கான அவர்களின் நல்வாழ்த்துக்களும் முயற்சிகளும் பலனளிக்காததால், கேள்வியை நம் கைகளில் எடுத்துக் கொள்வதை ஏன் எதிர்க்க வேண்டும் என்று எங்கள் நலம் விரும்பிகளிடம் கேட்க விரும்புகிறேன்.

திரளான ஜாதி இந்துக்கள், சந்தேகத்திற்கிடமின்றி வெறுமையாகிவிட்டனர், இந்தத் தலைவர்களின் வழியைப் பின்பற்றத் தயாராக இல்லை. ஹரிஜன் இயக்கம் என்று அழைக்கப்படுபவை, சாதி - இந்துக்களில் ஆதிக்கம் செலுத்தும் பழமை வாய்ந்த இந்து மதத்தையும் பகைத்துக் கொண்டன. பிறகு ஏன் ஒரு புதிய பரிசோதனையை முயற்சிக்கக்கூடாது? சந்தேகத்திற்கு இடமின்றி, இது ஒரு துணிச்சலான பரிசோதனையாக இருக்கும், மேலும் இது ஒரு பெரிய ஆபத்துடனும் இருக்கலாம். மற்ற சமூகங்களுடனான நமது சுதந்திரத்திற்கும் சமத்துவத்திற்கும் அதிக விலை கொடுக்க வேண்டியிருக்கும் என்பதை நாங்கள் அறிவோம். விலை கொடுக்கப்பட வேண்டுமா என்பதை நாம் கருத்தில் கொள்ள வேண்டும், என்னவென்று எங்களுக்குத் தெரியும்.

தேவையான தியாகங்கள் புரிவோம்

இது நமக்கு நல்லது மேலும் இந்து சமுதாயத்தில் உள்ள நம் நண்பர்கள் அனைவருக்கும் நமது இரட்சிப்பின் நாள் வரப்போகிறது என்று உறுதியளிக்க நாங்கள் தயாராக இருக்கிறோம், மேலும் அந்த சிவப்பு எழுத்து நாளுக்காக காத்திருக்கும் பொறுமையுடன் நம் ஆன்மாக்களை ஆட்கொள்ளும்படி அறிவுறுத்துகிறோம்.

EDUCATE! AGITATE!! ORGANIZE!!!

Remembering *Hyderabad's Ambedkar*

B. S. Venkat Rao
on his birth anniversary

B. S. Venkat Rao was born on 11th December 1900, to Battula Saianna and Muthemma. He was a key figure in the Dalit movement that was built in the erstwhile Princely State of Hyderabad. He was the second generation leader after Bhagya Reddy Varma in the Adi Hindu movements which were in rise. In the year 1919, he joined the Nizam Sagar project as Assistant Recruitment Officer and later went on to join the Public Works Department. He resigned his job and joined the larger Dalit movement of Hyderabad.

Venkat Rao worked extensively on education for the oppressed classes and spent large part of his earnings for the same. In the year 1936, Rao along with P R Venkataswamy started the 17th Youth League of Ambedkarites in complete support of the social movement started by Dr. B R Ambedkar. Recognising his efforts in the social arena, the Nizam honoured him with the title "Khusru-E-Deccan".

Throughout his life he fought for the liberation of Dalits. He considered education as an important weapon and a voice of protest and religious practices that lowered the status of individuals irked him the most. In an interview he said, "as long as we (Dalits) continue in Hindu religion, there is no liberation for us. We shall choose to go for a religion that seeks equality or a new religion all together"

AMBEDKAR STUDENTS' ASSOCIATION

இவ்வளவு காலம் நாம் பொறுமையைக் கடைப்பிடிக்க வில்லையா? பொறுமைக்கு எல்லையே இல்லையா? இன்றைய நிலையில் தீண்டாமை ஒழிப்பில் முன்னேற்றம் ஏற்பட வேண்டுமானால், நமது சமூகத்தில் எத்தனை தலைமுறைகள் மீட்கப்படாமல் இறக்க நேரிடும் என்று சொல்வது கடினம். அதுமட்டுமல்லாமல், தீண்டாமை ஒழிக்கப்பட்ட பிறகும் இந்து சமுதாயத்தில் நமது அந்தஸ்து சூத்திரர்களின் அந்தஸ்து மிகக் குறைவாகவே இருக்கும், அதுவரை சதுர்வர்ணம் (நான்கு வகை சாதி அமைப்பு) இந்து மதத்தின் ஒருங்கிணைந்த பகுதியாகவும் இன்றியமையாத அம்சமாகவும் இருக்கும் வரை. தீண்டாமை என்பது சமீப காலத்திலோ அல்லது தொலைதூரத்திலோ

மறைந்துவிடும் என்று சாதாரணமாக எடுத்துக் கொண்டாலும் அந்த களங்கம் அப்படியே இருக்கும்.

தற்போதுள்ள தீண்டத்தகாத சாதிகள் இந்து சமூகத்தின் மிகக் கீழ்மட்டத்தை உருவாக்கும், மேலும் இந்த வகுப்பின் பல்வேறு பிரிவுகளுக்கு இடையே உயர்ந்த அல்லது தாழ்வு உணர்வுகள் தொடரும். முற்றிலும், இந்து மதம் அதன் சாதி அமைப்பிலிருந்து விடுபடும் என்பதற்கு எந்த அறிகுறியும் இல்லை. மறுபுறம், ஒவ்வொரு சாதியும் துணை ஜாதியும் பெரியதோ, சிறியதோ, தனி அலகாகத் தன் நிலையை வலுப்படுத்த முயற்சிக்கிறது. ஒவ்வொரு ஆண்டும் சாதி அடிப்படையில் புதிய அமைப்புகள் உருவாகி வருகின்றன. சாதியை ஒழிக்க மேற்கொள்ளப்படும் முயற்சிகள் மிகவும் பலவீனமானவை மற்றும் இந்த மறுசெயல் போக்குகளை வெற்றிகரமாக முறியடிக்கும் முயற்சிகள் சிதறடிக்கப்படுகின்றன. இந்து சமயத் துறையில் சமத்துவத்திற்கான எந்த நற்கூறையும் நாம் காணவில்லை.

சமத்துவமின்மையின் கொடுமைகள், மிகவும் தாழ்ந்த நிலையில் இருப்பவர்களால் அதிகம் உணரப்படுகின்றன, மற்றவர்கள் சமத்துவமின்மை இருப்பதைப் பற்றி இயற்கை யாகவே அலட்சியமாக இருக்கிறார்கள், ஜாதி உயர்வு மனப்பான்மை அதிகமாக இருப்பதால் அலட்சியம் அதிகமாக உள்ளது. உயர் சாதியினரால் தங்களுக்கு மறுக்கப்பட்ட உயர் சலுகைகளைக் கோருபவர்கள் கூட, தங்களை விட தாழ்ந்த வகுப்பைச் சேர்ந்தவர்களின் இதே போன்ற கோரிக்கைகளை ஒப்புக் கொள்ளத் தயாராக இல்லை. இது ஒரு தீய வட்டம், சாதிய அமைப்பை முழுவதுமாக அழிப்பதில் குறைவான எதுவும் அதை உடைக்க முடியாது.

சாதி அமைப்பின் வலிமையும் உயிர்ச்சக்தியும், ஒவ்வொரு பிரிவினரும் மற்ற கீழ்மட்டப் பிரிவின் உறுப்பினர்களை அவர்களின் நிலை மற்றும் வாழ்வில் உள்ள இடத்தைப் பொருட்படுத்தாமல் இழிவாகப் பார்ப்பதற்கான ஏற்பாடுகளில் உள்ளது. வெவ்வேறு சாதியினரிடையே போட்டிகள் இருக்க

லாம், உயர்ந்த சமூக மற்றும் மத உரிமைகள் மற்றும் சலுகை களுக்கான போராட்டம் மற்றும் சில சாதிகளுக்கு இடையேயான போர் தலைமுறைகளாக சில உயர் சலுகைகள் உள்ள வார்டுகளின் கோரிக்கைகளின் காரணமாக தொடரலாம். இருப்பினும், ஒவ்வொரு பிரிவினரும் அமைப்பை நிலைநிறுத்துவார்கள், அதன் புனிதத்திற்கு மரியாதை செலுத்துவார்கள், அதன் நற்பண்புகளைப் பாடுவார்கள், ஏனெனில் அது அமைப்பைக் கண்டித்தால், அது ஒன்று அல்லது அதற்கு மேற்பட்ட பிரிவுகளை விட உயர்ந்தது என்று உணரும் மகிழ்ச்சியும் திருப்தியும் இருக்காது.

இந்து சமூகத்தில் சாதி அமைப்பு ஒழிக்கப்பட வேண்டு மானால், அதற்கான முயற்சி உயர் சாதிகள் என்று சொல்லப் படுபவர்களிடம் இருந்து வர வேண்டும். ஆனால் அவ்வாறு செய்வது அவர்களின் நலனுக்கு உகந்தது அல்ல. தேசியவாதம் மற்றும் சமூக மற்றும் மத தாராளமயம் பற்றி நிறைய பேச்சுகள் கேட்கப்படுகின்றன, ஆனால் பொதுவாக இந்து சமூகத்தின் அனைத்து பிரிவுகளின் விருப்பமும் சாதி அமைப்பை அப்படியே வைத்திருக்க வேண்டும். எல்லோரும் அதைப் பாதுகாக்க விரும்பு கிறார்கள்; சில எப்பொழுதும் போல் கடினமான வடிவத்தில் உள்ளன, மற்றவை குறைவான கடினமான வடிவத்தில் உள்ளன.

சிலர் சாதிகள் மற்றும் துணை சாதிகளின் எண்ணிக்கையை நான்கு பிரிவுகளாக மட்டுமே குறைக்க விரும்புகிறார்கள், ஆனால் அனைவரும் அமைப்பு வேண்டும் என்று வலியுறுத்துகின்றனர், மேலும் இந்த அமைப்பில் உள்ளார்ந்த ஏற்றத்தாழ்வு தவிர்க்க முடியாதது மட்டுமல்ல, இந்து மதத்தைப் பாதுகாப்பதற்கு அவசியமானது மற்றும் விரும்பத்தக்கது. இந்து சமுதாயம். ஜாதி அமைப்பு என்று எடுத்துக் கொள்ளப்படும் வாரணாஷ்ரம தர்மத்தின் நற்பண்புகளைப் போற்றாத இந்துக்களின் புனித நூல் ஒன்று உள்ளது. நிச்சயமாக வாரணாஷ்ரம தர்மம் என்ற சொல் பலவிதமாக விளக்கப்படுகிறது; ஆனால் இது சாஸ்திர விளக்கத்தில் முடியைப் பிளப்பதை விட சற்று அதிகம்.

பண்டிதர்களிடையேயும், மரபுவழி மற்றும் சீர்திருத்த வாதிகளுக்கும் இடையே உள்ள வேறுபாடுகள் என்றென்றும் தொடரும். இந்த கோட்பாட்டு மற்றும் கல்வி விவாதங்கள் இந்து

சமூகத்தின் பல்வேறு பிரிவுகளுக்கு இடையேயான உண்மையான சமூக உறவுகளில் சிறிய தாக்கத்தை ஏற்படுத்துகின்றன. இந்து மதத்தினருக்குள் நமது விடுதலைக்காக நாம் நடத்த வேண்டிய போராட்டம் நமது வலிமைக்குச் சமமற்றது. எமக்கு எதிராக அணிவகுத்துள்ள ஒன்றிணைந்த சக்திகள் பொருளாதார ரீதியாகவும் கல்வி ரீதியாகவும் எங்களுடைய சக்திகளை விட வலிமையானவை, மேலும் எண்ணிக்கையில் நாம் தாழ்த்தப்பட்ட வர்களாகவும், மேலும் ஒடுக்கப்பட்டவர்களாகவும் இருந்தோம். இந்து உயர் சாதியினரின் பொருளாதார மற்றும் சமூக வாழ்வில் சுரண்டலுக்கு ஆளானவர்கள் - நம் நிலைக்கு முடைய காரணம், சந்தேகத்திற்கு இடமின்றி அநீதியான நூற்றாண்டுகள் ஆனால் அது மட்டும் போதாது. ஒவ்வொரு நீதியான காரணமும் இறுதியில் வெற்றிபெற வேண்டும் என்ற கோட்பாடு ஏற்றுக்கொள்ளப்பட்டாலும், அந்த நேரம் எப்போது வரும் என்று சொல்வது கடினம். நமது வழக்கமான அனுபவம் என்னவென்றால், இந்து சமூகத்தைச் சேர்ந்தவர்கள் என்ற முறையில் மட்டும் நமது உரிமைகளை நிலைநாட்ட முயலும்போது, நமது குடிமை உரிமைகள் - குடிமக்களாகிய நமது உரிமைகள் மற்றும் மனிதர்கள் - உயர்ந்த பிராமணர் முதல் தாழ்த்தப்பட்ட சூத்திரர்கள் வரை இந்து சமூகத்தின் மற்ற அனைத்துப் பிரிவினராலும் நாங்கள் எதிர்க்கப்படுகிறோம். ஒவ்வொரு இந்து சாதியினரின் கையும் நமக்கு எதிராக உள்ளது. இந்த சமத்துவமற்ற போராட்டத்தை நாம் காலவரையின்றி நடத்துவோம் என்று எந்த நியாயமான மனிதனும் எதிர்பார்க்க முடியுமா? இது நம்பிக்கையற்ற போராட்டம் இல்லையா? இந்து மதத்தின் வெளிறிய வெளியில் சென்று, இந்துக்களுக்குள் நாம் நடத்த வேண்டிய இந்தப் போராட்டத்தைக் கைவிட்டால், ஆண்மைக் குறைவு என்று நியாயமாக குற்றம் சாட்ட முடியுமா? இந்த சமத்துவமற்ற நம்பிக்கையற்ற போராட்டத்தை நாம் தொடர்ந்து நடத்தினால் அது ஆண்மையாக இருக்காது, முட்டாள்தனமாக இருக்கும். என்றென்றும் அவமானங்களுக்கும் துரோகங்களுக் கும் அடிபணிந்து போவதுதான் ஆண்மையா? நாம் அடிமைகளாக இருப்போமா அல்லது துருப்பிடித்த கட்டுகளை உடைப்போமா? நம் உரிமைகளுக்காக மண்டியிட்டு மன்றாடு

வோமா? விடுதலைக்கான சரியான வழியைக் காட்டுவது நமது தலைவர்களின் கடமை. சாதி மற்றும் தீண்டாமையின் கடுமையை முதலில் அறிந்தவர்கள் மட்டுமே பிரச்சனையைச் சரியான கண்ணோட்டத்தில் பார்க்க முடியும். இந்துக்களுக்குள் விடுதலையை ஏற்படுத்த முடியுமா என்பதை அவர்களால் மட்டுமே தீர்மானிக்க முடியும். தலைவர்கள் தங்கள் கடமையைச் செய்யத் தவறினால், தற்போதைய அடிமைத்தனத்தை நீடிப்பதற்கு அவர்கள் பொறுப்பேற்க நேரிடும்.

போற்றுதலுக்குரிய தலைவரான டாக்டர் பாபாசாகேப் அம்பேத்கர், இந்து மதத்தை விட்டு வெளியேறுவதாக அறிவித்தார், அதன்படி இயோலா மாநாடு நடந்தது. அவரது வழிகாட்டுதலின் கீழ் ஒரு தீர்மானம். அந்தத் தீர்மானத்தை எப்படிச் செயல்படுத்துவது என்பதைத் தீர்மானிக்க இப்போது நாம் கூடியுள்ளோம். டாக்டர் பாபாசாகேப் அம்பேத்கரின் பிரகடனம் மற்றும் இயோலா மாநாட்டில் நிறைவேற்றப்பட்ட தீர்மானம் பல விமர்சனங்களுக்கு ஆளாகியுள்ளது. விமர்சகர்கள் பல்வேறு சிந்தனைப் பள்ளிகளைச் சேர்ந்தவர்கள் மற்றும் பல்வேறு கோணங்களில் விமர்சனங்கள் முன்வைக்கப் பட்டுள்ளன. இதுவரை சொல்லப்பட்ட அனைத்து விமர்சனங் களுக்கும் இங்கு என்னால் பதில் சொல்ல முடியாது. அவற்றுள் முக்கியமானவற்றுக்குப் பதிலளிப்பதில் திருப்தி அடைவேன். சில விமர்சகர்கள் தோற்கடிப்பதாகக் குற்றம் சாட்டுகிறார்கள். நாம் நமது உரிமைகளைப் பறித்து, விடுதலைக்கான போராட்டத்தைக் கைவிடவில்லை. நாம் மட்டும்தான் நமது கோட்பாட்டை மாற்றிக் கொண்டிருக்கிறோம். போராட்டம் தொடரும் ஆனால் ஒரு சாதக நிலத்திலிருந்து நாம் மதம் மாறியவுடன் போராட்டத்தின் அவசியம் நின்றுவிடும் என்று நமது விமர்சகர்கள் சிலர் நினைப்பது போல் நாம் நம்பும் அளவுக்கு எளிமையாக இல்லை. உலகில் உள்ள அனைத்து மதங்களிலும் பகுத்தறிவுவாதத்தைப் பார்க்கும் மற்றவர்கள், மதம் மற்றும் மூடநம்பிக்கைகளிலிருந்து முற்றிலும் விடுபட்ட எந்த மதத்தையும் காணவில்லை, இந்து மதத்தை நாம் புறக்கணிக்கும்போது, எந்த மதத்தையும் ஆதரிக்க வேண்டாம் என்று அறிவுறுத்துகிறார்கள். இந்த ஆலோசனை

தர்க்கரீதியாக சரியானதாக இருக்கலாம், ஆனால் வேறு பல பரிசீலனைகள் உள்ளன. விஷயங்களை அப்படியே எடுத்துக் கொள்ள வேண்டும். நமது முக்கிய நோக்கத்தை நாம் பார்க்க வேண்டும். ஜனநாயகக் கோட்பாடுகளைக் கொண்ட மதத்தை மட்டுமே ஏற்றுக்கொள்வோம் என்றும், அப்படி ஒரு மதம் இல்லை என்றால், புதிய மார்க்கம் ஒன்றைக் கண்டுபிடிப்போம் என்றும் இந்த நண்பர்களுக்கு உறுதியளிக்கிறோம்.

இன்னொரு வகுப்பினரின் விமர்சனங்களுக்குப் பதில் சொல்லாமல் இந்த வாய்ப்பை என்னால் கடந்து செல்ல முடியாது. அவர்களே சமயத்தைப் பறைசாற்றுகிறார்கள், எங்கள் போராட்டத்தில் எங்களுக்காக அனுதாபத்தையும் தெரிவிக்கிறார் கள். அவர்களின் மதம் ஆச்சாரமான இந்து மதம் அல்ல. இந்து மதம் அதன் கொள்கைகள் மற்றும் பொதுக் கண்ணோட்டத்தில் தாராளமயம் என்று கூறும் ஒரு புதிய வெளிப்பாட்டில் காணுகின்றனர்.

மேலும் வேறு மதங்களில் ஒட்டுமொத்தமாக இந்து மதத்தை விட்டு வெளியேறி வேறு மதத்தைத் தழுவுவதற்கான எங்கள் முடிவில் இந்த மக்கள் அச்சம்(திகில்) காட்டுகிறார்கள். மதம் என்பது ஒரு கோட் அல்லது சட்டை போன்ற ஒரு பொருள் அல்ல, நீங்கள் இன்னொருவராக மாறுவது, மேலும், பொருள் கருதி ஒருவரின் மதத்தை மாற்றுவது அதைத் தாழ்த்துவதாக அவர்கள் கூறுகிறார்கள். இந்த உயர்வான விமர்சனம் எந்தெந்த இடங்களில் இருந்து வெளிப்படுகிறது என்பதை நாம் அறிவோம். நாங்கள் எதையும் மறைக்க விரும்புகிறோம், முடிந்தவரை வெளிப்படையாக இருக்க விரும்புகிறோம். மதம் மாறுவதன் மூலம் நாம் ஆன்மீக இரட்சிப்பைத் தேடவில்லை. நாங்கள் அதை இழிவுபடுத்த வில்லை. மனிதநேயம், சமத்துவம், நீதி ஆகியவற்றி லிருந்து பிரிந்த மதம் என்று கண்டறியப்பட்டுள்ளது. ஆன்மீக திருப்தி மற்றும் இரட்சிப்பைப் பெறுவதற்கு எந்தவொரு தனிமனிதனும் எந்தவொரு குறிப்பிட்ட மதத்தையும் கடைப்பிடிக்க வேண்டிய அவசியமில்லை என்று நாங்கள் நினைக்கவில்லை. எந்த மதத்திலும் ஒருவன் பாவம் செய்தாலும் இவற்றைப் பெறலாம். மதம் முக்கியமாக இரண்டு உறவுகளைக் கையாள்கிறது,

கடவுளுக்கும் மனிதனுக்கும் இடையிலான உறவு மற்றும் மனிதனுக்கும் மனிதனுக்கும் இடையிலான உறவு. எந்த மதத்திலும் கடவுளை வழிபடலாம். ஆனால் மதம் வகுத்துள்ள மனிதனுக்கும் மனிதனுக்கும் உள்ள உறவை அன்றாட வாழ்வில் உணரமுடிகிறது.

இந்து மதம் மனிதகுலத்தின் ஒரு பகுதியை நித்தியமாக, தலைமுறை தலைமுறையாக, சில விஷயங்களில் அடிமைத் தனத்தை விட மோசமான வாழ்க்கைக்குக் கண்டனம் செய்கிறது. மேலும் அத்தகைய வாழ்க்கை ஆன்மீக உயர்வுக்குக் கூட வழி வகுக்காது, ஏனெனில் சுயமரியாதை ஆன்மீக உயர்வின் இன்றியமை யாத பகுதியாகும். அது சுயமரியாதை. நாம் இந்து மதத்தில் நிலைத்திருப்பது சாத்தியமில்லை எங்கள் நிலைப்பாடு உயர்சாதி இந்துக்களின் நிலையிலிருந்து அடிப்படையில் வேறுபட்டது. ஒருவரின் உடல்தசை மற்றொருவரின் விஷம். இந்து மதம்நமக்கு ஒரு விஷத்தை நிரூபித்துள்ளது. இந்த விஷத்தை ஒழிக்க முடிவு செய்துள்ளோம். எவ்வாறாயினும், ஒருவர் மத வெறி மற்றும் ஆன்மீக இரட்சிப்பின் அழகுகளைப் பற்றி உயர்வாகப் பேசலாம், ஆன்மீக மகிழ்ச்சிக்காகவும், அடுத்த உலகில் மகிழ்ச்சிக்கான வாக்குறுதிக்காகவும் இந்த உலகில் ஒரு நாயின் வாழ்க்கையை நடத்த விரும்புபவர்கள் மிகச் சிலரே. நம்மை விமர்சிப்பவர்களில் எத்தனை பேர், எங்கள் நிலையில் தங்களைக் கண்டால், இந்துக் களாகவே இருக்க விரும்புவார்கள் என்று எனக்கு ஆச்சரியமாக இருக்கிறது. பொருள்முதல்வாதத்தைக் குறை சொல்வதில் பயனில்லை. பிற உலகு என்பது பொதுவாக மற்றவர்களுக்குத்தான். பொருள் கருத்துகளைப் புறக்கணிக்க முடியாது. ஒரு மனிதன் இலக் கணத்தை உண்பதால் பசியையும் தாகத்தையும் கவிதையைக் குடித்துத் தீர்த்துக் கொள்ள முடியாதது போல, ஒரு மனிதன் ஆன்மீகத்தையோ அல்லது ஆன்மீக உயர்வையோ மட்டுமே நிலைநிறுத்திக் கொள்ள முடியாது.

நமது துன்பகரமான வாழ்வில் திருப்தி அடைந்து, தர்மத்தின் கட்டளைகளைப் பின்பற்றினால், நித்திய பேரின்பம் அல்லது பிராமண குடும்பத்தில் உடனடியாகவோ அல்லது நிலையாகவோ பிறக்கும் சொர்க்கத்தை இந்து மதம் நமக்கு உறுதியளிக்கிறது. இந்த சந்தேகத்திற்கிடமான நிலையை நாங்கள் ஏற்க மறுக்கிறோம். சமூக

சுதந்திரம், சமவாய்ப்பு சமத்துவம் மற்றும் சமூக நீதியை இந்த வாழ்விலும், இங்கேயும் இப்போதும் விரும்புகிறோம். சுயமரியாதை மற்றும் சுதந்திரத்தைத் தேடும் நமது அடிப்படை உரிமைகளை மறுக்கும் இந்து மதத்தை விட்டு வெளியேறுவது முற்றிலும் நியாயமானது என்று நாங்கள் உணர்கிறோம், தீண்டாமையைச் சாதி - இந்துக்களுக்குத் தங்கள் சொந்த வீட்டில் கடைப்பிடிக்க விட்டுவிடுகிறோம். தற்கால விழிப்புணர்வில் நாம் கோரும் அடிப்படை உரிமையை மறுத்தாலும் கூட, நமது முன்னோர்களின் மதமாக இருந்ததால், இந்து மதத்தில் ஒட்டிக் கொண்டிருக்கிறோம் என்று எந்த ஒரு தர்க்கத்தின் மூலமும் வாதிட முடியாது. சீர்திருத்தவாதிகள் என்று அழைக்கப்படுபவர்கள் நமது துன்பத்தைக் கண்டு முதலைக் கண்ணீர் வடித்தார்கள்.

சாதிய அமைப்பை முற்றிலுமாக ஒழிக்க வேண்டும் என்ற எண்ணத்தை அவர்கள் விரும்புவதில்லை. அவர்களின் நோக்கம் மனிதாபிமானம் அல்ல, அரசியல். அவர்களின் இனிமையான வார்த்தைகளாலும், வாக்குறுதிகளாலும் நாம் தவறாக வழிநடத்தப்பட்டு, அவர்களின் வலையில் விழக்கூடாது. டாக்டர் பாபாசாகேப் அம்பேத்கரின் வெளிப்பாடு, எழுச்சி நமது கோடிக் கணக்கான சகோதரர்களின் இதயங்களைத் தொட்டு, விழிப்புணர்வை ஏற்படுத்தியது. நீதி, சுதந்திரம், சமத்துவம் ஆகிய புனிதக் கொள்கைகளை அடிப்படையாகக் கொண்ட அந்த மதத்தை நாம் தழுவப் போகிறோம்.

நமது சமுதாயத்தின் எதிர்காலத் தூண்களான நமது இளைஞர்கள், நமது சமுதாயத்தின் முன்னேற்றத்தின் பெரும் சுமை அவர்கள் மீது உள்ளது, அவர்களை ஒரு வலுவான அமைப்பாக ஒழுங்கமைத்து அவர்களின் ஒதுக்கீட்டைப் பங்களிக்க நான் ஒரு ஆலோசனையை வழங்குகிறேன். உண்மையாக. நீங்கள் சுயநல நோக்கங்களால் செயல்பட்ட செயல்களைச் செய்யாமல், சேவை மனப்பான்மையுடன் நமது பாபாசாஹேப்பின் விடுதலைச் செய்தியைத் துன்பப்படும் நமது சகோதரர்களிடையே பரப்புவதற்கு நீங்கள் தீவிரமான பிரச்சாரத்தை மேற்கொள்ள வேண்டும். கூடுதலாக உங்கள் தலைவர்கள். இதற்கு, விசுவாசத்தின் மதிப்பைக் கற்றுக் கொள்ளுங்கள், விசுவாசமாக இருங்கள், இந்து மதத்தின்

மூர்க்கத்தனமான நோயின் பரம்பரைக் கொடுமைகளை நாம் வெவ்வேறு பிரிவுகளாகப் பிரித்து கண்மூடித்தனமாகப் பின்பற்று கிறோம். இப்போது நாம் மஹர்கள், மாங்கூகள், பாங்கிகள் (Bhangis) போன்றவர்கள் அல்ல, ஆனால் ஒன்றுபட்ட அமைப்பாக இருக்கிறோம். இப்போது நாம் அனைவரும் இடைவிடாத இந்துக் களின் சுரண்டலுக்குப் பலியாகியிருந்தோம். இந்தச் சுரண்டல் சக்திகளுக்கு எதிராக நாம் ஒன்றுபட்ட அணியை உருவாக்க வேண்டும். நீங்கள் சுதந்திரமாக இருக்கும் வரை ஓய்வெடுக்க வேண்டாம். பயம் அல்லது தயவு (fear or favour) ஆகியவற்றின் நேரான பாதையிலிருந்து நம்மைத் திசைதிருப்ப வேண்டாம். நமது மதிப்பிற்குரிய தலைவர் பாபாசாஹேப்பின் நம்பிக்கைக்கு உண்மையாக இருப்போம், நமது உறுதியில் உறுதியாக இருப்போம். இதுவரை என் உரையைப் பொறுமையாகக் கேட்டதற்கு நான் உங்களுக்கு நன்றி கூறுகிறேன். மாநாடு அதன் பணியைத் தொடர வேண்டும் என்ற கோரிக்கையுடன் எனது இருக்கையில் அமர்கிறேன்.

(ஆந்திராவின் முன்னோடி அம்பேத்கரியத் தலைவர் பி. எஸ். வெங்கட் ராவ் அவர்களைப் பற்றிய செய்திகளை அறிவதில் எனக்கு உதவி புரிந்த பெங்களூர் முரளி அவர் களுக்கும் ஹைதராபாத் சார்ந்தவரும் மும்பையில் தற்போது இருப்பவருமான மள்ள பள்ளி லட்சுமய்யா அவர்களுக்கும் மிக்க நன்றிகள்)

3. காந்தியின் உண்ணாவிரதமும் தாழ்த்தப்பட்டோர் தனித்தேர்தலும்

ம.வெ.சிங்காரவேலர்

நமது சமதர்ம அபிப்ராயப்படி, காந்தியார், தாழ்த்தப் பட்டோர்பால், உண்ணாவிரதம் கொள்வதாகத் தீர்மானித்தது, ஆங்கிலத் துரைத்தனத்தாருக்குப் பெருத்த வெற்றி என்றே கூறல் வேண்டும். நமது பிரிட்டிஷ் அரசியல் தந்திரத்தின் வெற்றி, அதனால் ஸ்தாபிக்கப்பட்டதென்று அறிதல் வேண்டும். காந்தியார், தான் கொண்ட சுயராஜ்யப்போரை விட்டுவிட்டு, இந்த உபயோகமற்ற பிரச்சினையில் தற்கொலை செய்து கொள்வதாக உடன்பட்டது, பிரிட்டிஷாருடைய அரசியலுக்கு மாபெரும் வெற்றி எனக் கருதல் வேண்டும். இதை Triumph of British Diplomacy என்றே அறிஞர் கருதுவர். பிரிட்டிஷாரின் அரசியல் தந்திரத்தில், நமது காந்தியார் எந்த மூலை? அவர் எங்குமில்லை (He is no where) என்றே சொல்லலாம்.

இவர் இவ்வாறு தாழ்த்தப்பட்டோர்பால் பரிந்து நடிப்பதின் காரணத்தைத் தெரிந்துகொள்ள வேண்டுமானால், இவருடைய சென்ற ஜீவ சரித்திரத்தைச் சற்று நோக்கிப் பார்க்க வேண்டும். ஒரு காலத்தில், சூலுஸ் (Zules) என்ற ஆப்பிரிக்கர் களைக் கலகப்படுத்திவிட்டு, பிறகு ஆங்கிலேயர் அவர்களை நாசமாக்கியதைப் பார்த்து இருந்தவர், சென்ற 19ஆம் நூற்றாண்டு இறுதியில் போயர்களுடன் (Boers) கூடியிருந்து விட்டு அவர்கள் சண்டையில் அவர்கள் விரோதியருக்கு உதவியாய் இருந்தார். யூரோப்பியன் மகா சண்டையில் (The great European War) பிரிட்டிஷாருக்கு உதவி சேனையைத் தயாரித்து, அந்தச் சண்டை முடிந்த பிறகு, பிரிட்டிஷாருக்கே விரோதமாக ஒத்துழையாமை இயக்கத்தைத் துவக்கினார். அதையாகிலும் செம்மையாக்க முடிவுக்குக் கொணர்ந்தாரா? இல்லை.

யாரோ சிலர் கொல்லப்பட்டார்களென்று 50000 பேர் சிறையில் கிடக்கப் பர்டோலியில் அதனை நிறுத்திவிட்டார். இது தானா இவர் செய்த காரியம்? ஒரு பிரிட்டிஷாரைக் கொன்றவனைக் புகழ்ந்து பேசினார்! இத்துடன் இவர் முரண் (Contradiction) நிற்கவில்லை. நேற்று உபயோகமில்லாத உப்பு மறியலை ஆரம்பம் செய்து, அதனால் 60000 ஆயிரம் பேரை ஜெயிலுக்கு அனுப்பிவிட்டு டெல்லி உடன்படிக்கையில் (Delhi pact) அதனையும் அவர்களையும் கைவிட்டார்! இது நிற்க. சென்ற ஆறு மாதமாகச் சட்ட மறுப்பு இயக்கத்தை ஆரம்பித்து விட்டு சுமார் 60, 70 ஆயிரம் பேரை ஜெயிலில் அடைக்கச் செய்து, இந்துக்களையும் பஞ்சமர்களையும் பிரிக்கின்றதாக, தனித் தொகுதியின் பேரில் தனது கோபாவேசத்தைக் காட்ட உண்ணாவிரதம் பூண்டு, தான் சாகப் போவதாகப் பறைசாற்றிவிட்டார்!!! இது என்ன அகோரக் காட்சி என்று கேட்கின்றோம். இதனால் உலகம் ஒன்று தெரிந்து கொள்ளல் வேண்டும். அதாவது காந்தியார் எவ்வளவு உலகப் பிரசித்தம் பெற்றவராயினும், அவரை நம்பி எந்தக் காரியமும் செய்யலாகா தென்பதே. இவரை நம்புவதை விட, சேற்றில் நாட்டிய கம்பத்தை நம்பிக் கரை ஏற எண்ணலாம்!

இவர் வாழ்நாள் முழுமையுமே முரண்பட்ட காரியங் களாகவே இருந்து வருகின்றன (His life is a series of contradictions)

என்று யாதொரு ஆட்சேபனையும் இன்றிக் கூறலாம். இவர் புகழ், தென் ஆப்பிரிக்காவிலிருந்து கிளம்பியது. அங்கேயாகிலும் நின்று, தான் எடுத்த காரியத்தைச் சாதித்தாரா? 5, 6 வருஷம் அங்கே கலகத்தை மூட்டிவிட்டு, அங்கு வாழும் இந்தியக் குடிமக்களை நடு ஆற்றில் விட்டு, இந்திய நாட்டுக்கு வந்துவிட்டார்! இத்யாதி, Series of defeats தோல்வியை வரிசை வரிசையாக அடைந்தவரை ஏன் உலகம் இன்னும் நம்புகின்றதோ, அது நமக்கு விளங்க வில்லை? இவருடைய எதார்த்த மனப்பான்மையைத் தெரிந்து கொள்ளும் மனமுடையோர், 'Sunday Advocate' என்ற வாரப் பத்திரிகையில், 'Gandhi as I known him' (நான் தெரிந்து கொண்ட காந்தி) என்ற கட்டுரைகளை வாசிக்கலாம்.

இவர் உண்ணாவிரதக் கிளர்ச்சி, வெறும் Clap Trap. அதாவது, வெறுங் கூச்சல் என்றே நமக்குத் தோன்றுகின்றது. தாழ்த்தப்பட்டோருக்குத் தனித்தொகுதி கொடுத்தால், என்னவென்று கேட்கின்றோம்? இந்தத் தனித்தொகுதியால் தாழ்த்தப்பட்டோருக்கு நியாய ஸ்தலங்களில் சில அங்கத்தினர்கள் அதிகமாக வந்தார்களென்று வைத்து கொள்வோம். இதனால், இவர்கள் சாதித்துவிடப் போவதென்ன? தற்கால ஆங்கிலேயர் திட்டத்தில் யாருக்கு என்னதான் கிடைக்கப்போகின்றது என்று கேட்கின்றேன்? உங்களுக்கும் பே, பே; உங்கள் அப்பனுக்கும் பே, பே; உன் பாட்டனுக்கும் பே, பே; என்று சொல்லிக் கொண்டிருக்கும் திட்டத்தில், யாருக்கு என்ன அதிகச் சுதந்திரம் கிடைக்கப் போகின்றது? விஷயம் இவ்வாறிருக்க, ஏன் இந்த வீண் கூச்சல் என்று கேட்கின்றோம்? இதற்குக் கூச்சல் யாவும் பகல் வேஷமென்பதே எங்கள் துணிபு.

இந்துக்களை, ஜாதி இந்துக்களென்றும், ஜாதியில்லா இந்துக்களென்றும், இரு வகுப்பாக, இந்தத் தனித்தொகுதி பிரிந்து விடுகிறதாம்! பஞ்சமர்கள், தனித்தொகுதியால் வேறுபட்டு விடுவார்களாம்!! தனித்தொகுதியால் இந்துக்கள், பஞ்சமர்களை எதிரிகளாகப் பார்ப்பார்களாம்!!! இவ்விருவருடைய ஒற்றுமைக்குப் பகை வந்துவிடுமாம்!!! இந்தக் கதையைக் கேட்க, ஒரு பழமொழி நமது ஞாபகத்திற்கு வருகிறது. "ஆடு நனைகின்ற தென்று ஓநாய் குந்தி அழுகின்றதாம்" இந்துக்கள் கடந்த 5000 வருஷமாக,

பள்ளனையும், பறையனையும், பஞ்சமனையும், தோட்டியையும், பங்கியையும், தியயாவையும், சாரணரையும் மற்றும் பல தீண்டாதாரையும் (Untouchables), தாழ்த்தப் பட்டோரையும் (depressed classes) தங்கள் தோழர்களாகப் பாவித்து வந்ததைக் கெடுக்க இந்தத் தனித்தொகுதி நடுவில் வந்துவிட்டதாம்! உலக ஒற்றுமைக்கும் அழிவு வந்து விட்டதாம்!! என்ன விந்தை!!!

கோடான கோடி தாழ்த்தப்பட்டோர் வீடு, வாசல், உணவு, ஆடை, கல்வி, சுகாதாரம், வைத்தியம், இறந்தால் வாய்க்கரிசிக்குக் கூட வழியில்லாமல் இருக்க இரண்டொரு (Votes) ஓட்டுகளால், என்ன வந்துவிடப் போகிறதோ! அது நமக்கு விளங்கவில்லை. கடந்த 50 வருஷங்களாக இந்தியச் சட்டசபைகளில் பொதுத் தொகுதியால், இந்துக்கள் என்ன பஞ்சமர்கள்பால் சாதித்தார்கள்? எனவும் கேட்கின்றோம். இந்தக் காலமெல்லாம் 5 கோடி பஞ்சமர்களுக்கு இந்துக்கள் என்ன செய்துவிட்டீர்கள்? எத்தனை கிணறுகளைக் கட்டினீர்கள்? எத்தனை வீடு கட்டுவித்தீர்கள்? எத்தனை நிலம் கொடுத்தீர்கள்? எத்தனை ஆஸ்பத்திரிகள் கட்டுவித்தீர்கள்? எத்தனை சுகாதார ஸ்தாபனங்கள் உண்டாக் கினீர்கள்? எத்தனை இலவசப் படிப்புக்கு (Free Scholarships) உதவு அளித்தீர்கள், எத்தனை புத்தகச் சாலைகளை உண்டாக்கினீர்கள்? எத்தனை சுத்தத் தண்ணீர் வசதிகள் ஏற்பாடு செய்தீர்கள்?

ஐந்து கோடி தாழ்த்தப்பட்ட பேரின் தரித்திரத்தையும், மூட நம்பிக்கையையும், ஒழிக்க என்ன செய்தீர்கள்? என்ன செய்கின்றீர்கள்? என்ன செய்யப் போகின்றீர்கள் எனவும் கேட்கின்றோம்? ஏன் ஐயா இந்த உபயோகமற்ற தனித் தொகுதி பொதுத் தொகுதியைப் பற்றி இவ்வளவு கிளர்ச்சி? இவ்வளவு வீண் கூச்சல், உலகம் கண்மூடிக் கொண்டிருப்பதாக எண்ணிக் கொள்ள வேண்டாம். சான்றோர் உலகம் கண்விழித்து கொண்டு தான் இருந்து வருகிறது. ஒரு காலம் வரும் 5 கோடி தாழ்த்தப்பட்டோர்கள் கண்விழிக்க, உங்களுடைய பகல் வேஷம் அன்றுதான் வெளியாகும்.

5000 வருஷமாக ஒன்றும் பஞ்சமர்பால் சாதிக்காத நீங்கள் பொதுத் தொகுதி சைமன் திட்டத்தில் (Simon Act) வந்த உடனா

சாதித்துவிடப் போகின்றீர்கள்? "கடித்த பாக்கைக் கொடாத சித்தப்பன் வழியில் கொண்டுவிடப் பார்க்கின்றானாம்."!

இத்தனை வருஷம் பொதுத் தொகுதியால் கிடைக்காத லாபம் தனித் தொகுதியால் கிடைக்கட்டுமே! ஏன் இதைப் பரீட்சிக்கலாகாது? பஞ்சமர்கள் ஆங்கிலத் துரைத்தனத்தில் சாதிப்பதைப் பார்ப்போமே! ஏன் கூடாது?

இதுகாறும் காங்கிரஸ்வாதியாகிய நீங்கள் மிண்டோ மார்லி (Minto Morley Constitutions), செம்ஸ்பர்ட் திட்டத்திலும் Montague Chelmsford Constitutions) கடந்த இருபது வருஷமாகச் சட்டசபைகளில் நுழைந்து அரசு புரிந்து வந்தீர்களே! பஞ்சமர்களுக்கு என்ன சௌகரியகங்கள் உண்டு பண்ணினீர்கள் ஐயா? சற்று கைவிடுங்கள் பார்ப்போம்? ஒன்றும் செய்யாத உங்களுக்கு இந்த வீண் பேச்சும், ஒத்துழையாமையும் உண்ணா விரதமும் ஏன்? ஆனால் தனித் தொகுதியைச் சில பஞ்சமர்களுக்குக் கொடுத்துவிடப் போகின்றார்களாம்! உலகம் இருண்டுவிடப் போகின்றதாம்! இதனைக் கேட்கும் நமது குழந்தைகளும் சிரிக்கின்றன!

இன்னொரு கூச்சல் பத்திரிகைகளில் எழுகின்றது. கோவிலைத் திறந்து விடுங்கள்; குளங்களைப் பொதுவாக விடுங்கள்; பஞ்சமர்களை வீதிகளில் போக விடுங்கள் என்று காசி முதல் ராமேஸ்வரம் வரை கூக்குரல் போடுகின்றார்கள். இதனால் என்ன லாபம்? என்று கேட்கின்றேன். கோவிலையும் குளங்களையும் பஞ்சமர்களுக்குத் திறந்து விட்டால் அவர்களுக்கு என்னாகும் என்று கேட்கின்றேன்? அவர்கள் வயிறு நிரம்புமா? அவர்கள் குழந்தைகளுக்கு வயிறு நிறையப் பால் கிடைக்குமா? அவர்கள் பெண்களுக்குப் பிரசவ உதவி (Maternity Benefit) கிடைக்குமா? அவர்கள் வாழ்வுக்கு வேண்டிய குறைந்தபட்ச வசதிகள் (Minimum Comforts) என்ன ஏற்படுமெனவும் கேட்கின்றேன்?

உண்மையாகச் சொல்ல வேண்டுமானால் பஞ்சமர்களுக்குக் கோயிலைத் திறந்துவிடுவதும், குளங்களைத் திறந்து விடுவதும், பஞ்சமர்களுக்கு உயிரை விடுகின்றேன் என்று சொல்வதும் நமது 5 கோடி ஏழைப் பஞ்சமர்களை இனியும் மூட பக்தியாலும், மூட நம்பிக்கையிலும், தரித்திரத்திலும்,

அறியாமையிலும் தாழ்வடைந்து கிடந்து உழலச் செய்யும் தந்திரமென அறிக. இத்யாதி உபாயங்களால் கடந்த 5000 வருஷ மாகத் தாழ்த்தப்பட்டோர் ஏமாந்து, எல்லாச் சுதந்திரங்களையும் இழந்து மிருக வாழ்க்கையில் இருந்து வருகின்றனர். இந்தக் கேவல வாழ்க்கையை நீடிக்கச் செய்யத் தான், நமது இந்து முதலாளிகள், பாமர மக்களுக்குப் பரிந்து பேசுவதாக நடிக்கின்றார்கள்.

நாம் சொல்வது மிகுதி என்றால், காந்தியார் தன்னுடைய கோஷ்டியராகிய, ஜமீன், மிராசுதார், சுரோத்திரியதார் இவர்கள் அந்தந்த ஜமீன், மிராசு, சுரோத்தியம் இவைகளில் இருக்கும் பண்ணை ஆட்களுக்கு வயிற்றுக்குப் போதுமான உணவு கொடுக்கச் சொல்லட்டும்? இதற்கு உண்ணாவிரம் இருக்கட்டும். இதற்கு உயிரை விடட்டும்? எந்த ஜமீன்தாரர், எந்த மிராசுதாரர், எந்தச் சுரோத்தியம்தார் இவர் உண்ணாவிரதத்திற்கும் உயிரை விடுவதற்கும் இறங்குகின்றார் பார்ப்போம்! தீண்டாதாருக்கு இரண்டொரு சீட்டு அதிகமாகவும் பிரத்தியேகமாகவும் கொடுத்துவிட்டார்கள். அதனால் நான் உயிரைவிடப் போகின்றேன் என்றால் அது என்ன மதி?

முதலாளிகளுடைய சூழ்ச்சிதான் பாமர மக்களைக் கண் விழிக்கவொட்டாமல் செய்து கொண்டிருக்கிறது. நமது இந்திய முதலாளிகள் கோயில்களையும், அதில் திருவிளக்குகளையும், தேரையும், திருவிழாக்களையும், கோயில் மண்டபங்களையும், குளங்களையும், கம்பராமாயணங்களையும், காலட்சேபக் கதைகளையும் காட்டிப் பாமர மக்களுக்கு வேண்டிய விஷயங்களில் அவர்கள் மனது நுழையவொட்டாமல் செய்து கடவுளையும், தந்திரங்களையும் கற்பித்து அவர்களை மயங்கச் செய்து வருகின்றனர்.

இந்தச் சூதை அறியாத பாமர மக்கள் அற்ப சொற்ப வினோத வேடிக்கைகளில் காலத்தைப் போக்கிக் கொண்டு வறுமையிலும், நோய், மரணம், அறியாமையிலும் கிடந்து வருகின்றார்கள். இந்தத் தந்திரத்தை அனுசரித்தே நமது காந்தியாரும் பஞ்சமர்களுக்கு, "தீண்டாமை நீக்குவோம், கோயில்களில் உங்களை விடுவோம். உங்களுக்காக உயிரை விடுவோம்" என்ற மழலைச் சொற்களைச் சொல்லிக் கொண்டு

வருகின்றார். இந்த இனிய சொற்களை நமது அம்பேத்கர், தலைவராம் எம்.சி ராஜாவும் கேட்டு மயங்கி விடுகின்றார்கள்! ஆனால் இந்தச் சொற்களிலுள்ள விஷயத்தை உணர்ந்தார் இலர்.

ஒன்று தெரிவிக்கக் கடமைப்பட்டுள்ளோம். தாழ்த்தப் பட்டோர் உலகச் சுகபோகங்களை அடைய வேண்டுமானால் அரசியல் துறையில்தான் அடைய முடியும். எவ்வித அரசிய லானாலும், அதைத் தாழ்த்தப்பட்டோர் கைப் பற்றினாலொழிய அவர் களுக்குத் தங்கள் தரித்திரமும், சுகமின்மையும், நோயும், பிணியும் நீங்கவே நீங்கா. ஆதலின் தோழர்களே! உங்களை, உங்களைத் தவிர யாரும் காப்பாற்ற மாட்டார்கள். உங்களை நீங்களே காப்பாற்றிக் கொள்ளல் வேண்டும். (No one can save another. You can only save yourself - Buddha's sayings).

குடியரசு, *25.09.1932*

◆◆

தலைவர்
எல். இளையபெருமாள்

ஏ.கே.சாமி
(ஆன்டணி கிருஷ்ணசாமி)

4. டாக்டர் அம்பேத்கருக்கு நமது வேண்டுகோள்

ம.வெ. சிங்காரவேலர்

நண்பர் அம்பேத்கர் அவர்கள், தாழ்த்தப்பட்டவர்கள் என்று கூறும் நமது ஏழு கோடி மக்களுடைய தாழ்ந்த நிலையைப் போக்க இந்து மதத்தை விட்டு, வேறு எந்த மதத்திற்கேனும் மாற வேண்டுமென்ற பரிகாரத்தைக் காட்டுவதாகத் தெரிகிறது. இதனைக் கேட்ட ஏனைய மதஸ்தர்கள், "எங்கள் மதத்தைச் சாருங்கள். உங்கள் தாழ்ந்த நிலைமை மாறிவிடும்" என்று அறைகூவி அழைப்பதாகவும் தெரிகிறது. இதனைக் கேட்ட இந்து மதாபிமானிகளும், சற்றுப் பயந்ததாகவும், அதனால் தாழ்த்தப்பட்டவர்களை நோக்கி, "எங்கள் மதத்தை விட்டுப் போக வேண்டாம், இந்து மதத்திலிருந்தே உங்கள் தீண்டாமையை நீக்கிக் கொள்ளலாம்" என்று அறிவிப்பதாகவும் தெரிகிறது. இந்தச் சமய அழைப்புகளுக்கெல்லாம் என்ன காரணம்? "எங்கள் மதத்தில் வந்து சேருங்கள். உங்களுக்கு எல்லாவித நன்மையும் கிடைக்கும்" என்று சொல்லுகின்றார்களே ஒழிய, அந்த நன்மை இன்னதென்று விளக்கமுற ஒருவரேனும் தெரிவிப்பதாக இல்லை.

ஏழு கோடி மக்களாகிய உங்களுக்குச் சுகாதார வீடு கட்டிக்கொள்ள ஏற்பாடு செய்கின்றோம் என்கின்றார்களா? உங்கள் குழந்தைகளுக்கு வெயிலைத் தாங்கவும், குளிரைப் பொறுக்கவும் உடுத்திக் கொள்வதற்குத் தக்க உடைகளை உண்டு பண்ண ஏற்பாடு செய்கின்றோம் என்கின்றார்களா? உங்கள் சுக சீவனத்திற்கு நிலமும் நீரும் கிடைக்கக் கூடிய வசதிகள் தயாரித்துக் கொடுக்கின்றோம் என்கின்றார்களா?

அம்பேத்கர் (1893-1956): தாழ்த்தப்பட்ட மக்களின் பெரும் தலைவர் அரசியல் பொருளாதாரத் துறையில் தலைசிறந்த நிபுணர். கிராமங்களில் வாழவும், கல்வி கேள்வி உங்கள் மக்களை அடையவும், மேளம், தாளம், சங்கீதம், நாடகம், சினிமாக்களைக் கொண்டு உங்கள் வாழ்க்கையை உயர்த்துகின்றோம் என்கின்றார் களா?

இவை இல்லாமையாலன்றோ, உங்கள் ஏழு கோடி

மக்களை அடிமையினும் அடிமையானவர்களாக ஏனையோர் நடத்து கின்றார்கள். இந்தக் குறைகளை நீக்கி உங்களை உயர்ந்த, மக்களாக்க ஒரு மதத்தாரேனும் ஒரு வார்த்தைகூடச் சொல்லா மைக்குக் காரணமென்ன, உங்கள் ஏழு கோடி மக்களின் பொருளா தாரத் தாழ்வை நீக்காமல் ஹரிஜன் என்று அழைக்கப் பட்டாலும், கிறிஸ்துவன் என்று அழைக்கப்பட்டாலும், அல்லது முஸ்லீம் என்று அழைக்கப்பட்டாலும், அல்லது புத்தனென்று அழைக்கப் பட்டாலும், அல்லது பிரம்மஸமாஜன் அல்லது ஆரிய ஸமாஜன் என்று அழைக்கப்பட்டாலும், உங்கள் வயிறு நிரம்ப உணவு கிடைக்குமா? என்று எண்ணிப் பாருங்கள்.

உங்களை ஏனைய மதஸ்தர், ஏன் அழைக்கின்றார்கள்? இந்து மதத்தில் இருங்கள் என்று ஏன் வேண்டுகின்றார்கள்? எந்த ஏனைய மதத்தில் நீங்கள் சேர்ந்தாலும், இந்து மதத்தில் உங்கள் முன்னோர்கள் இருந்தவாறு நீங்கள் இருந்தாலும், எந்த மதத்தை நீங்கள் தழுவினாலும், அந்தந்த மதத்திலுள்ள முதலாளிகளுக்கும், நிலச்சுவான்தார்களுக்கும், பட்டவர்த்தனர் மகுடவர்த்தனர் களுக்கு, ஏழு கோடி மக்களாகிய நீங்கள், அவர்களுடைய பெருத்த பொருளாதார ஆஸ்தி என்று அறிக. இந்த ஒரு காரணத்தை முன்னிட்டே உங்கள்பால் எல்லா மதஸ்தரும் காட்டிவரும் நட்பு என அறிக.

எந்த மதத்தில் சேருகின்றீர்களோ, அந்த மதத்துப் பெரியோர்களுக்குப் பண்ணை ஆட்களாகவும், பாட்டாளி மக்களாகவும் இருப்பீர்களென்ற ஆழ்ந்த கோரிக்கையால் தான், இந்துக்கள், உங்களைத் தழுவிப் பிடிப்பது, கிறிஸ்துவ, மகமதிய மதஸ்தர்கள், உங்களை அழைப்பது என்பதை உணர்க. உங்களில் ஒருவரேனும், உழைப்பாளிகளாக இல்லாமலிருக்கட்டும்; எந்த மதத்துப் பெரியோரும் உங்களை ஏரெடுத்துப் பார்ப்பாரா? என்று பாருங்கள். மதங்களும் , ஜாதிகளும், சலுகைகளும், அதிகாரங்களும் பெருஞ் செல்வங்களுக்குப் பெருந்துணையாக இருந்து வரு கின்றன. எங்கே பெருஞ் செல்வம் நடமாடுகிறதோ, அங்கே ஜாதி மதங்களும் தாண்டவமாடுகின்றன. சிலரிடத்தே நிலை பெற்றுள்ள செல்வம், பலரிடத்தே பரவினாலொழிய ஜாதியும், போகாது மதமும் போகாது.

தாழ்த்தப்பட்டோர் எந்த மதத்திலில்லை? எந்த மதத்திலும் எளியோர் 100 - க்கு 90 பேர் இருந்தே வருகின்றார்கள் 'பணம் பந்தியிலே, குலம் குப்பையிலே' என்ற பழமொழியை ஞாபகப் படுத்துகின்றோம். இது நமது முதியோர் வாக்கு. இதுவே நமக்கு வழிகாட்டி நமது தீண்டாமை ஒழிய வேண்டுமாயின், நமது ஏழு கோடி மக்களின் பொருளாதாரத் தாழ்வை முதலில் போக்க முயலுங்கள். மத மாறுதலால் நமது தாழ்ந்த நிலைமை உயரா. எல்லா மதங்களும், ஒரு காலத்தில் உலகைவிட்டு விலகும். ஆனால் உழைத்து வாழும் மக்களாகிய நமது ஏழு கோடி மக்களும், மற்ற உலக உழைப்பாளி களும் உலகம் இருக்கு மளவும் நிலைத்து நிற்பர்.

- புதுவுலகம், அக்டோபர் 1935

2 அறவுரை—டிசம்பர் 1992

அண்ணலுடன்

அந்த ஒரு நாள்..............ஒரு மணி நேரம்

அன்பு பொன்னோவியம்

அந்த ஒரு நாள், நான் பிறப்பெடுத்ததற்கான பெருமை கிடைத்து விட்டதாக மகிழ்ந்த நாள் மக்கள் நேயத்தின் முன் தெய்வ வழிபாடுபோல நின்றேன். மாந்தர்தம் ஆற்றல் எல்லாம் சேர்ந்த தொரு திருவுருவாகவும், பேருருவாகவும் அம்மாமேதை நிற்பதும் அவர் எதிரில் சிற்றெறும்பென நான் இருப்பதையும் அறிந்தேன். அதை நான் பெற்ற பேறாகவும் உணர்ந்தேன் 1930-ல் நான் சிறியவனாக இருந்தேன். எனது இரவு பள்ளி ஆசிரியர் சொல்லித்தான் அண்ணலைப் பற்றி அரை குறையாக தெரிந்துகொண்டேன். பிறகு 1944க்குபிறகு பல இடங்களிலும் பாத்திருக்கிறேன், ஆனால் அண்ணலை எங்கள் அலுவலகத்திலேயே சந்திப்பேன், பேசுவேன் என்று எதிர் பார்க்க வில்லை. என் வாழ்நாளில் புனிதமான நேரம் அந்த ஒரு நாள் ஒரு மணி நேரம்!

1951-ம் ஆண்டு அண்ணல் அம்பேத்கர் சிரிலங்கா பௌத்த மாநாட்டில் கலந்து கொண்டு திரும்பியபோது, சென்னை கோட்டையிலுள்ள கிழக்கிந்திய கம்பனியார் கால அருங்காட்சியகத்தில் இருந்த புத்தர் சிலையை பார்க்க வந்தார். அப்போது நான் அங்கு பணியிலிருந்தேன். அது அரசு சார்பற்ற பயணமானதால் முன்னறிவிப்பு இல்லாமல் பார்க்க வந்தார். நானும் நமது சகோதரர்களான திரு கே.பி. பாலகிருஷ்ணன் திரு வி. கண்ணையன் ஆகியோரும் அவரை காட்சியகத்தைச் சுற்றிக்காட்டினோம்.

குறிப்பாக அவர் அங்கிருந்த புத்தர் சிலையைப் பற்றியே கேட்டார். அதைக் காட்டினேன் புத்தர் சிலையின் அடிபாகத்தில் பழைய பர்மிய மொழியில் கல்வெட்டு இருந்தது. கல்வெட்டின் பொருளென்ன என்று கேட்டார். நான் தெரியாது என்று சொன்னேன். ''அருங்காட்சியக சட்டப்படி எந்த பொருளையும் விளக்க குறிப்பு இல்லாமல் வைக்ககூடாது என்பது உனக்குத் தெரியுமா?'' என்றார் 'மன்னிக்க வேண்டும் பாபாசாகெப்' என்று சொன்னேன். அவர் புன்முறுவலுடன், பார்ப்பதற்கு வேறு என்ன' இருக்கின்றன என்றார். லார்ட் கிளைவ், வெல்லஸ்லி போன்றோருடைய கைப்பட எழுதிய ஆணைகள் இருக்கின்றன என்று சொன்னபோது,'' நான் 1922-ல் சென்னை ''ரெக்காட்'' ஆபீசில் படித்துவிட்டேன் என்றார். பிறகு ஓய்வெடுத்தார். அப்போது பெங்களூர் அன்பர் ஒருவர் என்னிடம் ஒரு ஐந்து ருபாய் புதிய நோட்டைக் கொடுத்து சட்டம் போட்டு வைத்துக் கொள்ள கையெழுத்து வாங்கித் தருமாறு கேட்டார். நான் அதை அண்ணலிடம் கூறியபோது அவர் சிரித்துக் கொண்டே நோட்டில் கையெழுத்துப் போடக்கூடாது அதை சட்டமும் போட்டு வைத்துக் கொள்ளக்கூடாது, நோட்டு புழக்கத்திலிருக்க வேண்டும் என்று கூறி தனி தாளில் ஆறு கையெழுத்துக்கள் போட்டு கொடுத்துவிட்டுச் சென்றார்.

அண்ணலின் திருமகனார் பையாசாகெப் யஷ்வந்த்ராவ் அம்பேத்கர் அவர்களையும் பேரனார் பாலாசாகெப் பிரகாஷ் அம்பேத்கர் அவர்களையும் பலஇடங்களில் பார்த்திருக்கிறேன். அவரோடு டிசம்பர் 91-ல் வடாற்காடு அம்பேத்கர் மாவட்டத்தில் சுற்றுப் பயணம் சென்றேன், மூன்று தலைமுறைகளை சந்தித்தபேறு கிடைத்தாலும்—எனக்கு புனிதமான நேரமாக தெரிந்த அண்ணலுடன் இருந்த அந்த ஒரு நாள் ஒரு மணி நேரம் தான்!

5. சபாஷ் அம்பேத்கார்

குத்தூசி குருசாமி

தோழர் டாக்டர் அம்பேத்கார் நாசிக்கில் கூடிய பம்பாய் மாகாண ஆதி இந்துக்கள் மாநாட்டில் தலைமை வகித்துச் செய்த தலைமைப் பிரசங்கத்தில், "மேல் ஜாதிக்காரரர்கள் என்று சொல்லிக் கொள்ளுகின்றவர்களிடத்தில் நம்மீது கருணை ஏற்படும்படி நாம் செய்து வந்த எல்லாம் வீணாய்ப் போய்விட்டன. இனி அவர்களிடத்தில் சமத்துவமாயும், ஒற்றுமையாயும் வாழ முயற்சித்து நம் சக்தியையும், உழைப்பையும், பணத்தையும் செலவழிப்பது வீண் வேலையாகும். நமது குறைகளும் இழிவுகளும் மேல் ஜாதிக்கார இந்துக்களால் தீர்க்கப்படும் என்று எதிர்ப்பார்ப்பது ஏமாற்றத்தைத்தான் அளிக்கும். இனி நாம் செய்யவேண்டியது என்ன என்கிற விஷயத்தில் நான் ஒரு முடிவுக்கு வந்து விட்டேன். அம்முடிவு என்னவென்றால், நாம் இந்து மதத்தைவிட்டு அடியோடு விலகிவிடுவது என்பதுதான். நமக்கு யார் சுதந்தரம் கொடுக்க மறுக்கிறார்களோ அவர்களைக் கெஞ்சக் கூடாது; அவர்களது சம்பந்தத்தை இனி நாம் விலக்கிக்கொள்ள வேண்டும். நாம் நம்மை இந்துக்கள் என்று இனிக் கூறிக்கொள்வது கூடாது. அதனால்தான்

மேல் ஜாதிக்காரர்கள் நம்மை இழிவாகவும், கொடுமையாகவும் நடத்துகிறார்கள். நாம் வேறு மதத்தைச் சார்ந்தவர்களாய் இருந்தால் நம்மை இப்படிக் கொடுமைப்படுத்த அவர்களுக்குத் துணிவு இருந்திருக்காது. மதத்தினர் உங்களுக்குச் சம அந்தஸ்து கொடுத்துச் சமத்துவமாய் நடத்துகிறார்களோ அப்படிப்பட்ட மதம் எதுவாயினும் அதில் சேர்ந்துகொள்ளுங்கள்.

பிறக்கும்போதே தான் தீண்டப்படாதவனாய்ப் பிறந்தேன் என்றாலும், அது நான் செய்த குற்றமல்ல; ஆனால், இறக்கும் போது நான் தீண்டப்படாதவனாய் இறக்க மாட்டேன். அதற்கு மார்க்கம் என் கையிலேயே இருக்கிறது என்று பேசி இருக்கிறார். அதாவது, நான் ஒரு இந்துவாய் இறக்கப்போவதில்லை" இப்பேச்சுக்குப் பிறகு, சுமார் 15000 பேர்கள் கூடி உள்ள அம்மாநாட்டில் ஏகமனதாய் ஒரு தீர்மானம் நிறைவேறி இருக்கின்றது.

அதாவது, "ஆதி இந்துக்கள் இந்து மதத்தை விட்டு அடியோடு விலகி விட வேண்டும்; சமத்துவ பாவிப்பு உள்ள வேறு எந்த மதத்திலாவது சேர்ந்து கொள்ள வேண்டும்" என்பதாகும். இதற்கு இந்துக்கள் என்ன பதில் சொல்லுகிறார்கள்? "வருணா சிரமமும் கீதை உபதேசமும் எனது இருசுவாசங்கள்" என்றும், "இந்து மதமே நானாய் இருக்கின்றேன்" என்று சொல்லும் காந்தியாரும், மதத்தில் நாங்கள் பிரவேசிப்பதில்லை என்றும், பழைய கலைகளையும், பழைய பழக்கவழக்கமும் தொழில் முறை ஆகியவைகளையும் வெகு பத்திரமாய்க் காப்பாற்றிக் கொடுப்போம் என்றும்," இந்துக்களுக்கும் வருணாசிரமதர்மி களுக்கும் வாக்குறுதியும் பாதுகாப்பும் அளித்திருக்கும்" சமதர்ம காங்கிரஸ்காரர்களும் என்ன பதில் சொல்லப் போகிறார்கள்?

தோழர் அம்பேத்கார் அவர்கள் பேசியிருக்கும் பேச்சும், பம்பாய் மாகாண ஆதி இந்துக்கள் மாநாட்டில் தீர்மானித்து இருக்கும் தீர்மானமும் புதிதல்ல, அல்லது அவர்களே முதல் முதல் கண்டுபிடித்த சொந்தக் கருத்தல்ல. ஏனெனில், இந்து மதத்தைப் பார்ப்பனரல்லாத மக்கள் விட்டுவிட வேண்டும் என்றும், யாரும் தங்களை இந்துக்கள் என்று சொல்லிக் கொள்ளக்கூடாது என்றும், சுயமரியாதை இயக்கமானது 1925 முதலே சங்கநாதம்

செய்துவருகிறது. சென்ற ஜனகணிதத்தில் அநேக ஜாதி இந்துக்கள் என்பவர்களே தங்களை இந்துக்கள் அல்ல என்று பெயர் கொடுத்திருக்கிறார்கள். தோழர் ஈ.வெ. ராமசாமி அவர்கள் தீண்டப்படாத வகுப்பு என்பதைச் சேர்ந்தவர் அல்ல என்று சொல்லப்படுபவரானாலும், தான் சாகும்போது இந்துவாய்ச் சாகப்போவதில்லை, என்று சுமார் 10 வருஷத்துக்கு முன்பே சொல்லி இருக்கிறார். அது மாத்திரமல்லாமல், இந்து மதம் என்பதாக ஒரு மதமே இல்லையென்றும், அது ஜாதிப் பாகுபாட்டின் பயனாய்ப் பயன் அனுபவிக்கும் சோம்பேறிக் கூட்டத்தின் கற்பனை என்றும் சொல்லி, அந்தப்படி பல மாநாடுகளில் பல தீர்மானங்களும் செய்யச் செய்திருக்கிறார். இவ்வளவோடு மாத்திரமல்லாமல், மனுநூலையும் இராமாயணத்தையும் சுட்டெரிக்க வேண்டுமென்றும் 1922 - இல் திருப்பூரில் கூடிய சென்னை மாகாணத் தமிழ்நாடு காங்கிரஸ் மாநாட்டில் மாகாண காங்கிரஸ் கமிட்டிக் காரியதரிசியாய் இருக்கும்போதேக் கூறி இருக்கிறார். அந்தப்படியே, பல சுயமரியாதை மாநாட்டில் இராமாயணமும் மனுதர்ம சாஸ்திரங்களும் சுட்டெரிக்கப்பட்டுமிருக்கின்றன. மற்றும் கேரள தேசத்து அதாவது மலையாளம், கொச்சி, திருவாங்கூர் தேசத்துத் தாழ்த்தப்பட்ட மக்கள் என்பவர்களாகிய தீயர், ஈழவர், நாடார், பில்லவா ஆகிய சுமார் 20 அல்லது 30 இலட்சம் ஜனத்தொகைக் கொண்ட சமூகம் தங்களது மாநாட்டிலும் தாங்கள் இந்து மதத்தை விட்டுவிட வேண்டும் என்றும், தங்களை இனி யாரும் இந்துக்கள் என்று சொல்லிக் கொள்ளக்கூடாது என்றும், தங்களுக்கு மதத்தில் நம்பிக்கையே இல்லை என்றும் பல தீர்மானங்கள் இந்த 6,7 வருஷ காலமாகவே 10000 - க்கணக்கான மக்கள் கூட்டத்தில் ஏக மனதாய் நிறைவேற்றப்பட்டு வந்திருக்கின்றன.

கடைசியாக 1933 - இல் கூட்டப்பட்ட S.N.D.P. யோகம் என்னும் அவர்களது சமூக மாநாட்டில், மிதவாதி பத்திராதிபரும் பெரிய செல்வவானும் சென்னைச் சட்டசபை அங்கத்தினருமான தோழர் சி. கிருஷ்ணன் B.A., B.L., அவர்களது தலைமையில் , " ஈழவ சமூக மக்களுக்கு மதத்தில் நம்பிக்கை இல்லை. ஆதலால் ஈழவ சமூக மக்கள் தங்களை இனிமேல் இந்துக்கள் என்று யாரும்

சொல்லிக்கொள்ளக் கூடாது" என்று தீர்மானித்து இருக்கிறார்கள். ஆகவே, பம்பாய் மாகாண ஆதி இந்துக்கள் மாநாட்டுத் தீர்மானமும் தலைவர் அம்பேத்கார் அவர்களது வீரகர்ஜனையும் எதுவும் புதிதல்லை. இவற்றிற்கு இதுவரை காந்தியாரும், காங்கிரசுக்காரரும், வருணாசிரமிகளும், பார்ப்பனர்களும், இந்துமதப் பாதுகாப்பாளர்களும் என்ன பதில் சொல்லி வந்தார்களோ, எப்படிக் கருதினார்களோ, அப்படியேதான் இதையும் கருதுவார்கள் - இதற்கும் பதில் சொல்லுவார்கள் என்பதில் சிறிதும் அய்யமில்லை. தீண்டப்படாதவர்கள் விஷயமாகவோ, ஜாதி வித்தியாசம் விஷயமாகவோ இந்து மதச் சீர்திருத்தும் விஷயமாகவோ, இந்துமதம் என்றும், சாதி வித்தியாசம் என்றும் ஏற்பட்ட காலம் முதலே முயற்சிகள் செய்யப்பட்டுதான் வந்திருக்கின்றன. கபிலர், திருவள்ளுவர், இராமானுஜர் முதலானவர்கள், " தெய்வத்தன்மையில்" இருந்து பாடுபட்டிருப்பதாய்ச் சரித்திரம் கூறுகின்றன. புத்தர் முதலிய அரசர்கள் பாடுபட்டிருப்பதாய் ஆதாரங்கள் இருக்கின்றன. இராஜாராம் மோகன்ராய் மற்றும் சுவாமி தயானந்த சரஸ்வதி, இராமலிங்க சுவாமிகள், விவேகானந்தர் முதலிய ஞானவான்கள் முயற்சித்திருப்பதாய்ப் பிரத்தியட்ச அனுபவங்கள் கூறுகின்றன. இவர்கள் எல்லாம் இன்று பூஜிக்கப்படுகிறார்கள் என்றாலும் காரியத்தில் ஒரு பயனும் ஏற்பட்டதாகக் கூறமுடியாது. பதினாயிரம் பேர் மேற்கண்ட பெரியார்களுக்குச் சிஷ்யர்களாக 100 பேர்களோ, ஒரு இலட்சம் பேர்களோ இருக்க அவரவர்கள் ஸ்தாபனங்களில் ஒரு சில இலட்சம் அங்கத்தினர்கள் இருக்கலாம்.

மற்றபடி காரியத்தில் நடந்ததென்ன வென்று பார்த்தால், பழைய நிலைமையேதான் சட்டதிட்டங்கள் மூலம் வருணாசிரம கூட்டங்கள் மூலம் பத்திரப்படுத்தப்பட்டு வந்திருக்கிறது. ஆகவே, இவ்விஷயத்தில் ஏதாவது ஒரு காரியம் தகுந்த அளவுக்கு நடைபெற வேண்டுமானால், மேல்கண்டபடி சுவாமிகள் என்றும், அவதாரங்கள் என்றும், மகாத்மா என்றும், பூஜிக்கப்படத் தக்கவர்கள் என்றும் சொல்லிக் கொள்ளுபவர்களால் ஒரு காரியமும் நடைபெறாது. இவர்களைப் பண்டார சந்நிதிகள், சங்கராச்சாரியார்கள் என்று சொல்லப்படுபவர்களுக்கு, ஒருபடி

மேலாகச் சொல்லலாம். ஆனால், பொதுஜனங்களால் வெறுக்கப்படுகின்றவர்களாலும், தூற்றப்படுகின்றவர்களா லும்தான் அவசியமான ஏதாவது மாறுதல்கள், காரியத்தில் நடைபெறக்கூடும். எனவே, தோழர் அம்பேத்கார் அவர்களின் கர்ஜனையும் வீரமும், ஞானமும் நிறைந்த தீர்மானமும் பொதுஜனங்களால் எவ்வளவுதான் வெறுக்கப்பட்ட போதிலும், அவர் எவ்வளவு தான் வெறுக்கப்பட்டபோதிலும், அவர் எவ்வளவு தான் தூற்றப்பட்ட போதிலும் அதுதான் தாழ்த்தப்பட்ட மக்கள் மாத்திரமல்லாமல் இந்தியாவில் உள்ள இந்துக்களில் பார்ப்பனரல்லாத மக்களாகிய 100 - க்கு 97 விகிதாசாரமுள்ள 24 கோடி இந்து மக்களின் விடுதலைக்குச் சர்வசமய சஞ்சீவியாகப் போகிறது. இதைப் பாராட்டும்போது, நாம் சொல்வதெல்லாம் - அம்பேத்கார் அவர்கள் பார்ப்பனச் சூழ்ச்சிக்கு ஏமாந்து மறுபடியும் இத்தீர்மானத்தை மாற்றிக் கொள்ளக்கூடாது என்பதோடு, வைதீகமும், மூடநம்பிக்கையும், குருட்டுப் பழக்கவழக்கமும் கொண்ட வேறு எந்த மதத்திலும் விழுந்துவிடக் கூடாது என்றும் எச்சரிக்கை செய்கிறோம். அநேகமாய் மதங்கள் என்பவைகள் எதுவும் ஏதோ ஒருவிதமான குருட்டு நம்பிக்கை மீதும் முரட்டுப் பிடிவாதத்தின் மீதேதான் கட்டப்பட்டிருக்கின்றன. எல்லா மதங்களுக்கும் ஒரே அஸ்திவாரம் தான். ஆதலால், "ஒரு தப்பி தத்தின் பாவ நிவர்த்திக்கு ஆக மற்றொரு தப்பிதம் செய்யக் கூடாது' என்கின்ற பழமொழியை இந்தச் சமயத்தில் நன்றாய் ஞாபகத்தில் வைத்துக் கொள்ளவேண்டும் என்பது நமது ஆசையாகும்.

நிற்க, தோழர் அம்பேத்காரின் வாக்குமூலத்துக்கும், பம்பாய் ஆதிதிராவிட மாநாட்டுத் தீர்மானத்துக்கும் காந்தியாரும் தமது வழக்கமான சூழ்ச்சித் திறத்தைக் காட்டும் முறையில், "தோழர் அம்பேத்கார் இந்தப்படிப் பேசியதை நான் நம்பவில்லை' என்பதாகப் பாசாங்கு காட்டிவிட்டுப் பிறகு அந்தத் தீர்மானமும் அவரது பேச்சும் துரதிர்ஷ்ட வசமானது என்றும், கோபத்தில் பேசியது என்றும், தீண்டாமை விஷயத்தில் ஏதோ அங்கொன்று இங்கொன்றுமாகத் தான் தவறுகள் நடக்கின்றனவென்றும், அதற்காக இப்படிச் செய்யக் கூடாது என்றும், அம்பேத்காருக்குக்

கடவுளிடம் நம்பிக்கை இருக்குமானால், தான் தன் அபிப்பிராயங்களை மாற்றிக்கொள்ள வேண்டும் என்றும் சொல்லிவிட்டு, மதம் என்பது ஒருவருக்கு மாற்றிக்கொள்ளக் கூடியது அல்லவென்றும், அது முடியாதது என்றும், மதம் மாறி விட்டதனாலேயே தீண்டாமை ஒழிந்து விடாது என்றும் சொல்லி, அம்பேத்காரை நாஸ்திகர் என்று ஜனங்கள் பழிக்கும்படி விஷமம் செய்து இருக்கிறாரே ஒழிய, அக்கொடுமைகளுக்குத் திருப்தியும், சாந்தியும் அளிக்கத்தக்க வேறு எவ்விதச் சமாதானமும் சொல்லவில்லை. ஆகவே, காந்தியாரின் கருத்துகளை ஒரு வாக்கியத்தில் சொல்வதாய் இருந்தால், அம்பேத்காருடன் பந்தயம் கட்டுகிறார் என்றே சொல்ல வேண்டும். அதாவது, உன்னால் முடியாது; உன் இஷ்டப்படி நடக்காது; உன்னால் ஆனதைப் பார்; உன்னைத் தொலைத்துவிடுகிறேன் என்பதுதான் கருத்தாகும். மற்றபடி, காங்கிரஸ்காரர்களுடையவும், பார்ப்பனர் களுடையவும் பதில் என்ன என்று பார்ப்போமானால், 'சுதேசமித்திரன்' பத்திரிகையானது அம்பேத்காரைப் பரிகாசம் செய்கிறது. அதாவது, "ஏரியோடு கோபித்துக்கொண்டு கால் கழுவாமல் போகிறார் அம்பேத்கார். அதற்கேற்ற தீர்மானம் செய் திருக்கிறது ஆதி இந்து மாநாடு " என்று ஏளனம் செய்திருக்கிறது.

அதாவது, ஜாதி இந்துக்கள் சமூகம் ஏரியைப்போல் இருக்கிறதென்றும், அம்பேத்காரும் ஆறு கோடி தீண்டப்படாத மக்களும் (வெளிக்குப் போய்) கால் கழுவாத மக்கள் என்றும், வெளிக்குப்போய்க் கால் கழுவாமல் அசுத்தமாய் இருக்கிறவன் ஏரியுடன் கோபித்துக் கொண்டால், ஏரிக்கு ஒரு குறைவும் ஏற்படாதென்றும், ஏரி சுத்தமாக இருக்குமென்றும், கோபித்துக் கொண்டு கால் கழுவாமல் போகிறவன்தான் அசிங்கத்துடன் இருக்க வேண்டுமென்றும், ஆதலால் அம்பேத்காரும் தீண்டப்படாதவர்களும் வேறு மதத்துக்குப் போய்விட்டால், ஜாதி இந்துக்களுக்கு இலாபமே ஒழிய நஷ்டமில்லை என்னும் பொருள்பட அதற்கேற்ற பழ மொழியைச் சொல்கிறது. அதோடு, "நீண்ட காலப் பழக்கவழக்கங்களைத் தீடீரென்று மாற்றிவிட முடியாது.' " தீண்டாமை ஒழிய வேண்டுமானால், தாழ்ந்த வகுப்பினரின் மனோபாவத்திலும் விசேஷ மாறுதல் ஏற்பட

வேண்டும். 'அம்பேத்காரின் பேச்சும் ஆதி இந்துக்களின் தீர்மானமும்" எளிதில் நடக்கக்கூடிய காரியம் அல்ல" வெறும் வாய்ப்பேச்சு மிரட்டல் என்கிறது. டாக்டர் அம்பேத்காரேதான் வேறு மதத்துக்குப் போகக்கூடுமே ஒழிய மற்ற தாழ்ந்த வகுப்பார் இவர் பேச்சைக் கேட்கமாட்டார்கள் என்றும் தைரியம் கொள்கிறது. அதோடு கூடவே, அம்பேத்காரை நம்பாதீர்கள்; நம்பி எந்த மதத்தாரும் அவரைச் சேர்த்துக் கொள்ளாதீர்கள் என்று மற்ற மதக்காரர்களுக்கும் எச்சரிக்கை செய்கிறது. கடைசியாக, இதனாலெல்லாம் ஒன்றும் ஆகிவிடப் போவதில்லை என்று வீரம் பேசுகிறது. மற்றபடி, அக்கிரகாரத் தெருத்திண்ணைகளில் இருக்கும் மடி சஞ்சிகளும், அவர்களது வாரிசுகளும், காபிக் கடைகளிலும், வக்கீல்கள் தாழ்வாரங்களிலும் சுதேசமித்திரன் பழமொழி போலேவே அதைவிடச் சற்று மேன்மை மயிர் பிடுங்கப்படுவதால், "மூக்கு ஆள் பாரம் குறைந்துவிடப் போகிறதா" என்று அலட்சியமாய்ப் பேசப்படுகின்றன. ஆகவே, அம்பேத்கார் சொன்னப் பேச்சும் தீர்மானமும் பல காலமாய் இருந்து வந்திருப்ப தால், பழைய பாட்டானதால், பார்ப்பனர்களுக்கும், இந்து மதப் பித்தர்களுக்கும் சிறிதும் உறுத்தப்போவதில்லை என்பது உறுதி.

ஆனாலும், தோழர் அம்பேத்கருடைய பேச்சுக்கும், ஆதி இந்துக்கள் தீர்மானத்துக்கும் ஏதாவது மதிப்பு இருக்க வேண்டு மானால், அவர் உடனே இந்தக் காரியத்தை அதாவது ஆதி இந்துக்கள் ஆதி திராவிடர்கள் முதலிய தீண்டப்படாத வகுப்பு என்பவரிடையில் உடனே பிரச்சாரம் செய்து அவர்களை இந்து மதத்தில் இருந்து வெளிக்கிளப்பிவிட வேண்டும். தோழர் அம்பேத்காரைப் பொறுத்தவரையில் நாள் பொறுத்துதான் மதத்தைப் போக்கிக் கொள்ள வேண்டும். ஏனெனில், நமது பார்ப்பனர்களுக்கு இப்படிப்பட்ட ஆட்கள் இந்து மதத்தை விட்டுப் போய்விட்டால், இவர்களுடைய தொல்லை ஒழிந்தது என்று சந்தோஷமடைந்துவிடுவார்கள். ஆகையால், மதம் மாறாமல் இருந்து கொண்டு எவ்வளவோ பெயர்களை மதத்தில் இருந்து வெளியாக்கலாமோ அந்தக்காரியத்தைச் செய்ய வேண்டியது அம்பேத்காரின் முதல் கடமையாகும். பூனா ஒப்பந்தத்தால் ஏமாற்றப்பட்ட அம்பேத்காருக்கு இப்பொழுது

உண்மை கண்டுகொள்ள சந்தர்ப்பம் ஏற்பட்டதற்கு ஆக நாம் அவரை மனமாரப் பாராட்டுகிறோம். மற்றவை மற்றொரு சமயம் எழுதுவோம்.

(*20-10-1935* "குடிஅரசு"
இதழ் தலையங்கம்)

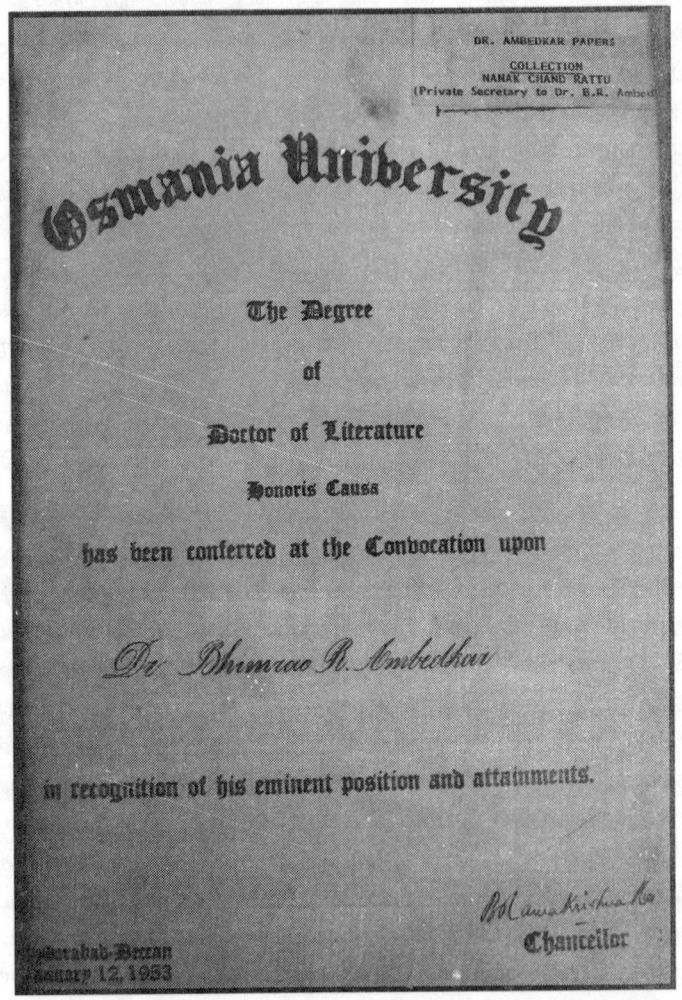

DR. AMBEDKAR PAPERS
COLLECTION
NANAK CHAND RATTU
(Private Secretary to Dr. B.R. Ambed

Osmania University

The Degree
of
Doctor of Literature
Honoris Causa
has been conferred at the Convocation upon

Dr Bhimrao R. Ambedkar

in recognition of his eminent position and attainments.

Chancellor

...erabad-Deccan
...anuary 12, 1953

ஆந்திர உஸ்மானிய பல்கலைக்கழகம் *12.01.1953* இல் பாபாசாகேப் அம்பேத்கருக்கு அளித்த டாக்டர் பட்டம்

6. ராவ்பகதூர் என்.சிவராஜ் பி.ஏ.பி.எல்.லைத் தவிர வேறு எந்தப் பெயரையும் என்னால் சிந்திக்க முடியாது!

பாபாசாகேப் அம்பேத்கர்

"உங்களுடைய மாநாட்டில் ஒடுக்கப்பட்ட சாதியினரின் ஒரு பிரதிநிதி இருப்பதன் மூலமாக எங்களுக்குக் கிடைக்கக் கூடிய உதவியை மறுப்பதற்கு நான் விரும்பவில்லை. எனவே எனக்குப் பதில் வேறு ஒருவரின் பெயரைக் குறிப்பிடுவதற்கு நான் தயாராக இருக்கிறேன். எனக்குத் தோன்றுகிற பல்வேறு பெயர்களின் பொருத்தத்தைப் பற்றி மதிப்பீடு செய்கிறபோது, ராவ்பகதூர் என்.சிவராஜ், பி.ஏ., பி.எல்.லைத் தவிர வேறு எந்தப் பெயரைப் பற்றியும் என்னால் சிந்திக்க முடியாது. அவர், அகில இந்திய ஷெட்யூல்டு வகுப்பினர் சம்மேளனத்தின் தலைவராக இருக்கிறார். மேலும், அவர் மத்திய சட்டப்பேரவை உறுப்பினராகவும், தேசியப் பாதுகாப்பு சபை உறுப்பினராகவும் இருக்கி றார். நீங்கள் விரும்பினால் ஒடுக்கப்பட்ட சாதியினரின் ஒரு பிரதிநிதி என்ற வகையில் அந்த மாநாட்டிற்கு நீங்கள் அவரை அழைக்கலாம்."

(பீல்ட் மார்ஷல் வேகவுண்ட் வேவலுக்கு டாக்டர் அம்பேத்கர் எழுதிய கடிதத்தில்....

பக்கம்: 97 டாக்டர் பாபாசாகேப் அம்பேத்கர் பேச்சும் எழுத்தும் தொகுதி 19 தமிழ்

❖❖

7. நினைவலைகளில் டாக்டர் அம்பேத்கர்

அன்னை மீனாம்பாள்

மீனாம்பாள் சிவராஜ் 1944 இல் சென்னையில் நடத்தப்பட்ட முதலாவது பட்டியலினத்தோர் கூட்டமைப்பு மாநாட்டிற்கு மீனாம்பாள் சிவராஜ் (1904-1992) தலைமை தாங்கினார். 1945 இல் பம்பாயில் நடத்தப்பட்ட அனைத்து இந்திய பட்டியலினத் தோர் கூட்டமைப்பின் பெண்கள் மாநாட்டிற்கும் அவர் தலைமை தாங்கினார். அவரது கணவர் என். சிவராஜுக்கும் அவருக்கும்

அம்பேத்கரோடு அரசியல் சகபயணிகள் என்பதற்கும் மேலாக ஒரு வாஞ்சையான தனிப்பட்ட உறவும் இருந்தது. மீனாம்பாள் அவர்களின் இக் கட்டுரை, **1996** இல் நானக் சந்த் ரத்து வெளி யிட்ட அம்பேத்கர் நினைவலைகளின் தொகுப்பு நூலில் இடம் பெற்றுள்ளது. அதன் மூலபதிப்பு விவரங்கள் கொடுக்கப் பட வில்லை. (நானக்சந்த் ரட்டு கொடுத்துள்ளார். ஆனால் சலீம் யூசுப் ஜி அதை கவனிக்காமல் இருந்திருக்கலாம்.)

(**1944** இல், மீனாம்பாள் சிவராஜ் இப்படி தொடங்குகிறார், ' அனைத்திந்திய பட்டியலினத்தோர் கூட்டமைப்பின் மத்தியக் கமிட்டி கூட்டம் அமைப்பின் தலைவருடைய இராயப்பேட்டை வீட்டில் நடந்தது. மாநாடு இரண்டு நாட்கள் நடந்தது.)

மறுநாள் மாலை, நான் ஒடுக்கப்பட்ட வகுப்பாரின் பெரு மதிப்புக்குரிய தலைவருக்கு படித்த பெண்கள் வழங்கும் ஒரு தேநீர் விருந்தை உட்லேண்ட்ஸ் ஹோட்டலில் ஏற்பாடு செய்திருந் தேன். வாயிலில் அவரை பெண்கள் வரவேற்றதும் அவர் சிரித்த முகத்துடன் உள்ளே நுழைந்தார். படித்த பெண்களைச் சந்திப் பதிலும் விவாதிப்பதிலும் மகிழ்ந்தார். தென்னிந்தியாவின் பட்டியல் சாதி பெண்களிடையே பட்டதாரிகளும் ஆய்வாளர் களும் இருப்பதை அறிந்து ஆச்சரியப்பட்டார். அவர் ஆங்கிலத்தில் உரையாடியபடியே தேநீர் விருந்தைக் களித்தார். பெண்கள் அவருக்கு அறிமுகம் செய்துவைக்கப்பட்ட போது அவர் சொன்ன வார்த்தைகள் எனக்கு இன்னமும் நினைவில் இருக்கின்றன. ' ஓ சந்தேகத்துக்கு இடமில்லாமல் இந்தியாவில் வேறெந்தப் பகுதியைக் காட்டிலும் தென்னிந்தியாவில் நமது சமூகப் பெண்கள் முன்னுக்குவந்து நன்றாகப் படித்திருக்கின்றனர். ' அதே நாளில் ஐந்தரை மணிக்கு அவருக்கு ஒரு பொதுக்கூட்டம் ஒழுங்கமைக்கப் பட்டிருந்தது . ஆனால் அவர் பெண்கள் விருந்தில் இருந்து ஆறரை மணி வரை கிளம்பாமல் பேசிக் கொண்டிருந்தார். அமெரிக்காவில் நடைபெற இருந்த பசிபிக் உறவுகள் மாநாட்டில் பிரதிநிதியாக கலந்துகொள்ள புறப்படவிருந்த எனது கணவருக்கு சில விஷயங்களை தலைவர் சாஹேப் அறிவுறுத்திக் கொண் டிருந்தார் . அந்த சமயத்தில் இரண்டாம் உலகப் போர் நடந்து கொண்டிருந்தது . டாக்டர் அம்பேத்கர் என் பக்கம் திரும்பி, " இங்கே

பாருங்கள், மிசஸ் சிவராஜ், ஒரு பிரதிநிதியாகவும், பட்டியலினத் தோர் கூட்டமைப்பின் தலைவராகவும் உங்கள் கணவர் இந்த முக்கிய தருணத்தில் அமெரிக்கா சென்றுதான் ஆகவேண்டும்.

கோடிக்கணக்கான தீண்டத்தகாதவர்களுக்காக வாதிடுவதற்காகவும் நமது பிரச்சினைகளை உலக அளவிலான மாநாட்டில் விளக்குவதற்காகவும் அவர் சென்றாக வேண்டும். அவர் அங்கிருந்து பாதுகாப்பாக திரும்பி வருவாரா என்பதற்குநான் உத்தரவாதம் எதுவும் தரமுடியாது. நீங்கள் என்ன சொல்கிறீர்கள்? அவரை அனுப்ப உங்களுக்கு மனமில்லை என்றால், என்னிடம் சொல்லுங்கள், அவரை நிறுத்திவிட்டு நான் அடுத்த விமானத்தில் கிளம்பிச் செல்கிறேன். " என்றார். " எனது கணவர் போகட்டும், அவரை அனுப்ப எனக்கு எந்த ஆட்சேபணையும் இல்லை. அவருக்கு வழியில் ஏதேனும் நடந்தால் நான் நிச்சயமாக உங்களை பழிசொல்ல மாட்டேன். மாறாக, எனது கணவர் ஒரு நல்ல குறிக்கோளுக்காக நம்மை விட்டுச் சென்றார் எனத் திருப்தியடைவேன் ' என்று நான் சொன்னேன். அவர் என்னைப் பார்த்து புன்னகைத்து,' நல்லது. நான் உனது துணிவை பாராட்டுகிறேன்" என்று சொன்னார். மறுநாள் என் கணவர் அமெரிக்காவுக்கு விமானத்தில் கிளம்பிச் சென்றார். நான் டாக்டர் அம்பேத்கரிடம் விடை பெற்று என் மகனோடு சென்னைக்கு திரும்பினேன். அவர் எனக்கு பலமுறை எனது கணவரின் உடல்நலம் விசாரித்துக் கடிதம் எழுதி இருக்கிறார்.

(பக்கங்கள்: 120-122 | பாபாசாகேபின் அருகிருந்து, தொகுப்பாசிரியர் சலீம் யூசுப் ஜி, தமிழில்: பிரேமா ரேவதி, மைத்ரி, 2018)

இதன் ஆங்கில மூலக் கட்டுரை சற்று பெரியது. 2014 இல் போதிமுரசு இதழுக்காக அக்கட்டுரை தமிழில் பெயர்க்கப்பட்டது. போதி முரசு இதழிலும் வெளிவந்துள்ளது. அந்த முழு கட்டுரை வருமாறு:

இந்தியாவின் கோடிக்கணக்கான அல்லது கோடிக்கணக்கான ஒடுக்கப்பட்ட சமூகத்தின் வீரராகவும் வலிமைமிக்க தலைவராகவும் இருந்த டாக்டர் அம்பேத்கரைக்காண, வரவேற்க

எனது கணவருடன் சென்ட்ரல் ஸ்டேஷனில் காத்திருந்த ஆயிரக்கணக்கானவர்களில் நானும் ஒருத்தியாக இருந்தேன்

அவருக்கு மாலை அணிவித்த முதல் ஆள் நான்தான். பெரும் கூட்டத்திலிருந்து அவரை ஸ்டேஷனுக்கு வெளியே அழைத்து வர ஒரு மணி நேரத்திற்கும் மேலானது. அந்த நாளை என்னால் மறக்க முடியாது, அது 1944-ம் ஆண்டு நடந்தாலும் இன்னும் என் மனதில் பசுமையாக இருக்கிறது. அகில இந்திய பட்டியலிடப்பட்ட சாதிகள் கூட்டமைப்பின் மத்தியக் குழுக் கூட்டம் சென்னை இராயப்பேட்டையில் உள்ள கட்சித்தலைவர் இல்லத்தில் நடைபெற்றது.(தன் கணவர் தந்தை சிவராஜ் அவர்களை தான் கட்சித் தலைவர் என்று இங்கே குறிப்பிடுகிறார்). இந்தியாவின் அனைத்துப் பகுதிகளிலிருந்தும் பட்டியல் சாதிகள் கூட்டமைப்பின் தலைவர்கள் மற்றும் செயலாளர்கள்'மாநாட்டில் கலந்து கொண்டனர். அந்த மாநாட்டில் ஒடுக்கப்பட்ட வகுப்பினரின் எதிர்காலம் முடிவு செய்யப்பட்டது. பல தீர்மானங்கள் நிறைவேற்றப்பட்டு இரண்டு நாட்கள் மாநாடு நடத்தப்பட்டது.

மறுநாள் மாலை, ஒடுக்கப்பட்டச் சமூகத்தின் மதிப்பிற்குரிய தலைவரைக் கௌரவிப்பதற்காக உட்லண்ட்ஸ் ஹோட்டலில் பட்டியல் சாதியைச் சேர்ந்த படித்த பெண்கள் அடங்கிய தேநீர் விருந்துக்கு ஏற்பாடு செய்தார். வாசலில் பெண்கள் அவரை வரவேற்றதும் சிரித்த முகத்துடன் உள்ளே நுழைந்தார். படித்த பெண்களைச் சந்தித்து உரையாடியதில் மிகுந்த மகிழ்ச்சி அடைந்தார். தென்னிந்தியாவில் பட்டியல் சாதியில் உள்ள பெண்களில் பட்டதாரிகளும் அறிஞர்களும் இருப்பதைக் கேட்டு ஆச்சரியப்பட்டார். பெண்களுடன் ஆங்கிலத்தில் பேசி பார்ட்டியை இரசித்தார். பெண்களை அறிமுகப்படுத்தியபோது அவர் சொன்ன வார்த்தைகள் இன்னும் எனக்கு நினைவிருக்கிறது. "ஓ! சந்தேகமே இல்லை, இந்தியாவின் வேறு எந்தப் பகுதியையும் விட தென்னிந்தியாவில் சமூகப் பெண்கள் முன் வந்து நன்கு படித்திருக்கிறார்கள்." அன்று மாலை 5-30 மணிக்கு பொதுக்கூட்டம் ஏற்பாடு செய்யப்பட்டிருந்தது. ஆனால் அவர் மாலை 6-30 மணிக்குள் கூட்டத்தில் பங்கேற்க,பெண்கள் குழுவிலிருந்து

வெளியேறினார். தலைவர் சென்னையை விட்டு புறப்படும்போது அவருக்கு ஒரு பெரிய விழாத்திரளாக அனுப்பி வைத்தோம்.

மீண்டும் பம்பாயில் நடந்த ஒரு மாநாட்டில் டாக்டர் அம்பேத்கரை சந்தித்தேன். இது மூன்று நாட்கள் நடத்தப்பட்டது, கடைசி நாள் மகளிர் மாநாட்டிற்கு நான் தலைவராக இருந்தேன். சமூகத்தின் ரத்தினம் டாக்டர் அம்பேத்கர். தலைவர், ராவ் பகதூர் என்.சிவராஜ் மற்றும் பொதுச் செயலாளர். திரு. பி.என். ராஜ்போஜ் ஆகியோர் இருந்தனர். மறைந்த தலைவர் ஆற்றிய ஆற்றல்மிக்க உரை இப்போதும் எனக்கு நினைவிருக்கிறது. நானும் என் கணவரும் அவருடைய பங்களாவான 'ராஜ்கிரஹா'விற்குச் சென்று அவருடன் தேநீர் அருந்தினோம். அவருடைய தனிப்பட்ட நூலகத்தில் அற்புதமான புத்தகத் தொகுப்பைப் பார்த்தேன். தொண்டு, குடும்ப வாழ்க்கை, அரசியல் பற்றி தமிழில் எழுதப்பட்ட "திருக்குறள்" புத்தகத்தைப் பார்த்தேன். இது ஆங்கிலத்தில் மொழிபெயர்க்கப்பட்டு ஆங்கிலத்தில் வெளியிடப்பட்டது. இந்நூல் இரண்டாயிரம் ஆண்டுகளுக்கு முன் திருவள்ளுவரால் எழுதப்பட்டது. அவர் ஒரு பூர்வகுடிக் கவிஞர். என் தலைவர் சென்னைக்கு வந்தபோது அவருக்கு நான் அளித்த பணிவான புத்தகம் அது

மூன்றாவது முறையாக நான் தொழிலாளர்களின் மீட்பரை, தொழிலாளர் அமைச்சராக புது தில்லியில் உள்ள அவரது பங்களாவில் சந்தித்தேன். அன்று இரவு தலைவர், தலைவர், ராவ் பகதூர் என்.சிவராஜ் மற்றும் நானும் சமூகம் மற்றும் அதன் எதிர்காலம் பற்றி பேசிக்கொண்டிருந்தோம். "பசிபிக் உறவுகள் மாநாட்டில் பங்கேற்பதற்காக இந்தியாவிலிருந்து அமெரிக்காவிற் குப் பிரதிநிதியாகச் செல்ல வேண்டியிருந்த என் கணவருக்குத் தலைவர் சாஹேப் அறிவுரைகளைச் சொல்லிக் கொண்டிருந்தார். அப்போது இரண்டாம் உலகப் போர் நடந்து கொண்டிருந்தது. டாக்டர் அம்பேத்கர் என் பக்கம் திரும்பி" "இதோ பார் திருமதி சிவராஜ், உங்கள் கணவர் பிரதிநிதியாகவும், பட்டியல் சாதிகள் கூட்டமைப்பு தலைவராகவும் இந்த இக்கட்டான தருணத்தில் அமெரிக்கா செல்ல வேண்டும். உலக மாநாட்டில் கோடிக்கணக் கான தீண்டத்தகாதவர்களுக்காக

மன்றாடவும் நமது கஷ்டங்களை விளக்கவும் அவர் அங்கு செல்ல வேண்டும். அவர் அங்கிருந்து பத்திரமாக திரும்புவாரா என்பது குறித்து என்னால் உறுதி அளிக்க முடியாது. நீங்கள் என்ன சொல்கிறீர்கள்? அனுப்ப மனமில்லை யென்றால், சொல்லுங்கள், நான் அவரை நிறுத்துகிறேன், அடுத்த விமானத்தில் அவருக்குப் பதிலாக நான் செல்வேன்" என்று கூறிய அவரிடம் சொன்னேன். "என் கணவர் போகட்டும், அவரை அனுப்ப எனக்கு ஆட்சேபனை இல்லை. வழியில் அவருக்கு ஏதாவது நேர்ந்தால் நிச்சயமாக நான் உங்களைக் குறை சொல்ல மாட்டேன். இன்னொரு பக்கம், என் கணவர் ஒரு நல்ல காரியத் துக்காக நம்மை விட்டுப் பிரிந்துவிட்டார் என்ற மனநிறைவு எனக்கு இருக்கும்".

அவர் என்னைப் பார்த்து புன்னகைத்து "நல்லது உங்கள் தைரியத்தை நான் பாராட்டுகிறேன்." மறுநாள் என் கணவர் விமானத்தில் அமெரிக்காவுக்குப் புறப்பட்டார், டாக்டர் அம்பேத் கரிடம் விடைபெற்றுக்கொண்டு, என் மகனுடன் சென்னை திரும்பி னேன். என் கணவரின் உடல்நிலை குறித்து அவர் அடிக்கடி எனக்கு கடிதம் எழுதுவார்.

நான்காவது முறையாக அவரை மீண்டும் சென்னையில் சந்தித்தேன். தொழிலாளர் அமைச்சராக இருந்த அவர் தென்னிந்திய சுற்றுப்பயணத்தில் இருந்தார். அவருடன் திரு.பி.என்.ராஜ்போஜ் வந்தார். மதுரை, கோயம்புத்தூர், ஆந்திராவுக்குச் சென்றார். அவருடன் பயணித்து அவர் உரையை மொழிபெயர்க்கும் வாய்ப்பு கிடைத்தது.

சட்ட அமைச்சராக இருந்தபோது, அவருக்கு உடல்நிலை சரியில்லாமல் இருந்தது. அவருக்கு சேவை செய்ய டெல்லி செல்ல வேண்டும் என்று ஆவலாக இருந்தேன். ஆனால் துரதிர்ஷ்டவசமாக சில காரணங்களால் என்னால் அவ்வாறு செய்ய முடியவில்லை. அதன்பிறகு, கோடிக்கணக்கான மக்களின் அந்தத் துணிச்சலும் வல்லமையும் மிக்க தலைவரையும், இந்தியாவின் மகத்தான புதல்வரையும் சந்திக்கும் வாய்ப்பு எனக்குக் கிடைக்கவில்லை.

ஒரு சிறந்த அறிஞராக, ஒரு நேர்மையான அரசியல்வாதி யாக, ஒரு துணிச்சலான மற்றும் நேர்மையான தலைவராக, அரசியலமைப்பை உருவாக்குபவராக அவர் உலகின் மனித நேயத்திற்கு வாழும் முன்மாதிரியாக இருந்தார். அன்னை மீனாம்பாள் ராவ் பகதூர் என்.சிவராஜின் மனைவி, ராவ் பகதூர் என் சிவராஜ்டாக்டர். அம்பேத்கரின் நெருங்கிய சகபோராளியு மான, அகில இந்திய பட்டியல் சாதிகள் கூட்டமைப்பின் தலைவருமாவார்.

- மிலிந்த் கலைக் கல்லூரி, அவுரங்காபாத் - கல்லூரி இதழ் - சிறப்பு இதழ் - ஏப்ரல் 1966- பக்கம் 40

தமிழில் : உமா ஜெயபாலன்

சர்.சி.பி.ராமசாமி (ஐயர்)

வி.எஸ். சீனிவாச சாஸ்த்திரி

8. கோவை ஜி.டி. நாயுடுவும் அண்ணல் அம்பேத்கரும்

படம் : கோவை விமான நிலையத்தில் ஜி.டி.நாயுடு அண்ணல் அம்பேத்கர், சவீதா அம்பேத்கர்

'இந்தியாவின் எடிசன்' ஜி.டி.நாயுடு அவர்களுடைய வழக்கு ஒன்று உச்சநீதிமன்றத்தில் நிலுவையில் இருந்தது...

அதை ஒரு வழக்கறிஞராக நின்று முடித்துக் கொடுத்தவர் பாபாசாகேப் டாக்டர் பி.ஆர்.அம்பேத்கர் அவர்கள்..

அதற்குக் கைமாறாக ஒரு பெரிய பெட்டி நிறைய பணத்தைக் கொண்டு போய் பாபாசாகேப்புக்குக் கொடுத் திருக்கிறார் ஜி.டி.நாயுடு..

பாபாசாகேப் சொன்னாராம்..

"இந்தப் பணம் எனக்கு வேண்டாம்; அதற்குப் பதிலாக நான் எப்போது தமிழ்நாட்டிற்கு வந்தாலும் என் பயணச் செலவையும்; அங்கே நான் தங்குவதற்கான செலவையும் நீங்கள் கவனித்துக் கொள்ள வேண்டும்" என்றிருக்கிறார். ஜி.டி. நாயுடு -வும் மகிழ்ச்சியோடு சம்மதித்திருக்கிறார்..

பாபாசாகேப் டெல்லியிலிருந்து வருவதாக இருந்தால் தமிழகத்தில் ஐந்து நட்சத்திர விடுதியில் தான் ரூம் புக் பண்ணு வாராம் ஜி.டி.நாயுடு..

பாபாசாகேப் என் விருந்தாளி, அத்தோடு அவரை வரவேற்று விருந்து உபசரிப்பதில் நாம் பெருமை கொள்கிறேன் என்று அவரை நான் சிறப்பாகக் கவனிக்க வேண்டும் என்று அருகே இருந்தே பார்த்துக் கொள்வாராம்.. ஒரு முறை நட்சத்திர விடுதி ஒன்றில் தங்கியிருந்தவரை ஹிந்து பத்திரிகை ரிப்போர்ட்டர் பேட்டி எடுக்க வந்திருக்கிறார்.. பேட்டி எடுக்கும் முன்னரே கேட்டிருக்கிறார்..

"டாக்டர் அம்பேத்கர், காந்திஜி அவர்கள் மிகவும் ஏழ்மை யாக வாழ்கிறார், கதர் ஆடை உடுத்துகிறார், மேல் ஆடையே உடுத்துவதில்லை. ஆனால் நீங்களோ ஏன் இவ்ளோ ஆடம்பர மான இடத்தில் தங்கியிருக்கிறீர்கள்; அத்தோடு எப்போதுமே கோட் சூட் போட்டு வெள்ளைக்காரன் போலவே வலம் வருகிறீர்களே ஏன்?"

பாபாசாகேப் சிரித்துக் கொண்டே பதிலளித்தாராம்..

"காந்தி அவர்கள் பல்வேறு வகையில் உளவியலாக பாதிக் கப்பட்ட எம் மக்களை மேலும் உளவியலாக தாக்குகிறார், காந்தியே சட்டை இல்லாமல் இருக்கிறார், நாம சட்டை போடாவிட்டால் என்ன என்று ஏற்கனவே சட்டை போடாத எம்மக்கள் அதைப் பற்றி யோசிக்கவே மாட்டார்கள்; அப்புறம் எப்படி அவர்கள் அதிலிருந்து விடுதலை பெறுவார்கள்..

நான் கோட் சூட் போடுகிறேன், விலையுயர்ந்த 'டை' மட்டும் 'சூட்' போடுகிறேன். மிகவும் ஆடம்பரமான இடத்தி லிருந்து கொண்டு எம்மக்களை இங்கே வரச்சொல்லி சந்திக்கி றேன்; என்னை இந்த இடத்தில் பார்க்க வருகிறவன், நல்ல உடை உடுத்த முயல்வான், அதற்காகச் சம்பாதிக்க உளவியலாக அவனின் மனம் தயாராகும்; உழைப்பான்; சட்டையே போடாமல் திரிந்தவன் புத்தாடை உடுத்துவான் என்றிருக்கிறார். வெற்று உடம்பிலிருந்து நல்ல உடைக்கு மாறுவான்."

வாயடைத்துப் போய் நின்றிருக்கிறார் அந்த ஹிந்து பத்திரிக்கை ரிப்போர்ட்டர்...

- தோழர் : Govindaraj Raj, Joel Ajith

9. பசுமாத்தூர் முருகேசன் சாமிதுரை
(13.03.1913- 30.08.1981)
வாழ்வும் பணியும்

(Life and works of PM swamidurai first MLA of kolar gold Fields)

கோலார் தங்கவயலில் குடியரசு கட்சியின் சார்பில் முதல் சட்டமன்ற உறுப்பினராக தேர்வு செய்யப்பட்டு கோலார் தங்கவயல் வரலாற்றில் மிக முக்கியமான ஒரு வரலாற்று நாயகனாக விளங்கும் பசுமாத்தூர் முருகேசன் சாமிதுரை அவர்கள் 1952-இல் இருந்து 1957வரை சட்டமன்ற உறுப்பினராக இருந்தார்.

முனைவர் க. ஜெயபாலன்

1954 ஜூலை 12-ஆம் நாள் புரட்சியாளர் பாபாசாகேப் அம்பேத்கர் அவர்கள் கோலார் தங்க வயலுக்கு வருகை தந்த போது பி.எம்.சாமிதுரை அவர்களும் இன்னும் பல்வேறு தலைவர்களும் இருந்துதான் அவரை வரவேற்று உபசரித்தார் என்பதும் வரலாற்றில் குறிப்பிடத்தக்க ஒரு செய்தியாகும்.

பி.கே.அம்புஜம்மாள் என்பவர்தான் சாமிதுரை ஐயா அவர்களுடைய வாழ்க்கை துணையாக இருந்து இல்லறத்தை நடத்தியவர் இவர்களுக்கு பிறந்த பிள்ளைகளின் பெயர்கள் வருமாறு :

1. சா.ராஜகுமார்
2. டாக்டர் எஸ். ராஜமாலதி
3. எஸ். ராஜ வர்மா
4. எஸ். ராஜ விக்கிரமா

மைசூர் ஸ்டேட் ஷெட்யூல்ட் காஸ்ட்பெடரேஷன் துணைத் தலைவராகவும் தலைவராகவும் இருந்தவர். 1942 லிருந்து 1956 வரை இப்பொறுப்பில் இருந்தார்.

ஐயா பி.எம். சாமிதுரை அவர்களுடன் பிகே அம்புஜம்மாள்

கோலார் தங்கவயல் சுரங்க தொழிலாளர்கள் அமைப்பின் தலைவராகவும் இருந்து இவர் திறம்பட செயலாற்றி உள்ளார்.

இவருக்குப் பிறகு தான் கோலார் தங்கவயலில் குறிப்பிடத் தக்க வரலாற்று பதிவுகளை உருவாக்கிய சி.எம். ஆறுமுகம் அவர்களின் வருகை அமைகிறது. இவருக்கு முன்னோடியாக முத்துசாமி அய்யா அவர்கள் இருந்துள்ளார். இவர் எம் ஆர் ஏ.என்று சொல்லப்படுகிற Member of Representative Assembly என்ற பொறுப்பில் இருந்தவர். இவர்தான் மைசூர் ஸ்டேட் பெடரேஷன் என்ற அமைப்பை ஆரம்பித்து வைத்தவர். இவரின் வாழ்வும் பணிகளும் விரிவாக ஆராய்ந்து எழுதத்தக்கவை.

(இப்படங்களையும் சாமிதுரை ஐயா அவர்களின் குடும்பச் செய்திகளையும் என்னோடு பகிர்ந்து கொண்டவர் சாமிதுரை அவர்களின் நான்காவது புதல்வர் ராஜ விக்ரம் அவர்கள். இடம் : கோலார் தங்கவயல் ஆண்டர்சன் பேட்டை)

♦♦

'தொண்டு' வீராசாமி

'சன்டே அப்சர்வர்' பாலசுப்ரமணியம்

10. டாக்டர் அம்பேத்கரின் பௌத்த மதமாற்றம் பாராட்டுக்குரியது

அறிஞர் அண்ணா

திராவிடநாடு

இந்து மதத்தைவிட்டு உளம் வெந்து கூட்டம் கூட்டமாக வெளியேறுகிற மக்களை, தனது அரவணைப்புக்குள் அன்புடன் தழுவிக் கொள்ளும் பணியினை, இப்போது புத்தநெறி ஆற்றி இருக்கிறது.

ஒரே இடத்தில், ஒரே நாளில், ஆடவரும் பெண்டிரும் சிறார்களுமாகச் சேர்ந்து மூன்று இலட்சம் மக்கள், ஒரு மதத்தைவிட்டு வேறொரு மதம் புகுந்த சம்பவம், அதிலும் இந்து மதத்தைவிட்டுப் புத்த மதம் தழுவிய செய்தி, இதுவரை வரலாற்றில் இடம்பெற்றிருக்கவில்லை. இம்மத மாற்றச் செய்தியைச் சித்தரித்துள்ள ஒரு நிருபர், உலகில் வேறு எங்கும் நடைபெறாத இந்தச் சம்பவம் நடைபெற்றது எனக் குறிப்பிட்டுள்ளார்.

மூன்று இலட்சம் மக்கள் கூடியிருந்த காட்சியையும் அந்த இடத்தின் பரப்பையும் அதே நிருபர், நகருக்கு வெளியே 10 இலட்சம்

சதுர அடி விஸ்தீரணமுள்ள மைதானம் என்றும் மைதானம் முழுதும் ஒரே ஜனசமுத்திரமாகக் காணப்பட்டது என்றும் வரைந்துள்ளார்.

இந்து மதத்தைவிட்டு வெளியேறும் திருப்பணி இன்று நேற்று ஏற்பட்டதன்று. இவ்வெளியேற்றம் தொன்றுதொட்டு நடைபெற்று வருகிறது. இருந்தாலும், மூன்று இலட்சம் மக்கள் ஒரே நாளில் ஒரே இடத்தில் கூடி, இந்து மதத்திலிருந்து நீங்கிப் புத்த மதம் புகுந்திருப்பது, இந்து மதப் பாதுகாப்பாளர்களுக்குப் பேரதிர்ச்சித் தரும் சம்பவமாகும்.

இதற்குமுன் மதம் மாறி இருப்பவர்கள், பொன்னாசைக்கும் பொருளாசைக்கும் பலியாகியும் அந்தஸ்துக்கும் அதிகாரத்துக்கும் அடிமையாகியும் மதம் மாறி இருப்பவர்களாகும் எனக் கூறுவது மிகைப்படக் கூறியதாகாது.

ஆனால், மூன்று இலட்சம் மக்களுடன் இன்று புத்த நெறியில் புகுந்துள்ள டாக்டர் அம்பேத்கரின் மதம் மாற்றச் செய்தி, அப்பட்டியலில் சேர்த்து எண்ணத்தக்கதன்று.

டாக்டர் அம்பேத்கர் இந்து மதத்தின் உள்ளடக்கத்தை நன்கு கற்றிருப்பவர்; அவர் கற்காத இந்துமதத் தொடர்புடைய வடமொழி வேதாகம நூல்கள் இல்லை என்றே சொல்லலாம். இந்திய அரசியல் சட்டங்களை உருவாக்கக்கூடிய அளவிற்குச் சட்ட நூல் பயிற்சி பெற்றிருப்பவர்.

அத்தகைய ஒரு பேராசிரியர் இந்து மதத்தை உதறித் தள்ளிவிட்டு, மூன்று இலட்சம் மக்களுடன் புத்த நெறியை மேற்கொண்டார் என்பது சாதாரணமானவர்கள் இந்து மதத்தை வெறுத்து ஒதுக்கிவிட்ட சம்பவம்போல் கருதக்கூடியது அல்ல.

புத்தநெறி தழுவிய டாக்டர் அம்பேத்கர்

பிரம்மா, விஷ்ணு, மகேஷ், கபாலி, கணபதி மற்றும் இந்துமத தெய்வங்களைக் கடவுள்களாகக் கருதமாட்டேன். கடவுள் அவதாரத்தில் எனக்கு நம்பிக்கை இல்லை. எந்த விதச் சடங்கிலும் எனக்கு நம்பிக்கை இல்லை. புத்தரை விஷ்ணு அவதாரமாக நம்பவில்லை, சடங்குகள் செய்விக்கப் பார்ப்பனர்களை அழைக்கமாட்டேன். எல்லா மனிதர்களையும் சமமாகக் கருதுவேன்.

பஞ்சசீலக் கொள்கையை அனுஷ்டிப்பேன். என உறுதிமொழி எடுத்துக் கொண்டு இருக்கிறார்.

அந்த உறுதிமொழியே இந்து மதத்தின் உட்பொருளை யும் புத்த நெறியின் கோட்பாடுகளையும் தெளிவுபடுத்துவதாக அமைந்திருக்கிறது. இம்மதமாற்றச் சேதி, இந்துமதக் காப்பாளர் களிடம் என்றும் போல் சிந்தனையைத் தூண்டத் தவறிவிட்டது. வழக்கமாக அவர்களுக்கு ஏற்படுகிற எரிச்சல், இச்சேதி கேட்டு ஏற்பட்டு இருக்கிறது.

காங்கிரஸ் ஆளவந்தார்களும் இம்மதமாற்றத்தை வழக்கம்போல் நையாண்டி செய்வதிலும் இம்மத மாற்றத்தின் நடுநாயகமாக இருக்கும் டாக்டரைத் தூற்றுவதிலும் மனச் சாந்தி தேடிக்கொள்ள முன்வந்திருக்கின்றனர்.

இப்பெரும் வரலாற்றுச் சம்பவத்தை, மிகமிகச் சாதாரண சம்பவம்போல் நாட்டு மக்களுக்கு அறிவிக்கும் பாணியில் ஈடுபட்டுள்ளனர். இதனை, சிறிய சம்பவமெனக் காட்ட அவர்கள் எவ்வளவுதான் முயன்றபோதிலும் அவர்களுக்கு ஏமாற்றமே கிடைக்கும். அவர்கள் இயல்பு அது; அதை மாற்ற எவரால் முடியும்? சிறுத்தை தன் புள்ளிகளை மாற்றிக் கொள்ள ஒப்புமா?

இவர்கள் வாயுரையைக் கேட்டா உலக மக்கள், இம்மதமாற்றத்திற்குத் தரப்பட வேண்டிய மதிப்பின் அளவைத் தீர்மானித்துக் கொள்ளப் போகிறார்கள்? ஒருக்காலுமில்லை.

டாக்டர் அம்பேத்கரின் மத மாற்றச் சம்பவம், உலக மக்களின் சிந்தனையைத் தூண்டத் தவறிவிடாது.

மூன்று இலட்சம் மக்களை உடனழைத்துக்கொண்டு டாக்டர் அம்பேத்கர் ஏன் இந்து மதத்தை விட்டு வெளியேறத் துணிந்தார் என்ற கேள்வியைப் பல்வேறு நாடுகளிலுமுள்ள அறிஞர் பெருமக்கள் தங்களுக்குத் தாங்களே கேட்டுக் கொள்ளத்தான் போகின்றனர்.

சட்டப்படி தீண்டாமை இந்தியத் துணைக் கண்டத்தில் ஒழிக்கப்பட்டுவிட்டது என்ற விதியைக் கொண்டுள்ள இந்திய அரசியல் சட்டம் அதற்குரிய விடையைத் தராது.

இந்தியத் துணைக் கண்டத்தில் மதமாற்றத்திற்காக வெளிநாட்டினர் ஒன்பது கோடி ரூபாயைச் செலவிடுகின்றனர் என நியோகியின் நியாயத்தை எடுத்துக்காட்டி காஞ்சி காமகோடி பீடத்தார் இந்து மதத்தை அழிக்க அந்நிய நாட்டினர் இவ்வளவு பெருந்தொகையைச் செலவிட்டுள்ளனரே! எனப் பேசும் பேச்சு, மேற்குறிப்பிட்ட வினாவிற்குத் தக்க விடையாக அமைய முடியாது.

உலக அமைதிக்குப் பாடுபடுவதாகக் கூறிவரும் நேருவின் நாட்டில், ஒரே நாளில் மூன்று இலட்சம் பேர் இந்து மதத்தைத் துறக்கும் அளவிற்கு, இன்னமும் தீண்டாமையின் கொடுமை இருந்து வருகிறது என்றுதான், உலக மக்கள் முடிவு கட்டுவர். அந்தக் கருத்தை மாற்ற நேருவின் பஞ்சசீலப் பேச்சும், இந்திய அரசியல் சட்ட சமரசப் பூச்சும், தேசிய ஏடுகளின் தூற்றல் கணைகளும் பயனற்றவைகளாகும்.

இந்து மதத்தைவிட்டு மக்கள் ஏன் கூட்டம் கூட்டமாக இப்பொழுதும் வெளியேறி வருகிறார்கள் என்பதற்கான மூல காரணத்தைத் தேடிக் கண்டறிந்து, அதைக் களைந்தெறிய வேண்டிய கட்டாயம் காங்கிரஸ் ஆளவந்தார்களுக்குக் குறைவாக இருக்கலாம்; அப்பணி தங்கள் பொறுப்பு அல்ல என்றுகூட அவர்கள் கருதலாம். ஆனால், காஞ்சி காமகோடி பீடாதிபதி சங்கராச்சாரியாரின் நிலை அதுவாக இருக்க முடியாது. தனது மதிப்புக்கும் வருவாய்க்கும் இந்து மதத்தை மட்டுமே நம்பி உயிர்வாழ்ந்து உயர்நிலையில் வீற்றிருப்பவராவார் சங்கராச்சாரியார்.

எப்பொழுதும்போல், சரிந்து வரும் தனது மதிப்பையும் குறைந்துவரும் தனது வருவாயையும் இருக்கும் நிலையளவாவது பாதுகாத்துக் கொள்ளும் போக்குடையதாகத்தான், சங்கராச்சாரியாரின் இப்பொழுதைய செய்தியும் அமைந்திருக்கின்றதே யல்லாது, இந்து மதத்தை மற்றவர்கள் விரும்பி ஏற்கும் வகையில் இல்லையானாலும் இருக்கிறவர் களாவது தாங்கள் இறக்கும்வரை அதிலேயே ஒட்டிக் கொண்டு இருக்கும் வகையில், அதைப் புனித முடையதாக ஆக்கும் விருப்புக் கொண்டிருப்பதாகத் தெரியவில்லை.

ஒன்பது கோடி ரூபாய் வெளிநாட்டிலிருந்து கொண்டு வரப்பட்டு இந்து மதத்திலிருப்போரைத் தங்கள் மதத்துக்கு

மாற்றுவதற்குப் பயன்படுத்துகிறார்கள் என்று ஓலமிடும் சங்கராச்சாரியார், இதுவரை தாழ்த்தப்பட்ட மக்களை முன்னுக்குக் கொண்டுவர, கோடிக் கணக்கு இருக்கட்டும். எத்தனை இலட்சம் எத்தனை ஆயிரம் செலவிட்டிருக்கிறார்? புள்ளி விபரம் காட்ட முடியுமா என்று கேட்கிறோம்.

அரேபியாவிலிருந்து இஸ்லாம் மார்க்கம்தான் இறக்குமதி யாயிற்றே தவிர, இன்றுள்ள இஸ்லாமியர்கள் அனைவரும் அங்கிருந்து இங்கு வந்து குடியேறினவர்களன்று. என்றோ ஒரு நாள் இந்து மதத்திலிருந்தவர்கள்தான் இன்று முஸ்லிம்களாக இருப்பவர்கள் அனைவரும்.

அன்றொரு காலத்தில் நூற்றுக்கணக்கில் இருந்து வந்த முஸ்லிம்கள், இன்று ஒன்பதுகோடி என்ற கணக்கில் பெருகிவிட்டனர் என்பதற்குரிய நியாயமான காரணத்தை இந்துமதத்தில்தான் கண்டுபிடித்தாக வேண்டும்.

இதுபோலவே கிருத்துவ மதம் இங்கு ஏன் எப்படிப் பரவ முடிந்தது என்பதனை அம்பேத்கரின் மதமாற்றத்தை நையாண்டி செய்யும் போக்கினர் சிந்தித்துப் பார்க்க வேண்டும்.

மூன்று இலட்சம் மக்களுடன் டாக்டர் அம்பேத்கர் மட்டுமல்ல, வேறு பல இலட்சக்கணக்கானவர்களும் வெளியேறிச் செல்லும் நிலை இருக்கத்தான் செய்கிறது.

தீண்டாமை, பாராமை, நெருங்காமை, பிறப்பினால் உயர்வு தாழ்வு போன்ற மிக மிகக் கொடிய தொற்றுநோய்க் கிருமிகள் குடியேறியுள்ள மாளிகை, தங்கத்தால் ஆக்கப்பட்ட அரண்மனை யாக இருந்தாலும், அங்கு டாக்டர் அம்பேத்கர் போன்றவர்கள் நீண்ட நாள் வாழ ஒப்பமாட்டார்கள்; வெளியேறித்தான் தீருவர். டாக்டர் அம்பேத்கரின் இந்த மதமாற்றம் நல்லறிவாளர்கள் அனைவருடைய பாராட்டுதலுக்கும் உரியதாகும்.

- திராவிட நாடு *21.10.1956*

11. நமது அஞ்சலி

பேரறிஞர் அண்ணா

அம்பேத்கர் அவர்கள் இருந்த இடமும், தூரமும் மிக அதிகம். எனினும், இங்குப் பற்பல இடங்களில், 'அம்பேத்கர் மன்றம்' என்றும், 'அம்பேத்கர் படிப்பகம்' எனவும், 'அம்பேத்கர் படதிறப்பு' என்றும் அவரது பெயரைச் சொல்லிச் சொல்லி உவகை கொள்வதுண்டு நாம். எங்கோ பிறந்து, எப்படியோ படித்துப் பட்டம் பெற்று, எவ்வளவோ பதவிகளையும் பாராளும் பொறுப்பினையும் ஏற்றிருந்த போதுகூட அவருக்குத் தான் பிறந்த குடிமீது நீங்காப்பற்று கொண்டு, கேடுகெட்ட நிலையினின்றும் மீண்டும் புது உரு பெறவேண்டுமெனும் ஆசையும் கொண்டவராக அரும் பெரும் பணிகளைச் செய்தார் என்பதுதான், இந்துமதக் கொடுமைகளின் நிலைக்களனாக விளங்கும் இந்தப் பரந்த பூலோகத்தில், எங்ஙனம் திராவிடம் அயலார் தம் கொள்கைக்கு ஆட்பட்டு அழிந்ததோ அதுபோலவே இந்த உபகண்டத்தின் ஒவ்வொரு பகுதியிலுமிருந்த ஆதிமக்கள் ஆரியக் கொள்கைகளால் அடிப்பட்டு, மிதிப்பட்டு, அடிமைகளாய்க் கருதப்பட்டு, அமுக்கப்பட்டனர்! அப்படிப்பட்டோருக்காக, வாதாடி ஓரளவு வெற்றியைப் பெற்றவர் அம்பேத்கராகும்.

வாயிருந்தும் ஊமையாய், கண்ணிருந்தும் குருடராய், காலிருந்தும் நொண்டிகளாய் சமூகத்தில் கருதப்பட்டு வருகிற பழங்குடி மக்கள் இந்து சமூகத்தில் படும்பாட்டினைக் கண்டு பீவர்லி நிகோலஸ் போன்ற வெள்ளை எழுத்தாளர்கள் மனம் வெதும்பி எழுதினர். ஆண்ட வெள்ளையனும் 'அநியாயம் இது' என்று உணர்த்தப்பட்டபோது, அதனைத் துடைக்கத் தன்னாலான முயற்சிகளைச் செய்ய முயன்றார். அப்போதெல்லாம், உயர்சாதிக்காரர்கள் எழுப்பிய உறுமல்களை எதிர்த்து நிற்க அம்பேத்கர் போன்றார் இல்லாதிருந்தால், இன்று கிடைத்திருக்கும் பல உரிமைகள் பறிக்கப்பட்டு போயிருக்கும்!!

பழங்குடி மக்களின் கேடுற்ற நிலைகண்டு, அப்போதைய காங்கிரசின் தலைவர்களில் சிலருக்கு, அனலும் புனலும் வழிந்ததுண்டு. ஆனால், அந்த அக்கிரமத்தைக் கண்டித்தால், எங்கே தேசீய இயக்கத்துக்குத் திரள வேண்டிய சக்தி சிதறுண்டு போய்விடுமோ எனும் கலக்கத்தில் அவர்கள் பூசியும் மெழுகியும் வந்த காலம் அது. 1918இல் பம்பாயில் பரோடா மன்னர் தலைமையில் அகில இந்திய தாழ்த்தப்பட்டோர் மாநாடு கூடியபோது, காங்கிரஸ் கேசரி திலகர் கர்ச்சித்தாராம் "கடவுளாக இருந்தாலும் அவர் தீண்டாமையை அனுமதித்தாரானால், அவரைக் கடவுள் என்று நான் கூறமாட்டேன். எப்படியோ, முற்காலத்தில் சில பிராமணர்களால் இந்தப் பழக்கம் புகுத்தப்பட்டு விட்டது. தீண்டாமை ஒரு கொடிய நோய்; அது ஒழிக்கப்பட வேண்டும்" என்று இப்படி கர்ச்சனை எழுப்பிய அவரிடம் மாநாட்டு முடிவில் "அகில இந்திய தீண்டாமை மறுப்பு அறிக்கை" என்று ஒன்று தயாரித்து அவரது கையெழுத்தையும் கேட்டனர் மாநாட்டினர். மறுத்துவிட்டாராம் திலகர்! "என் வாழ்வின் முக்கிய இலட்சியம் தீண்டாமையை அகற்றுவதே" என்று வாழ்வெல்லாம் கூறிய காந்தியடிகளே, தன்னுடைய இலட்சியத்தைச் சாதிக்க, இந்நாட்டு பழங்குடி மக்களுக்கு, "ஹரிஜனர்" என்னொரு புதுப்பெயர் கொடுக்க வேண்டியிருந்தது. அதன்மூலம் பழமை விரும்பிகளின் கண்களுக்குத் திரைபோட நேர்ந்தது என்றால் அப்போது இருந்த அச்சமும் திகிலும் சாமான்யமானதென்று கூறமுடியாது! அம்பேத்கர் போன்றவர்கள் இல்லாதிருந்தால், தமது குடிக்கு நியாயம் தேட கடுமையான வாதங்களையும், காரசாரமான தாக்குதல்களையும் மேற்கொள்ளாமலிருந்திருந்தால், பழங்குடி மக்கள் எங்குப் போயிருப்பார்களோ.

ஒரு சமயம் அம்பேத்கர் கோரியதுபோல தாழ்த்தப் பட்டவர்களுக்கு எனத் தனித் தொகுதி முறையை அமைக்கப் பிரிட்டிஷார் ஒப்புதல் தரும் வேளையில், உத்தமர் காந்தியடிகள், "கூடாது, கூடாது. அவர்கள், எனது அங்கம். அந்த அங்கத்தை, இந்த முறையால் பிரிப்பதா? ஒப்பேன்! உண்ணாவிரதம் மேற்கொள்வேன்!" என்று எதிர்த்தபோது, துளியும் பணியாது உறுதியோடு இருந்தவர் அம்பேத்கர். இந்த உறுதியினையே,

பாராளும் சபையில் அம்பேத்கர் அவர்கட்கு அனுதாபம் தெரிவித்தபோதுகூட நேரு பண்டிதர், குறிப்பாகக் கூறினார்....." அவர், பலருடைய மனம் புண்படும் விதத்தில் பல சமயங்களில் நடந்து கொண்டிருக்கலாம். ஆனால், அது அத்தனையும் நீதி மறுக்கப்பட்ட ஒரு சார்பாருக்கு நியாயம் பெறவே தவிர, வேறு அல்ல" என்று இந்த உண்மையினை, அம்பேத்கரின் பணியினைக் குறைத்துப் பேசிய இந்துமகா சபையினரும், வகுப்புவாதி என்று வர்ணிக்கும் கம்யூனிஸ்டு கட்சியினரும், ஏனைய பிறரும் இன்று ஏற்காமலில்லை. அனைவரும் ஒரே குரலில், அம்பேத்கர் அவர்கள் பழங்குடி மக்களுக்குப் பணியாற்றிய ஒப்பற்ற தலைவர் என்பதை வாயாரக் கூறிடக் கேட்கிறோம். இந்தளவுக்குக் கூறக் காரணம், அம்பேத்கர் அவர்கள், எப்பதவி வகித்த போதிலும், தன்னுடைய சமூகத்தை மறந்துவிடாமல், அதற்கு நீதிபெறப் போராடுவதில், சிறிதும் விட்டுக் கொடாமலிருந்ததுதான்!

பெரிய தலைவரானாலும் உலகமே போற்றும் உன்னத நிலையிலிருந்தாலும் எனக்கென்ன எனது சமூகத்துக்கென்ன- அதைப்பற்றி முதலில் பேச என்று ஒரே பிடிவாதமாக இருந்த காரணத்தால்தான், அவரையே மாற்றார் எனத் தெரிந்து, இந்திய அரசியலமைப்பைத் தயாரிக்கும் பெரும் பொறுப்பில் அமர்த்தினார் நேரு பண்டிதர். எங்கே இவரும் 'ஜோதி'யில் கலந்து, இதுகாறும் பழங்குடி மக்கள் அனுபவித்த சலுகைகளையும் தத்தம் செய்துவிடுவாரோ என்று பலர் அச்சப்பட்டனர். ஆயினும், அவர் பழங்குடி மக்களுக்கிருந்த 'தனித்தொகுதி' முதலியவைகளை விட்டுவிடாமல் பெற்றுக் கொண்டார்! இப்படி உறுதியோடும் ஒரே மூச்சோடும் இந்நாட்டுப் பழங்குடி மக்களுக்கு நீதி தேடிடும் சீயமாக இவர் இருந்ததால் தான் அதே கொள்கைக்காகப் போராடிய நீதிக் கட்சியின் வழிவந்த நமக்கும், அம்பேத்கர் எனும் திருநாமமே தித்திக்கிறது.

அத்தகைய ஒரு வீரர் இழிவு துடைக்கத் தன் வாழ்நாள் முழுவதும் போராடிய ஒரு உத்தமர், அரசியல் துறையில் சலுகைகள் பல அடைந்திடினும் இந்தச் சமூகத்தில் ஒரு அங்கம் என்று கூறிக்கொண்டிருக்கும் வரையில் நமக்கு உயர்நிலை கிடைக்காது. இந்து மதம், வார்ணாச்சிரமிகளின் கூடாரம், அங்கே ஒருபோதும் சமதர்மம் தழைக்காது எனக்கண்டு, அன்பு மதமாம்

புத்தத்தோடு சேர்ந்தாவது புதுவாழ்வு காண்போம் என்று முயன்ற ஒரு நல்லவர், நம்மையெல்லாம் விட்டுப் போய்விட்டாரே என்று நினைக்கிறபோது நம்மிலொருவரை இழந்து விட்டோமே என்கிற ஏக்கமும் துக்கமும் எழுகிறது.

மராட்டியத்தில் தாழ்ந்த குலமாகக் கருதப்படும் 'மஹரா'கப் பிறந்தாலும், டாக்டர் அம்பேத்கர் அவர்கள் இந்தியாவில் வாழும் எட்டுக் கோடி பழங்குடி மக்களுக்கும் நல்வாழ்வு பெறப் பாடுப்பட்டார். பழங்குடி மக்களுக்காகவே பணியாற்றும் இயக் கத்தைச் சார்ந்தோர் நாம், அவரைப் போல இங்கும் அக்கிரமங்களை ஒழிக்கப் பாடுபட்டுக்கொண்டு வருவோர் நாம், என்பதால் அவருடைய மறைவு, நமக்கு அளவிலாத துயரைத் தருகிறது. அம்பேத்கர் அவர்களுக்குத் தென்னகத்தில் இருப்பதைப் போல உருவான இயக்கம் அமையவில்லை! ஆனால், இங்கே, நாம் இருக்கிறோம்- இரட்டைமலை சீனிவாசன் போன்ற மறைந்த பழங்குடி மக்களின் தலைவர்களில் வழித்தோன்றல்கள் ஏராளம் இருக்கிறார்கள், அவர்களனைவரும், தென்னகத்தில், அன்பு மார்க்கத்தை நிலைநாட்டவும், அதன் அடிப்படையில் புதியதொரு அரசை நிறுவவுமான இலட்சியத்தில் ஈடுபட்டுள்ளார் கள். அவர்களால் நிச்சயம் வீழ்ந்தோரை, வாழச்செய்ய இயலும். அண்ணல் அம்பேத்கர் போன்றோர் நமது வாழ்நாளில் காண விரும்பிய புத்துலகை நிச்சயம் உருவாக்கியே தீருவார்கள்!

நன்றி: திராவிட நாடு

(16.12.56)

◆◆

12, வேலூர் டவுனாலில் 13.7.58 இல் நடைபெற்ற வேலூர் தாலுக்கா பௌத்த மாநாட்டில்

திரு. A. T. வேலாயுதம்

வ. ஆ. ஜி. குடியரசு கட்சி உதவி செயலாளர்

வேலூர் பிர்க்கா (கு.அ.க.) உதவி தலைவர் ஆற்றிய

நல் வரவேற்புரை

அகில இந்திய குடியரசு கட்சி தலைவரும், சட்டத்தின் சிற்பியுமாகிய திரு. என். சிவராஜீ B.A.B.L., M.P. அவர்களே! அ. இ. பௌத்த சங்க தலைவரும், அண்ணல் அம்பேத்கார் அவர்களின் செல்வ புதல்வருமான திரு. எஸ்வந்தராவ் அம்பேத்கார் அவர்களே!! அ. இ. குடியரசு கட்சி பொது செயலாளர் திரு. கோப்ரேகாட் B.A., Bar-at Law, M.P அவர்களே!!! மைசூர் சமஸ்தான குடியரசு கட்சி தலைவர் திரு. கட்டி M.A., LLB. M.P. அவர்களே!!! தென்னாட்டு அம்பேத்கார் திரு. கிருஷ்ணசாமி அண்ணா அவர்களே!! நம் இயக்க மற்றுமுள்ள தலைவர்களே!! தோழர்களே!! தாய்மார்களே!! பொதுமக்களே!! உங்கள்

அனைவருக்கும் என் பணிதலான வணக்கத்தைச் சமர்ப்பிக்கிறேன். இம்மாபெரும் மாநாட்டிற்கு என்னைவிட எல்லா வகையிலும் சிறந்த தலைவர்கள் இருக்க, வரவேற்பு கமிட்டியார் என்னை இக்கட்சியின் தலைவராகத் தேர்ந்தெடுத்தமைக்கு நன்றி செலுத்தி, என் வரவேற்புரையை நிகழ்த்த முன் வருகிறேன்.

1. நாம் கூடியிருக்கும் இந்த வேளை மிக சிக்கலானதோர் வேளை

அரசியல் வானில் "கிரணம்" ஏற்பட்டிருப்பது மட்டுமல்ல, சமுதாய வாழ்விலும், புரட்சிகரமான மாறுதல்கள் நாடு முழுவதும் ஏற்பட்டுள்ள சமயத்தில் இங்கே கூடி இருக்கிறோம். நம்மை பொறுத்த வரையில், இது நமக்கு ஒரு சோதனை காலம்! அதைத் தான் இராமநாதபுரத்திலே நடந்த நம்மின மக்களின் படுகொலைகளும், பத்தாயிரத்திற்கு மேற்பட்டவர்களின் வீடுகளை தீக்கிரையாக்கினதும் தெள்ளத் தெளிய எடுத்துக்காட்டுகின்றன. 1956ஆம் வருடம், டிசம்பர் மாதம் 6ந்தேதி, தாழ்த்தப்பட்ட மக்களுக்கு ஒரு கரிநாள்! அதாவது காரிருள் சூழ்ந்த நாள்! நம்மை எல்லாம் திக்குத் தெரியாத காட்டிலே விட்டுவிட்டு நமக்கு வழிகாட்டியாக, ஒரே ஜோதியாக இருந்த அண்ணல் அம்பேத்கார், மறைந்த மிக துன்பகரமான - பொல்லாத நாள் அது! ஊமைகளான இலட்சக்கணக்கான, ஏன்? கோடிக்கணக்கான நம்மின மக்கள் "தம் தலைவிதியை" எண்ணி, தங்களுக்கு வழிகாட்டக்கூடிய "துருவ நட்சத்திரம்" தாழ்த்தப்பட்டோர் வானிலே உதிக்காது என எதிர்நோக்கி உள்ளனர். எனினும் நம் கடமையை எண்ணி இலட்சிய பாதையிலே தொடர்ந்து முன்னேறி செல்வோம்!

அண்ணல் அம்பேத்கார் அவர்கள் 1956ஆம் ஆண்டு, அக்டோபர் மாதம் 14ந்தேதி, நாகபூர் நகரில், உலகமே இதுவரை கண்டிராத இனிமேலும் காணமுடியாது என எளிதிலே கூறமுடியாதவாறு ஓர் மகத்தான மதப்புரட்சி செய்தார். ஏழு லட்சத்திற்கு மேற்பட்ட தீண்டப் படாதவர்கள் என்று கருதப்படுகிற நம்மின மக்களை புத்த மதத்தைத் தழுவச் செய்தார். தம்மையும், தம் குடும்பத்தையும் அதிலே ஒன்றாகச் சேர்த்து மகத்தான பெரியோர்களின் இயல்பின்படி, தான் 1935ஆம் ஆண்டு பம்பாய் ராஜியத்திலுள்ள இயோலோ (Yeolo) வில் கூடிய மாநாட்டில் சொன்னதைச் செய்து காட்டினார். அவர் கூறியதாவது:- "நான்

தவறி இந்துவாகப் பிறந்தேன்; ஆனால் நான் ஒருகாலும் இந்துவாக இறக்கமாட்டேன்!"

2. நாம் ஏன் புத்தத்தைத் தழுவ வேண்டும்

நமது மதிப்பிற்குரிய மாற்றுக்கட்சி அன்பர்கள், ஏன் உங்கள் அம்பேத்கார் அவர்களும், தாழ்த்தப்பட்டோரும், இந்து மதத்தை விட்டு விட்டு புத்த மார்க்கத்தைத் தழுவினார்கள், இன்னும் பலர் தழுவிக் கொண்டே இருக்கிறார்கள் என்று கேட்கலாம். நாம் பதில் சொல்ல கடமைப்பட்டிருக்கிறோம். நான் அவர்களுடைய கருத்தை, அண்ணல் ஜாட்-பாட்-ஜோடக் மண்டலில் ஆற்ற இருந்த மகத்தானதொரு சொற்பொழிவான "சாதியை அழித்து ஒழித்தல்" (Annihilation of Casts) என்பதன் திருப்பக் கேட்டுக் கொள்ளுகின்றேன். 1936இல் அந்தச் சொற்பொழிவு, நூல் வடிவில் வெளியானது. ஆனால் சொற்பொழிவு ஆற்றப்படவே இல்லை. மனித இனத்திற்கே மாசு கற்பிக்கும் வேண்டாத மதம் இந்து மதம். மனிதனை மிருகமாக்கின மதம் இந்து மதம். எனவே தான் அவர் இந்து மதம் உண்டாக்கின சாதியை, மனித தன்மையற்ற காட்டுமிராண்டி குணம் கொண்டதோர் ஏற்பாடு என்று வருணித்தார். அவர் அதை ஒரு மதம் என்றே கருதவில்லை, அதை அடியோடு வெறுத்தார்.

ஆகவே, அவர் "தீண்டப்படாதவர் யார்?" என்ற தம் நூலிலே மனித சமுதாயத்திலே லட்சக்கணக்கான மக்களைத் தீண்டக்கதாதவன் என்கின்ற ஒரு பிரிவில் தள்ளி வைத்த மதம் என்ன மதம்? கோடிக்கணக்கான மக்களைப் பார்க்கத் தகாதவர்கள், குற்றப் பரம்பரையினர் என்கின்ற பாகுபாட்டை செய்த மதம் என்ன மதம்? மனித நாகரீகத்தையும், உடை எப்படி உடுத்துவது என்பதைக்கூட சொல்லித் தராத மதம் என்ன மதம்? என்றெல்லாம் முழங்கினார். அவர், இந்து மதத்தை மிக பயங்கரமானதோர் நோய் என்றும், இந்துக்களை இந்தியாவின் நோயாளிகள் என்றும் வர்ணித்தார். எனவேதான் சீக்கியரிடையே தாழ்த்தப்பட்ட தீண்டப்படாதவர்கள் இருக்கிறார்கள். மகமதியர்களிடையிலே சாதிப் பிரிவினை இருக்கிறது. கிறிஸ்தவர்களிடையிலேயும் அந்தப் பிரிவினையைக் காண்கிறோம்.

எதையாவது செய்துதான் ஆகவேண்டும் என்கின்ற அரசியல் அரிப்பின் காரணமாகவோ, பொருளாதார முன்னேற்றத்தை முதலாகக் கொண்டோ, சுயநலத்தின் அடிப்படையிலோ, அவர் புத்த மதத்தைத் தழுவவில்லை. அரசியலிலே ஆதிக்கம் பெற பதவி வேட்டையாட செய்யப்பட்ட முயற்சியும் அல்ல அது!

3. மதப்புரட்சி

மத மாற்றத்தினால் துன்பங்கள் ஏராளம் இருக்கின்றன! அதே நேரத்தில், மதமாற்றத்தினால் மகத்தானதொரு தத்துவம் புதைந்திருக்கிறது. தாழ்த்தப்பட்ட மக்கள் ஆள்வோரை எதிர்த்து ஒரு புறத்திலேயும், மற்ற இந்து சமுதாயத்தவரை எதிர்த்து மற்றொரு புறத்திலேயும் போராடவேண்டி வந்தது. பல துறைகளிலிருந்தும் துன்பங்கள் துளைத்தன! தாழ்த்தப் பட்டோரின் விடுதலை வரலாறை நமது மதப்புரட்சி தந்தை எழுதின "காந்தியாரும், காங்கிரஸும் தீண்டப்படாதவர்களுக்கு செய்ததென்ன?" என்கின்ற நூலிலே பரக்க காணலாம்.

சுருங்கச் சொன்னால், ஏறத்தாழ அரை நூற்றாண்டு காலம், சாதி இந்துக்களுக்கும், தாழ்த்தப்பட்டோருக்கும், பயங்கரமானதோர் போரே மூண்டுவந்தது. தாழ்த்தப் பட்டோர் இயக்கத்தின் தந்தை கால் நூற்றாண்டு களாக அதாவது 1925ஆம் ஆண்டு ஈயோலே மாநாட்டில் தாழ்த்தப்பட்டோர் இந்து மதத்தை விட்டு வெளியேறி, தாழ்த்தப்பட்டோரின் விடுதலை இயக்கத்தோடு ஒத்து வரக்கூடியதோர் தத்துவத்தை மார்க்கத்தை உள்ளடக்கின மதமொன்றிற்கு மாற வேண்டும் என்ற முடிவைத் தீர்மான வடிவில் கொண்டு வந்து அதையே மூல முழக்கமாக கொண்டார்.

அந்த விடுதலைப் போர் நம் நாட்டிலும், வெளிநாட்டிலும் நடந்தது! பற்பல மகாநாடுகள் மூலம், மகத் (Mhad) என்ற ஊரில் 1928ஆம் ஆண்டு "குடித் தண்ணீர் பெறும் உரிமை" போராட்டம் மூலம் ஆயிரக்கணக்கான தொண்டர்கள் மறியலில் ஈடுபட்டனர். வெற்றியும் கண்டனர்! தாழ்த்தப்பட்ட, தீண்டப்படாத இனத்தவர்களின் வரலாற்றிலேயே முதல் முறையாக! அந்த நிகழ்ச்சி, உரமற்று, உணர்ச்சியற்று, ஏறத்தாழ இறந்தே போயிருந்த நம்மின

மக்களுக்கு உயிரூட்டிற்று! உரமூட்டிற்று! எதையும், எந்தத் தீயையும் தாண்டலாம் நம்மின விடுதலைக்கான என்ற முடிவுக்கு வரவைத்த மகத்தான நிகழ்ச்சியது! இதைத் தொடர்ந்து நாசிக்கில் **1930**ஆம் ஆண்டு ஆலய நுழைவுக்கான போராட்டம் தொடங்கி ஏறத்தாழ **6** ஆண்டுகள் நடந்தது. **1930**இல் அந்தக் கோரிக்கை அறிஞர் அம்பேத்கார் அவர்களாலும், இரட்டைமலை சீனிவாசன் அவர்களாலும் வட்ட மேஜை மகாநாட்டில் வைக்கப்பட்டது. அதன் பிறகுதான் முதல்முறையாக உலகமே, இப்படி ஒரு இனம் அதுவும் பத்துக்கோடி மக்களைக் கொண்டு அமெரிக்க நீக்ரோக்களைவிட, ஜெர்மனிய யூதர்களைவிட, மோசமான நிலையில் இருக்கின்றது என்பதை உணர்ந்தது. ஆங்கிலேய துரைத் தனம்கூட தாழ்த்தப்பட்ட மக்களை வஞ்சித்து வந்தது. புறமுதுகில் தாக்கும் பணியை மேற்கொண்டது. இந்தப் பணியை **1945**ஆம் வருடம் இந்தியாவுக்கு வந்திருந்த ஆங்கில அரசியல் தூது கோஷ்டியார் செய்து காட்டிவிட்டனர்.

(திவான் பகதூர்) தலைவர் திரு. என். சிவராஜ் அவர்களும், ஆர். ஆர். போலேயும், அமெரிக்க நாட்டிலுள்ள கூயூபிக்கில் (Quebec) கூடின அகில உலக மாநாடான, பசிபிக் உறவு மாநாட்டில், தாழ்த்தப் பட்டோரின் பிரச்சனை உலக பிரச்சனை என்றும், தாழ்த்தப்பட்டோரின் விடுதலை மூலம்தான் உலக ஒற்றுமை உண்டாகும் என்பதையும் வலியுறுத்தினார்கள். தோழர்களைத் "தீண்டப்படாதவரின் முழு விடுதலையும் காந்தியாரும்" என்ற அண்ணலால் எழுதப்பட்ட நூலை ஒருமுறை ஊன்றிப் படிக்க வேண்டுகின்றேன். இவை எல்லாம் ஒருபுறம் இருக்க அண்ணல் அம்பேத்கார் அவர்கள் காங்கிரஸ் அரசாங்கத்தோடு ஒத்துழைத்து இந்திய அரசியல் சட்டத்தையும், இந்துமத சட்ட தொகுப்பையும் சேர்த்து உருவாக்கினார். இந்துமத சட்ட தொகுப்புக்குச் சாதி இந்துக்களிடமிருந்து கிளம்பிய எதிர்ப்பும், கூக்குரலும் எவ்வளவு பெரியதோ அவ்வளவு பெரியதாக அவர்கள் மனதில் வைதீக எண்ணங்கள் வளர்ந்து வாழ்ந்து வருகிறது என்பதனைத் தானே குறிக்கும்.

4. சீர்திருத்தவாதிகளின் சிந்தனைக்கு

அண்ணல் அவர்களின் கருத்துப்படி தீண்டாமை கி.பி.

400ஆம் ஆண்டு பிறந்தது. குப்தர்களுடைய காலத்தில் 1500 ஆண்டு சமுதாய சீர்திருத்தத்தால், மகமதிய மத நுழைவால், கிறிஸ்துவமத எண்ணங்களால், முகலாய துருக்கிய கட்டாய மதமாற்றங்களால், ஆங்கிலேய துரைத்தனத்தால் விளைந்த பற்பல மாற்றங்களால், சீக்கியமத எழுச்சியால், பாகிஸ்தானின் தோற்றத்தால், இவற்றிற்கெல்லாம் மேலாக நம்முடைய தளராத ஒற்றுமையான போராட்டங்களால், சமுதாயத்திலிருந்து தீண்டாமையையும், இந்துமதத்தையும் ஒழிக்க முடியவில்லை என்றால், அது தானாக மறைந்துவிடும் போராட்டமே தேவை இல்லை என்று கூறுபவர், ஒன்று கடைந்தெடுத்த மதியற்றவனாக இருக்க வேண்டும். அன்றேல், ஊரை ஏமாற்றும் எத்தனாகவோ, பித்தனாகவோ, அன்றி ஏமாறும் ஏமாளியாகவேதான் இருக்க வேண்டும்.

வரலாற்றின் உண்மைகளாகக் கூறுகின்றவைகளை மறந்து ஆத்திரத்தின் விளைவால், அரசியல் சூதாட்டம் ஆட வேண்டும் என்ற எண்ணத்தால், நாம் இந்த மதமாற்றத்தில் ஈடுபடுகின்றோம் என்று கூறி நம் தலைவர்களின்மேல் வீண் பழிகளைச் சுமத்திக் கொண்டு, இன்னும் இந்துமத சீர்திருத்தத்தில் நம்பிக்கைக் கொண்டோரும் எத்தகைய பித்துணர் கொண்டவர்களாக இருக்க வேண்டும்!

சாதி ஒரு கொடிய புற்றுநோய், பழக்க வழக்கங்கள் அதை அனுமதிக்கிறது. கடவுள் கொள்கையும், மூட நம்பிக்கையும் அதை உரமிட்டு வளர்த்தது. நாட்டையும், சமுதாயத்தையும், அந்நோய் மெள்ள மெள்ள ஆனால் நிச்சயம் அரித்து சிறுக சிறுக கொன்று வருகிறது. எனினும், சாதி ஒரு மணல் வீடு!

எனவேதான் நம் தலைவர்கள், சமத்துவம், சகோரத்துவம், சுதந்திரம் பெற, எதை பெற 1789ஆம் ஆண்டு பிரஞ்சு புரட்சியும், 1914இல் ரஷிய புரட்சியும் நடைபெற்றதோ, அதை பெற ஒரு மதத்தைத் தேர்ந்தெடுக்க வேண்டிய கட்டாயத்திற்குள்ளானார்கள்.

மக்களுடைய மனமாசைப் போக்கி, அவர்களின் உள்ளத்தில் தெளிவை உண்டாக்க, ஒரு மதப்புரட்சி முக்கியமான தாக இருக்கும். மதப்புரட்சி இன்றேல், அரசியலில் முன்னேற்றமோ, சமுதாய பொருளாதார முன்னேற்றமோ நிச்சயம் ஏற்பட வழி இல்லை. வரலாறு விளம்பும் பாடம் இது. ஐரோப்பாவிலே,

அரசியல் விழிப்புணர்ச்சி ஏற்பட்டதே மார்ட்டீன் லூத்தருடைய, புராட்டஸ்டண்ட் மதப் புரட்சிக்குப் பின்னாலேதான் என்பதும், சீக்கியர்கள் சரியானதோர் அரசியல் பெற முடிந்தது: சீக்கிய மதம் தோன்றினதற்கும் பின்னால்தான் என்பது, மராட்டிய மண்டலத்தில் பல பெரியார்கள் பல இனத்திலே தோன்றி தோற்றுவித்த மரப்புரட்சிக்குப் பின்னால்தான் வீரசிவாஜியால் மொகலாயர்களை எதிர்த்து நின்று வெற்றிபெற முடிந்தது என்பதும், மறுக்கவும் மறக்கவும் முடியாத வரலாற்றுப் பேருண்மைகள்.

எனவேதான் புத்தமதப் புரட்சி சரித்திரத்தை மாற்றக்கூடிய ஒரு தவிர்க்க முடியாத தேவையாகிறது. மக்களிடம் மண்டிக் கிடக்கிற மடமை எண்ணங்களைப் போக்கவும், வைதீகத்தை விரட்டவும், ஆண்டவன் பேரால், பேய் பிசாசுகளின் பேரால், புனிதத்தின் பேரால், நடக்கின்ற அத்தனை கொடுமை களையும், சமுதாய ஏற்ற தாழ்வு களைத் தகர்க்கவும், உரிமை, நல்லொழுக்கம், விடுதலை பெறவும் அந்தப் புரட்சி மிக மிக இன்றியமை யாததாகிறது.

5. பகுத்தறிவும்-விஞ்ஞானமும் நிறைந்த பௌத்தம்

புத்த மதம் ஒரு பகுத்தறிவு மதம். புத்தர் உலக பகுத்தறிவாதிகளின் தந்தை. பழைய நாட்களில் வளர்க்கப்பட்ட நம்பிக்கையை, கடவுள் கருத்தை, வேத ஆகமங்களைப் புத்த மதம் மறுக்கிறது. புத்தர், கொள்கைகளைப் பரப்ப, சுற்றுப் பிரயாணம் செய்தபோது குடிமக்களில் ஒருவரான அல்லாரம் கல்லம்மா என்பவர் புத்தரை அணுகி, "தான் எந்த தர்மத்தைப் பின்பற்ற வேண்டும்" என வினவினார். புத்தர் அதற்கு மறுமொழியாக "வேதங் களில் காணப்படுபவை என்பதற்காகவோ, பெரும்பான்மையோர் கைகொள்ளும் கொள்கை என்பதற்காகவோ, ஆண்டவன் ஆண்ட வனின் அடியார்கள் எனப்படுவோர் சொன்னார்கள் என்பதற் காகவோ, நானே சொல்கின்றேன் ஏற்றுக்கொள் என்பதற்காகவோ, நீ எந்த தர்மத்தையும் பின்பற்ற வேண்டாம். உன்னுடைய பகுத்தறிவுச் சொல்கிறபடி, நீ உன் மனம் என்னும் உரைக்கல்லில் உரைத்துப் பார்த்து, ஆராய்ந்து தெளிந்த பின்பே எதையும் ஏற்றுக்கொள்! என்றார். உலகத்திலேயே முதல்முறையாக விடுதலை பெற்றது. பகுத்தறிவுக்குப் புதியதோர் இடம் இதனால் கிடைத்தது.

குருட்டு மதக் கொள்கைகளும், கடவுள் கொள்கைகளும், (கடவுள் கொள்கைகளும்) தூரே விலகி நின்றன. அறிஞர் அம்பேத்கார் கூறினது போல "உள்ளத்தின், அறிவின் விடுதலைதான் நாட்டின் முன்னேற்றம்." எனவேதான் உலகம் புத்தரை மத உரிமைகளின் தந்தை எனப் போற்றுகிறது, பாராட்டுகிறது, வழிப்படுகிறது. அரசியலிலே யானாலும் சரி, சமுதாயத்திலேயானாலும் சரி, பொருளாதாரத்திலே யானாலும் சரி, சிந்தனை அல்ல அல்ல சுய சிந்தனை, உரிமையோடு செய்யப்படுகிற சுய சிந்தனைதான் சிறந்தது, பயனுள்ளது. 'பாகிஸ்தான்' என்ற புத்தகத்திலே அம்பேத்கார் குறிப்பிட்டுள்ளார்: "இந்தியாவில் சிந்திப்பவர்களின் தொகை மிக குறைவு. அதைவிட குறைவு, சுய சிந்தனையாளர்கள்" என்று மூட நம்பிக்கையே அழிந்துபோய், மக்கள் கடவுளின் குரலாக மதிக்கப்படுகிற சாஸ்திரங்களுக்குக் கட்டுண்டு, பகுத்தறிவுக்கு முற்றிலும் முரணாக இருந்தாலும், அறிவிற்குப் புறம்பானதாக இருப்பினும் கடவுளின் கட்டளையாயிற்றே அதை மீறலாமா என்கின்ற மருட்சியில் தம் வாழ்நாட்களை வீணாகக் கழிக்கின்றனர்.

புத்த மதம் விஞ்ஞானத்தோடு ஒத்துபோகிறது. உலகம் தானே உண்டானதே தவிர எவராலும், கடவுளாலும் படைக்கப்பட்டது அல்ல என்றது புத்த மதம். நவீன விஞ்ஞான உலகமும் அதைத்தானே செல்கிறது. முழுமுதல் கடவுள், முழுமை யற்ற குறைபாடுடைய உலகத்தை படைத்திருக்க முடியாது. கருணைக்கடலான கடவுள், துன்பமே சூழ்ந்திருக்கிற, பிறப்பிலும் இறப்பிலும், இந்த வையத்தை எப்படி படைத்திருக்க இயலும். அன்பையும், இன்பத்தையும் கொடுக்கும் ஆண்டவன், நித்திய கொடுமையை அனுபவிப்பவர்களை எப்படி உண்டாக்கி இருக்க முடியும். மனிதனுடைய வரலாறு தெள்ளத் தெளிய விளக்குகிறது. மிருக நிலையிலிருந்தவன் எப்படி மெள்ள, மெள்ள, படிப்படியாக இந்த நாகரீக நிலையை அடைந்தான் என்பதை, நான்கு கால்களில் முன்னங்கால் இரண்டும் இரண்டு கரங்களானதை காலத்தோடு ஒட்டி, தள்ளாடித்தள்ளாடி அடைந்த முன்னேற்றம் தான் இது. நாகரீக விஞ்ஞான உலகம், உலகம் படைக்கப்பட்டது என்பதை அடி யோடு இப்பொழுது மறுக்கிறது. இதைதான் 2500 ஆண்டுகட்கு முன்பிருந்தே கூறிவருகிறது புத்த மதம்.

6. சாதியையும், சாஸ்திரங்களையும் எதிர்த்த மதம்

மன இருளைப்போக்கின ஓர் மார்க்கத்தை நாம் கைக்கொள்ள வேண்டாமா? அதற்கு நன்றி செலுத்த நாம் கடமைபட்டவர்களல்லவா? இப்படிப்பட்ட அறிஞரான, வரும்பொருள் உரைத்த பெரியாரை நாம் பின்பற்றுவதில் பெருமை கொள்ளக் கூடாதா?

புத்தமதம் எல்லோரையும் ஒரே குலம், ஒரே நிறை, ஒரே விலை எனக் கருதுகிறது. புத்தர் 2500 ஆண்டுகட்கு முன்பே, சாதி சமயங்களைச் சாடினார். ரிக்வேதத்திலுள்ள சதுர்வர்ண கொள்கைகளை அடியோடு கண்டித்தார். அந்தக் கொள்கை காட்டுமிராண்டித்தனமானது, மிக கொடியது, பிராமணர்கள் தங்களின் சுயநலத்திற்காக மேற்கொண்டதோர். தந்திரமான சூழ்ச்சி என்றார். மதம் என்பது பிராமணர்களுக்கு அரசியலில் ஏற்றம் பெற பிற மக்களை எக்காலத்திலும் மீளாத அடிமை தனத்தில் ஆழ்த்த ஏற்பட்ட ஓர் சூது யந்திரம்.

புத்தருக்குப் பின்னாலேதான், அவர்கள் தங்களுடைய கொள்கைக்குப் புதியதொரு மெருகை ஏற்றினர். வருணாசிரமம் என்பது பிறப்பால் ஏற்பட்டது அல்ல, தகுதியால் தோற்றுவிக் கப்பட்டது என்ற தத்துவார்த்தத்தைக் கூறுவதற்குத் தலைப் பட்டனர். பிராமணர்களுடைய சூதையும் சூழ்ச்சியையும் உங்களால் கற்பனை செய்து நினைவிற்குக் கொண்டுவந்து காணமுடியாதா? புத்த தர்மத்தில் ஜாதிக்கோ, வர்ணசிரம கொள்கைக்கோ இடம் இல்லை. எல்லோரும் ஒன்றே குலம் எந்த இனத்தவராயினும் மதத்தவராயினும், புத்த தர்மத்திற்கு வந்த பின்னாலே தங்களுடைய தனி நிறத்தை இழக்க வேண்டி நேரிடும் பற்பல இடங்களிலிருந்து பலவாறாகப் பிரிந்து ஓடிவருகிற நதிகளும், ஆறுகளும், கடலிலே கலந்த பின் ஒன்றாகி, நதிகளின் தன்மையே மாறிவிடுதல் போல புத்த தர்மம் கடலாக இருக்கிறது.

7. சாதிகள் அற்ற மதம்

புத்த தர்மம் ஒன்றே குலம் என்பதைப் பறைசாற்றுவதோடு நின்று விடுவதல்ல. நடைமுறையிலும் கடைபிடித்து ஒழுகுகிறது. மகாலையனா, சாரிபுத்ரா, உபாலே, அம்ரமாலே, முறையே இருவர் பிராமணர்கள், மற்றொருவர் நாவிதர், கடைசியிலே கூறப்பட்டவர்

நாட்டிய நங்கை, என்னும் நால்வரும் புத்த மதத்திலே கலந்தபின் புத்த சமயத்தினரே அன்றி எந்த விதமான ஏற்றத் தாழ்வுகளையும் ஏற்படுத்திக் கொள்ளவில்லை.

இந்த இடத்தில் இன்னொன்றையும் குறிப்பிட விரும்பிகின்றேன். உபாலே என்ற தாழ்த்தப்பட்ட சூத்திர சாதியைச் சேர்ந்தவர்தான் புத்த மதத்தின் "வின்னய பிட்டகா (Vinaya Pitaka) என்ற சட்ட புத்தகத்தின் சிற்பி, உருவாக்கினவர். அதைப் போலத் தான் நம் நாட்டின் அரசியல் சட்ட ஏட்டை உருவாக்கியவர்களின் முக்கியமானவர் சட்ட ஏட்டின் சிற்பி அறிஞர் அண்ணல் அம்பேத்கார் அவர்கள்தான். இதிலே உள்ள ஒரு விசித்திரத்தைப் பாருங்கள். அரசியல் அமைப்பை வரைபவர்கள் பிராமண சமுதாயத்திலே இருந்து வந்தவர்களல்ல. தீண்டப்படாத சமுதாயத்திலே இருந்து வெளிவந்தவர்கள் என்பதை எண்ணும் போது எவ்வளவு பெருமையாக நமக்கெல்லாம் இருக்கிறது.

திராவிடர்கள் என்ற இனத்த மிக இழிவானதாக்கி ஆரிய இனம் மேன்மையாக வாழ்ந்து வந்ததைப் புத்தமதம் எதிர்த்தது. திராவிடர்கள் ஆரியர்களைவிட கறு நிறமாக இருந்ததால், அவர்களை வெறுத்து ஒதுக்க வேண்டும் என்று வேதங்கள் கற்பித்ததைப் புத்தமதம் எதிர்த்தது. அந்த ஏமாற்றத்தை எதிர்த்து மட்டுமல்ல இடத்திற்குத் தகுந்த இயல்பையும், தட்பவெட்பத் திற்குத் தகுந்த உடலமைப்பும் மக்களுக்கு ஏற்படுவது இயல்பு என்று விஞ்ஞான உண்மைகளையும் புத்தமதம் வெளியிட்டு ஆரியத்தின் கருந்திரையைக் கிழித்தது. அமெரிக்காவிலுள்ள நீக்கோலர்களின், தென் ஆப்பிரிக்காவில் வசிக்கும் இந்தியர்களுடைய பெரியதொரு பிரச்சனைக்குப் புத்தமதம் பதிலளிக்கிறது.

அண்ணல் சொன்னார் குறிப்பிட்ட ஒரு மதத்தில் பிறப்பது என்பது தவிர்க்க முடியாததோர் விபத்துதான். ஆண்டவனைப் பங்கு போட்டுக்கொள்கிறார்கள் முதலில் பிறகே மனிதனை பங்கு போடுகிறார்கள். சாதி அழிக்கப்பட முடியாதது, காரணம் ஜாதி இல்லாத இந்து மதத்தானே இல்லை. எனவே ஜாதியை ஒழிக்க வேண்டுமானால் மதத்தை முதலிலே ஒழித்தாக வேண்டும். சாதி என்பது மதத்தோடு ஒன்றிக்கிடப்பது. அழுகின பழத்தில் நெளியும் புழுவைப்போல அழுகிய பழத்தை வீசி எறிந்து அழகான நல்ல பழமான புத்த மதத்தைப் பின்பற்ற வேண்டுகின்றேன்!

சாதாரணமாக அடிக்கடி கேள்விப்படுகிறோம், படித்திருக்கிறோம், ஆங்கிலேயர்கள் நம்மை பிரித்தாலும் சூழ்ச்சியைக் கையாண்டு ஆண்டு வந்தார்கள் என்று, அவர்கள் இந்தியர்களை, முஸ்லீம்கள், கிறிஸ்தவர்கள், இந்துக்கள், தாழ்த்தப்பட்டோர் எனக் கூறி பிரித்து ஆண்டு உல்லாச புரியிலே உலவி வந்திருக்கலாம். ஆனால் எவரிடமிருந்து அவர்கள் அந்த வித்தையைக் கற்றனர்? அவர்களுக்கு முன்னாலே இங்கே, நம் நாட்டில் பிரித்து ஆண்டு உல்லாச புரியிலே உலவி வந்து, நாலு ஆயிரம் ஜாதிகளை உண்டாக்கி உடல் வளர்த்த பிராமணர் களிடமிருந்தல்லாது பிறர் எவரிடமிருந்து அவர்கள் அந்த ஏய்க்கும் சூழ்ச்சியைக் கற்றிருக்க வேண்டும். எனவே ஜாதியின் பெயரால் பிரிந்து நிற்கும் இழித்தன்மையையும் ஏமாளித்தனத்தையும் உடனே கைவிடுங்கள். புத்தரின் பொன்னொலி பாரெல்லாம் பரவட்டும். அதைத் தவிர வேறு பாதையே இல்லை. ஒன்றுபட வழி இல்லை. இந்திய ஒற்றுமைக்குக் கூக்குரலிடுவோர் முதலில் எல்லோருக்கும் விடுதலை அளித்து சம உரிமையும், அந்தஸ்தும் அளித்து எல்லோரும் ஒரே நிறை என்கின்ற நிலையை ஏற்படுத்த முயல வேண்டாமா? மனிதனுக்கு மனிதன் சாதியின் பெயராலே உயர்வு தாழ்வு கற்பித்துக் கொண்டு பின் இந்திய ஒற்றுமைப் பற்றி வானளாவ பிரச்சாரம் செய்து பயன் என்ன? புத்தமதம் நம் நாட்டிலே மக்களைப் பிடித்திருக்கும் சமுதாய பிணிக்கு மருந்தாகப் பயன்படுகிறது.

இந்த மதச் சீர்த்திருத்தகாரர்களின் முயற்சி நீர்மேல் எழுத்துக்கு இணை. இந்து மத அரசியல்வாதிகள் ஒரு சக்தி படைத்த நாட்டை சாதியை அழிக்காமலேயே உருவாக்க எண்ணி முயல்வது மணல் வீடு கட்டி அதில் குடியிருக்க முயல்வதற்கு ஒப்பாகும்.

அறிவுள்ளவர்கள், ஒழுக்கமுடையவர்களாகவும் இருக்க வேண்டும் என்பது புத்த மதத்தின் கொள்கை. அறிவையும் ஒழுக்கத்தையும் பிரித்துப் பார்ப்பது இல்லை. அரசியல் வாதியாகவோ, சமுதாய பகுத்தறிவுவாதியாகவோ ஒருவன் தோன்று வதற்கு முன்னாலேயே அவன் நல்லொழுக்கமுடையவனாக இருக்க வேண்டும் எனப் புத்தமதம் வரையறுக்கிறது. வேள்வி களையும் கண்மூடி தவம் செய்வதையும், பலியையும் புத்தமதம் வெறுக்கிறது. முக்தியடைய மேற்குறிப்பிட்டவைத் தேவை

என்பதை என்றும் ஒத்துக் கொள்ளவில்லை. மிருகங்களைப் பலியிடுவதைத் தடுத்த முதல் பெருமை புத்தரையே சாரும். அதுமட்டுமல்லாமல் மனிதர்களைப் பலியிடும் எந்த விதமான பணியையும் எதிர்த்து வந்த மற்றொரு பெருமையும் புத்தரைச் சாரும்.

8. பௌத்தமும் குடியரசும்

ஆண்டவனிடமிருந்தும், அவர் பெயரைக் கூறிக் கொண்டு துறவறம் பெறும் அடியார்களிடைமிருந்தும் விடுதலைப் பெற்றபின், புத்த மதம் மக்களைத் தம் வலையில் சிக்க வைப்பதில்லை. பூர்ண விடுதலையும் சுதந்திரத்தையும் உரிமையையும் அளிக்கிறது. முடி ஆட்சிக்கு விரோதி புத்தமதம். சாக்கிய குலம் என்ற குடியரசில் நம்பிக்கையுள்ள குலத்தில் பிறந்த புத்தர், கடைசிவரையில் குடியரசைக் கைகொண்டே வந்தார். அவர் மக்களைத் தான் முழு அதிகாரம் பெற்ற உரிமையுள்ளவர்கள் எனக் கருதினார். மன்னர்களை அல்ல, எனவேதான் நம் மேதை அண்ணல், நம் அரசியல் கட்சிக்கும் குடியரசு கட்சி என்ற திருநாமத்தைச் சூட்டினார். பிரஞ்சு புரட்சி 1789ஆம் ஆண்டு மேற்படி ஆட்சிக்குச் சவக்குழி தோண்டி பூத்தது. அதை 2500 ஆண்டுகட்கு முன்பே புத்தம் அளித்தது. எனவே புத்தமதக்காரர்கள் மதத்திலே மட்டும் பொது நம்பிக்கை உடைவர்கள் அல்ல, அரசியலிலேயும் குடியரசை வரவேற்கிறது; முழுவதும் நம்புகிறது.

எங்குப் பார்த்தாலும் இப்பொழுது பொது உடமையைப் பற்றி வானளாவ புகழ்ந்து பேசப்படுவதும், பொது உடமையின் தந்தை எனக் கார்ல்மார்க்ஸ் அவர்கள் போற்றப்படுவதும் காண்கிறோம். புத்தமதக் கொள்கைகளையும் சட்ட திட்டங் களையும் பார்த்தவர்கள் அதை ஒப்புக்கொள்ளார். புத்த சங்கத்தில் உடை முதற்கொண்டு வேறு எந்தப் பொருளும் தனியாரின் சொத் தாக இருக்கக்கூடாது, முழுவதும் சங்கத்தின் பொதுச்சொத்தாகவே இருக்க வேண்டும் என்ற சட்ட திட்டம் கடுமையாகக் கடைப் பிடிக்கப்படுகிறது. எந்தப் பொருளும் தனியார் சொத்தாக அங்கீகரிப்பதில்லை புத்த மதம். பொது உடமை என்பது வேறு என்ன? சர்வாதிகாரத்தைப் புத்தர் வெறுத்தார். தேர்ந் தெடுப்பவர் களே உறுப்பினர்களால் சங்கத்தின் தலைவர்களாகவும் பொறுப் பாளர்களாகவும் ஆகமுடிந்தது. குடியாட்சி என்பது வேறு என்ன?

9. புறப்படுங்கள் புது வாழ்வு நோக்கி

நமக்கிருக்கும் பிரச்சனைகள் ஏராளம், புத்தமத மாறுதல் நம் விடுதலை இயக்கத்தின் ஒரு அத்தியாயம் தான். இலட்சிய பாதையின் ஒரு மைல் கல். மத இயக்கத்தில் இதற்கிணையானது வேறு எதையும் எவரும் செய்ததில்லை. கத்தியைக் காட்டி மிரட்டி, சலுகைகளைக் காட்டி வசீகரித்து, அழகிய நங்கைகளைச் சுட்டிக்காட்டி மயக்கி, இட்டுகட்டி, மிரட்டி, பயம்காட்டி, அச்சமூட்டி, மதமாறுதல்கள் ஏராளம் நடந்திருக்கிறது. நமது உபகண்டத்திலும் வெளியிலும், ஆனால் ஒரே சமயத்தில், 7 லட்சம் மக்களை ஒட்டுமொத்தமாக ஒரு மதத்திலிருந்து இன்னொரு கொள்கைக்கு மாற்றின பெருமை நம் அண்ணலையே சாரும். உலகம் காணாத புதுமை அது. இனியும் காணுமா? சற்று ஐயம் தான்.

இவை எல்லாம் ஒருபுறம் இருக்க, நாம் புத்தமதத்தை தழுவக் காரணம், புது தத்துவமொன்றை அது நமக்குப் போதிக்கிறது. புது வாழ்வை அளிக்கிறது. புது நம்பிக்கையை ஊட்டுகிறது. அன்பையும் இன்பத்தையும், சமத்துவத்தையும் சகோதரத்துவத்தையும், விடுதலையையும் உரிமையையும் ஒருங்கே நுகர அனுமதிக்கிறது. மகத்தான எண்ணங்களை நமக்கு ஊட்டி, நம்மை எல்லாம் உண்மையான மனிதர்களாக்குகிறது.

இந்த வேளையில் நம் ஒப்பற்ற தலைவர் அண்ணலை இழந்தது நமது வைதீக முறையிலே சொல்வது என்றால் "துர் அதிர்ஷ்டம்" தான் என்னும் உள்ள உறுதியோடு, வீர உணர்ச்சியோடு, நரம்பு முறுக்கோடு, புது தெம்போடு, பணிபுரிவோம் வாரீர் என அழைக் கிறேன். இறந்தும் இறவாத பெருந்தகையின் அழியாத சொற்களை உங்களுக்கு நினைவூட்டுகிறேன். உரிமையோடு மனிதனாக வாழ்! அன்றேல் இறந்துபடுவது மேலானது! நம் நாட்டில் பிற இனத்த வர்களுக்கு இணையாக நாம் வாழ வேண்டுமே அன்றி தாழ்த்தப் பட்டவர்களாக ஏன் வாழ வேண்டும்?

கடைசியாக, அரசாங்கத்தோடு ஒத்துழைத்தோ அல்லது தேவையானால் எதிர்த்தோ சாத்வீக முறையில் தான் இந்த மத மாற்றும் இயக்கத்தை வலுப்படுத்த வேண்டும். ஆங்காங்கே புத்தரின் புன்னகை பூக்கட்டும். புதுப் பள்ளிகள் திறக்கப்படட்டும், ஒற்றுமையாக இருந்து பணியாற்றினால், பல பிரச்சனைகள் தானே

மறையுமே? பொருளாதார பிரச்சனை முக்கியமானது அறிகிறேன். எனினும் கூட்டமாகச் சேர்ந்தால் பொருளாதாரச் சிக்கல் சிதறிவிடாதா? நம் கூட்டு சக்தி ஆக்கப்பணிக்குப் பயன்படட்டும். கூட்டாகச் சேருவீர்! பணியாற்றுவீர்! பொருள் வளர்ப்பீர்!. புத்தரின் பொன்னாளி உங்கள் உள்ளங்களைப் புனிதப்படுத்தட்டும். பாரெல்லாம் புத்தரின் பொன்னொளி பரவட்டும். வேக வேகமாக எனக் கூறி முடிக்கிறேன். உங்களை அன்போடும் ஆசையோடும், வருக வருக என வரவேற்கிறேன்.

"நினைப்பில் நம்பிக்கையும் செய்கையில் வீரமும் வார்த்தையில் உண்மையும் வாழ்க்கையில் தொண்டும் தேசப் படத்தில் இந்தியாவின் பெருமையும் ஒவ்வொருவரும் நினைக்க வேண்டியவைகள்" என்று கூறிய அண்ணலின் பொன்மொழிகளை உங்கள் எண்ணத்திற்குக் கொண்டுவந்து என் வார்த்தைகளை முடிக்கிறேன்; வாழ்க பௌத்தம்! வாழ்க அண்ணல்! வாழ்க சமூகம்!!!

நன்றி : ஐயா அ.மனோகரன்,
அகில இந்திய வானொலி நிலையம் (ஓய்வு)

◆◆

13. அண்ணல் அம்பேத்கரும் தென்னிந்தியத் தலைவர்களும்

எக்ஸ்ரே ந. அ. கருணாகரன்

இலண்டனில் 1930, 31-32இல் நடந்தேறிய மூன்று வட்ட மேஜை மாநாடுகளில் சென்னை மாநிலத்தின் சார்பாக ராவ் பகதூர் ஆர். சீனிவாசன் அவர்களும், பம்பாய் மாநிலத்தின் சார்பாக டாக்டர் அம்பேத்கரும், செட்யூல்டு சமுதாயத்தின் பிரதிநிதிகளாக வட்ட மேஜை மாநாட்டில் கலந்து கொண்டனர்.

முதல் வட்ட மேஜை மாநாட்டில் காந்தியார் கலந்து கொள்ளவில்லை. அந்த முதல் வட்ட மேஜை மாநாட்டின் போது 1930 டிசம்பர் 31இல் சிறுபான்மையினர் மூன்றாவது (Insub-Committee) துணைக்கூட்டத்தில் செட்யூல்டு சமுதாயத்தின் கோரிக்கைகளை முன்வைத்து ராவ் பகதூர் ஆர். சீனிவாசன், டாக்டர் அம்பேத்கர் ஆகியவர்களால் தயாரிக்கப்பட்ட ஓர் கூட்டறிக்கை சமர்ப்பிக்கப்பட்டது. அதன் தொடர்புடைய அவ்விரு பெருந்தலைவர்களால் தயாரிக்கப்பட்ட 1931 நவம்பர் 4ஆம் தேதியிட்ட மற்றொரு அறிக்கையும் இரண்டாவது வட்ட மேஜை மாநாட்டில் சமர்ப்பிக்கப்பட்டது.

வட்ட மேஜை மாநாட்டில் கலந்துகொண்ட உறுப்பினர்களை மேன்மை தாங்கிய ஐந்தாம் ஜார்ஜ் மன்னரும், ராணியும் விர்சர்காஸ்டல் என்னும் ராஜ மாளிகைக்கு மூன்றுமுறை - வரச்செய்து, கை குலுக்கி விருந்தளித்தனர். மன்னரிடம் பின்னுமோர் முறை இரட்டைமலை சீனிவாசன் அவர்கள் சந்தித்துப் பேச நேர்ந்தது. அவ்வமயம் மன்னர் 'தீண்டாமை என்றால் என்ன?' என்று திரு. இரட்டைமலை சீனிவாசன் அவர்களைக் கண்டு வினவினார். அதற்கு அவர், 'மேல் ஜாதியான் என்போன் கீழ் ஜாதியான் என்போனைத் தீண்டமாட்டான்' என்று

பதிலளித்தார். உடனே மன்னர் "ஒரு கீழ் ஜாதியான் தெருவில் வீழ்ந்து விட்டால் மேல் ஜாதியான் தூக்கி விடமாட்டானா?' என்று மேலும் வினவினார். அதற்கு இரட்டைமலை சீனிவாசன் 'தூக்கி விடமாட்டான்' என்று பதிலளித்தார். அதை மன்னர் கேட்டுத் திடுக்கிட்டு நின்று 'அவ்விதம் நடக்க என் அரசாட்சியில் விடமாட்டேன்' என்றார். மன்னரின் உறுதிமொழியின் பேரில் செட்யூல்டு சமுதாய மக்களின் குறைபாடுகளை அறிந்து அரசுக்கு அறிவிக்க லார்டு லோத்தின் பிரபுவின் தலைமையில் ஒரு குழு (Commission) நியமிக்கப்பட்டது. காந்தியடிகள் எரவாடா சிறையில் இருந்தபோது 1932 ஆகஸ்ட் 17இல் பிரிட்டிஷ் பிரதம மந்திரி ராம்சே மக்டொனால்டு செட்யூல்டு வகுப்பாரின் தனித் தொகுதிக்குச் சாதகமாக அரசு முடிவு செய்ததாக ஓர் அறிக்கையை வெளியிட்டார். அடுத்த நாளே ஆகஸ்டு 18இல் ராம்சே மக்டொனால்டுக்குக் காந்தியார், 'என் உயிரைக் கொடுத்து உங்கள் முடிவை எதிர்க்கிறவனாக இருக்கிறேன். அதைச் செய்யச் சாகும் வரை நிரந்தரமாய் உண்ணாவிரதம் இருப்பதுதான் எனக்குள்ள ஒரே வழி. உப்பும் சோடாவும் கலந்தோ கலக்காமலோ அருந்தும் தண்ணீரைத் தவிர வேறு எந்தவித உணவையும் உண்ண மாட்டேன்' என்று எழுதினார். காந்தியார் கூறியபடியே 1932 செப்டம்பர் 20இல் தன் உண்ணாவிரதத்தை மேற்கொண்டார்.

தனித் தொகுதிக்குப் பதிலாக, பிரைமரி தேர்தல் முறையை தேஜ் பகதூர்சப்ரு தயாரித்து டாக்டர் அம்பேத்கரைச் சந்தித்து அதை அவர் சம்மதிக்கும்படி செய்தார். திரு. ஆர். சீனிவாசன் அவர்களின் ஒப்புதலும் அவசியம் தேவை என்று எண்ணிய டாக்டர் அம்பேத்கர் தந்தி கொடுத்து அவரைப் பம்பாய்க்கு வரும்படிச் செய்தார்.

செட்யூல்டு வகுப்பாருக்கு வழங்கப்பட்ட தனித்தொகுதியை விட்டுக் கொடுத்து, அதற்குப் பதிலாகப் பிரைமரி தேர்தலை ஆதரிக்கும் ஒப்பந்தத்தில் எரவாடா சிறையில் 1932 செப்டம்பர் 24இல் டாக்டர் அம்பேத்கர், ராவ்பகதூர் ஆர். சீனிவாசன், ராவ்சாகிப் என். சிவராஜ் மற்றும் பல செட்யூல்டு சமுதாயத் தலைவர்கள் கையொப்பமிட்டனர். அற்கடுத்து டாக்டர் அம்பேத்கரும், ராவ்பகதூர் ஆர். சீனிவாசனும் செட்யூல்டு வகுப்பாரின் தனித்தொகுதி முறையை விட்டுக் கொடுக்கத் தாங்கள்

சம்மதிப்பதாகத் தந்தியின் மூலம் பிரிட்டிஷ் அரசுக்கு அறிவித்தனர். இதுவே எரவாடா உடன்படிக்கை அல்லது பூனா ஒப்பந்தம் எனப்படும். இந்த ஒப்பந்தத்தினால் வட்டமேஜை மாநாட்டிற்கே வரலாற்று முக்கியத்துவம் இல்லாமற் போயிற்று.

பூனா ஒப்பந்தத்தின் மூலம் தனித்தொகுதி முறை கைவிடப்பட்ட போதிலும் எப்படியாவது செட்யூல்டு வகுப்பாரின் உரிமைகளைக் காப்பதற்கு வழிவகைச் செய்ய வேண்டுமென்று எண்ணிய டி. சுந்தர்ராவ் **1933**இல் தாழ்த்தப் பட்டோர் ஊழியர் படை (The Depressed Classes Service Army) என்ற ஓர் அமைப்பை உருவாக்கி அதன் தலைவராகப் பொறுப்பேற்றார். செட்யூல்டு வகுப்பாருக்குத் தனித்தொகுதி முறையை (Seperate Electorate) கிடைக்கச் செய்வதே இவ்வமைப்பின் நோக்கமாகத் திகழ்ந்தது.

திரு. ஜே. சிவசண்முகபிள்ளை எம்.ஏ., ஒருவர் மட்டுமே பூனா ஒப்பந்தத்தில் கையொப்பமிடவில்லை. தாழ்த்தப் பட்டோர் ஊழியர் படையின் செயலாளர்களாகத் திரு. ஜே. சிவசண்முக பிள்ளையும், திரு. என்.பி.ஐ. பாலகுருசிவமும் அவ்வமைப்பின் துணைச் செயாளர்களாகத் திரு. பி. செல்வநாதன். திரு. கே.ஜே. நல்லையாவும் விளங்கினார்கள். அவ்வமைப்பின் துணைத் தலைவர்களாக ராவ்சாகிப் எம்.சி. மதுரைப்பிள்ளை, ரெவரண்ட் ஜான் ரத்தினம், சுவாமி சகஜானந்தா, ராவ்சாகிப் எல்.சி. குருசாமி, ராவ்சாகிப் வி.ஐ. முனுசாமிபிள்ளை, ஏ. டபுள்யு. அட்டன் இன்னும் பலர் விளங்கினார்கள்.

முதல் மந்திரி மாண்புமிகு பொப்லி அரசரும், செட்டி நாட்டு குமாரராஜா முத்தையா செட்டியாரும் அதன் காப்பாளர் களாகப் பொறுப்பேற்றனர். சென்னை நகரிலும் சுற்றுவட்டாரத் திலும் மொத்தம் **7,000** உறுப்பினர்கள் இதில் அங்கம் பெற்றனர். இது சம்பந்தமாக **1934**இல் சென்னையில் வரதராஜபுரத்தில் நீதிபதி கிருஷ்ணசாமி நாயுடுவின் பங்களாவில் பாபாசாகேப் டாக்டர் அம்பேத்கர் அவர்களை வரவழைத்து அவரது மேலான யோசனையைத் தாழ்த்தப்பட்ட ஊழியர் படையின் தலைவரான திரு. டி. சுந்தரராவும் மற்றும் நீதிக்கட்சித் தலைவர்களும் கேட்டறிந்தார்கள்.

டாக்டர் அம்பேத்கரின் மனைவியாரான ரமாபாய் அம்மையார் 1935 மே 27 அன்று காலமானார். கடவுள் பற்றுள்ள அந்த அம்மையார் பண்டரிபுரத்திலுள்ள பாண்டுரங்கக் கடவுளை ஒரு முறையாவது காண வேண்டும் என ஆவல் கொண்டிருக்க, அம்மையாரின் விருப்பத்தை டாக்டர் அம்பேத்கர் அவர்களால் நிறைவேற்ற முடியாமல் போயிற்று. அதற்குக் காரணம் தாழ்த்தப்பட்டவர்கள் இந்துக் கோயிலுக்குள் அனுமதிக்கப் படாமையேயாகும். அம்மை யாரின் விருப்பத்தை அவரால் நிறைவேற்ற முடியாமல் போயிற்றே என்ற காரணத்தினாலும், பூனா ஒப்பந்தத்தினால் செட்யூல்டு சமுதாயத்திற்கு ஏற்பட்ட பாதிப்பையும் எண்ணி, எண்ணி டாக்டர் அம்பேத்கர் மனம் உடைந்து போனார். பின்னர் அவர் "இந்து மதத்தில் நான் தாழ்த்தப்பட்டவனாகப் பிறந்தது என் துரதிருஷ்டம்..... நிச்சயமாக நான் ஒரு இந்துவாக இறக்க மாட்டேன்" என்று தாழ்த்தப்பட்ட மக்களின் மாநாட்டில் முழங்கினார். தம் மக்களை மதம் மாறும்படியும் கேட்டுக் கொண்டார்.

திரு. ஆர். சீனிவாசன் "ஆதிதிராவிடர்கள் இந்துக்களே அல்ல; இந்துவாகப் பிறந்தால்தானே இந்துவாக இறப்பதற்கு மதம் மாற்றம் என்ற கேள்விக்கு இடமில்லை" என்று தந்தியின் மூலம் டாக்டர் அம்பேத்கர் அவர்களுக்கு அறிவித்தார்.

டாக்டர் அம்பேத்கர் எடுத்த முடிவிற்குப் பதிலளிக்கும் வகையில் "Depressed Classes are not to the Hindu Fold" என்ற தலைப்பில் ராவ்பகதூர் ஆர். சீனிவாசன் எழுதிய கடிதம் 1935 அக்டோபர் 20, ஞாயிறு அன்று வெளிவந்த 'Madras Mail' இதழிலும் 1935 அக்டோபர் 21 திங்களில் வெளிவந்த 'Justice' இதழிலும் வெளியாகி உள்ளன.

திரு. இரட்டைமலை சீனிவாசன் 1926 ஜனவரி 1இல் ராவ்சாகிப் என்ற பட்டம் பெற்றார். இவர் 1928இல் 'The Madras Provincial Depressed Classes Federation' என்ற ஓர் அமைப்பைத் தோற்றுவித்தார். அவ்வமைப்பின் பொதுச் செயலாளராகத் திரு. என். சிவராஜ் பி.ஏ., பி.எல்., எம்.எல்.சி., விளங்கினார். 1930 ஜூன் 3-இல், ஆர். சீனிவாசன் அவர்களுக்கு ராவ்பகதூர் என்ற பட்டமும் அதற்கடுத்து 1936 ஜனவரி 1-இல் திவான் பகதூர் என்ற பட்டமும்

வழங்கப்பட்டன. அவர் 1936இல் 'The Madras Provincial Depressed Classes Federation'-ஐ 'The Madras provincial Scheduled Castes Party' என்ற பெயரில் ஒரு கட்சியாக மாற்றினார். அக்கட்சியின் துணைத் தலைவராக ராவ்சாகிப் என். சிவராஜ் விளங்கினார்.

திவான்பகதூர் ஆர். சீனிவாசன் 'The Madras provincial Scheduled Castes Party'-ஐ 1938இல், 'The Madras Provincial Scheduled Castes Federation'-ஆக மாற்றினார். அதில் ராவ்சாகிப் திரு. என். சிவராஜ் அங்கம் வகிக்கவில்லை. அதற்குக் காரணம் அதைப் போன்ற பெடரேஷனை அனைத்திந்திய மட்டத்தில் துவக்கி அதன் தலைவராக டாக்டர் அம்பேத்கர் அவர்களை ஆக்க வேண்டுமென்பதாகும்.

செட்யூல்டு வகுப்பில் பெரும்பாலோர் பாமர மக்களாகவும், டாக்டர் அம்பேத்கர் அவர்களை அறியாதவர்களாகவும் விளங்கிய படியால் டாக்டர் அம்பேத்கர் அவர்களை அம்மக்கள் அறியச் செய்ய வேண்டும் என்ற எண்ணத்தில் திருமதி மீனாம்பாள் சிவராஜ் அவர்கள் உடனடியாகத் தென் இந்திய ஆதிதிராவிடர்களின் மாநாடு கூட்டம் ஒன்றைக் கூட்ட வேண்டும் என்று திட்டமிட்டார். டாக்டர் அம்பேத்கருக்குப் பதிலாக எம்.சி. ராஜா அவர்களின் தலைமையில் பெடரேஷனைத் துவக்கும்படி உறவினர்கள் அம்மையார் அவர்களை வற்புறுத்தினார்கள். அதை அம்மையார் பொருட்படுத்தவில்லை. டாக்டர் அம்பேத்கர் அவர்களே அகில இந்திய செட்யூல்டு வகுப்பாரின் தலைவராக விளங்கத் தகுதியுடையவரென்று கருதினார். இதன் காரணமாக அம்மையார் டி. சுந்தர் ராவ் அவர்களின் உதவியை நாடினார்.

நீதிக்கட்சியின் 14-வது மாநில மாநாடு சென்னையில் ஐலண்டு மைதானத்தில் 1938 டிசம்பர் 29, 30, 31 ஆகிய நாட்களில் நடந்தது. இந்த மாநாட்டில்தான் சிறையில் இருந்தபடியே பெரியார் ஈ.வெ.ரா. அவர்கள் நீதிக்கட்சியின் தலைவராகத் தேர்ந்தெடுக்கப்பட்டு அக்கட்சியின் தலைவரானார். அம்மாநாட்டின் செயலாளராக டி.சுந்தர்ராவ் விளங்கி மாநாட்டைச் சிறந்த முறையில் நடத்தி வைத்தார். மாநாடு 31-ம் தேதி ஞாயிற்றுக்கிழமை முற்பகலுடன் முடியவடைவதால் பிற்பகலில் தென் இந்திய

ஆதிதிராவிடர்கள் மாநாடு நடத்துவதற்கு மீனாம்பாள் சிவராஜ் அம்மையார் அவர்கள் டி. சுந்தர் ராவ் அவர்களைக் கேட்டதும் அவர் அம்மாநாட்டுப் பந்தலை இலவசமாகக் கொடுத்து உதவினார். மேலும் அவர் காவல் துறையினரது அனுமதியும் பெற்றுத் தந்தார்.

தென் இந்திய ஆதிதிராவிடர் மாநாடு மீனாம்பாள் சிவராஜ் அம்மையார் தலைமையில் 1938 டிசம்பர் 31 ஞாயிற்றுக்கிழமை மாலை 6.30 மணி அளவில் துவங்கியது. அம்மாநாட்டில் எடுத்த தீர்மானங்களில் ஒன்று "கூடிய விரைவில் சென்னை மாகாண ஆதிதிராவிட மாநாடு ஒன்று டாக்டர் அம்பேத்கர் தலைமையில் நடத்த வேண்டுமென்று இம்மாநாடு விரும்புகிறது" என்பதாகும். இத்தீர்மானத்தை ஆர். ராஜகோபால் கொண்டு வந்தார். தோழர்கள் சிந்தாதிரிப் பேட்டை சுவாமிநாதன், வேலூர் சுப்ரமணியம், குடந்தை எல்லப்பன், திருச்சி சிவப்பிச்சை ஆகியோர் ஆதரித்தார்கள்.

திட்டமிட்டபடி All India Seheduled Castes Federation' 1942ஆம் ஆண்டு துவக்கப்பட்டது. அதை அம்பேத்கர் கட்சி என்று அழைக்கப்பட்டாலும் அதன் தலைமையை டாக்டர் அம்பேத்கர் ஏற்க மறுத்ததோடல்லாமல் திரு. என். சிவராஜ் அவர்களையே அதன் தலைவராக ஆக்கினார். அந்த பெடரேஷனின் கொடியில் ஏழு நட்சத்திரங்கள் இடம்பெற்றன.

1944 ஆகஸ்ட் 27இல் பெரியார் ஈ.வெ.ரா. திராவிடர் கழகத்தை சேலத்தில் நடந்த மாநாட்டில் தோற்றுவித்தார். இதனை முன்னிட்டு 1944 செப்டம்பர் 17இல் டி. சுந்தர்ராவின் திரையரங்கமான 'சன் தியேட்டரில்' தென் இந்திய நல உரிமைச் சங்கத்தின் செயற்குழுவின் ஆலோசனைக் கூட்டம் கூடியது. அச்செயற்குழு திரு. இராமச்சந்திர ரெட்டி அவர்களை ஒருமனதாகத் தென் இந்திய நல உரிமைச் சங்கத்தின் தலைவராகத் தேர்ந்தெடுத்தது.

டாக்டர் அம்பேத்கரின் ஆலோசனை பெற திரு. பி. பாலசுப்ரமணியம் முதலியார் தென் இந்திய நல உரிமைச் சங்கத்தின் ஆலோசனைக் கூட்டத்தை 1914 செப்டம்பர் 22 பிற்பகலில் சென்னை ஓட்டல் கன்னிமராவில் கூட்டினார். உணவுக்குப் பின் நடந்த அக்கூட்டத்தில் டாக்டர் அம்பேத்கர் ஆற்றிய சிறப்புரையில் அவர் "கட்சி என்றால் கட்சிக்கு ஒரு நல்ல தலைவரும் நல்ல

திட்டங்களைக் கொண்ட அமைப்பும் வேண்டும். கட்சிக்குப் பொது மேடைகள் வேண்டும்; தலைவரைக் குறை கூறுவது நல்ல காரியம் அல்ல; அது கூடாது" என்று அறிவுரை கூறினார். செப்டம்பர் 24இல் 'The Madras Provincial Scheduled Caste Federation'-னின் தலைவரும் அங்கத்தினர்களும் டாக்டர் அம்பேத்கர் அவர்களைப் பாராட்டி வாழ்த்து மடல் வழங்கினார்கள்.

அகில இந்திய செட்யூல்டு பெடரேஷனின் சார்பாக 1945 டிசம்பர் 25 செவ்வாய்க்கிழமை மாலை 5 அணி அளவில் மாநிலத் தேர்தலை முன்னிட்டுச் சிறப்புக் கூட்டம் ஒன்று சென்னை பெரம்பூர் பேரக்ஸ் கான்ஸ்மித் நகரில் நடந்தேறியது. நகரத்தின் பல்வேறு பகுதிகளிலிருந்தும் செட்யூல்டு பெடரேஷன் சின்னங்களைத் தாங்கி 'டாக்டர் அம்பேத்கர் வாழ்க்', 'தீண்டாமை ஒழிக' போன்ற பலவித கோஷங்களுடன் அங்கு 4.30 மணிக்கு சுமார் 30,000 மக்களுக்குக் குறையாமல் கூடினர். அங்குத் தாய்மார்களும் நீதிக் கட்சியின் பொதுச் செயலாளர் கே.சி. சுப்ரமணியம் செட்டியாரும், எஸ். முத்தையா முதலியார், டி.ஏ.எஸ். சாமி, டாக்டர் எ. கிருஷ்ணசாமி, எம்.கே. பிள்ளை, சி.எ. அப்துல்காதர், எம்.சி. முகம்மது இப்ராஹிம் முதலிய பலரும் அக்கூட்டத்திற்கு வந்திருந்தனர். மேன்மை தாங்கிய டாக்டர் அம்பேத்கர் அவர்கள் ராவ்பகதூர் என். சிவராஜ் அவர்களால் வரவேற்கப்படடார். அக்கூட்டத்தில் அகில இந்திய செட்யூல்டு வகுப்பு பெடரேஷன் பொதுக் காரியதரிசி எம். ராஜ்போஜ் அவர்களும் வந்திருந்தார்.

ராவ் சாகிப் என். சிவராஜ், டாக்டர் அம்பேத்கர் அவர்களைச் சிறப்புரையாற்றும்படி கேட்டுக்கொண்டார். டாக்டர் அம்பேத்கர் தனது சிறப்புரையில் "ஜஸ்டிஸ் கட்சியாரும் தங்கள் நபர்களை வரப்போகும் தேர்தலில் நிறுத்தப்போவதாகக் கேள்விப்பட்டேன். அவர்கள் அவ்வாறு நினைப்பது மகிழ்ச்சிகரமான விஷயமே; அவர்கள் அவ்வாறு முடிவு செய்திருப்பதைப் பற்றி நான் மகிழ்ச்சியடைகிறேன்" என்று பேசினார். டாக்டர் அம்பேத்கர் ஆற்றிய ஆங்கிலச் சொற்பொழிவை என். சிவராஜ் தமிழில் மிக விளக்கமாக மொழிபெயர்த்தார்.

நன்றி : 'தமிழரசு'
அண்ணல் அம்பேத்கர் நூற்றாண்டு சிறப்பிதழ்
16.04.1991

14. டாக்டர் பாபாசாகேப் அம்பேத்கரும் வடஆர்க்காடு மாவட்டமும்

டாக்டர் சா. பெருமாள், எம்.ஏ.,எம்.பில்.,பிச்.டி.

Prof. Dr. S. PERUMAL
(17-6-1933 - 10-7-2001)

மதம், சாஸ்திரம் ஆகியவற்றின் பெயரால் இந்த நாட்டில் வளர்ந்திருந்த சமூகக் கொடுமைகளையும், மண்டிக்கிடந்த மூடத் தனத்தையும் எதிர்த்து நின்று பெரியார் ஈ.வெ.ரா அவர்களும் டாக்டர் அம்பேத்கர் அவர்களும் நடத்திய அறிவுப்போரின் விளைவாக இந்தியச் சமுதாயத்தில் ஏற்பட்ட மாற்றங்கள் இந்த நூற்றாண்டில் நாடு விடுதலை அடைந்ததைவிட ஆழமான விளைவுகளைக் கொண்டவை ஆகும்.

தன்னல மறுப்பு, கடின உழைப்பு, துயரங்களும், துன்பங்களும், அவமதிப்புகளும் ஆயிரம் வந்துற்றபோதும் அவற்றால் தளராத மனவுறுதி, அறிவின் ஆற்றல் ஆகியவற்றின் மூலம் மனிதன் எந்த அளவுக்கு உயர முடியும் என்பதற்கு எடுத்துக்காட்டாக விளங்குபவர் டாக்டர் அம்பேத்கர் அவர்கள். டாக்டர் அம்பேத்கரைப் பற்றிய இந்தப் பின்னணிகளை இனங்கண்டு போற்றுதற்குரிய ஆற்றல் மிக்கவராக விளங்கும்

தமிழக முதலமைச்சர் டாக்டர் கலைஞர் அவர்கள் தமிழகத்தின் தொன்மைச் சிறப்புமிக்கதாய், வடக்கிற்கும் தெற்கிற்கும் இணைப்புப் பாலமாய், வடவெல்லைப் பகுதியாய் உள்ள மாவட்டத்திற்கு 'வட ஆற்காடு அம்பேத்கர் மாவட்டம்' எனப் பெயர் சூட்டுவதில் அளவற்ற மகிழ்ச்சி அடையக் கூடியவர் என்பதில் ஐயமில்லை.

தமது தொண்டு, தியாகம் ஆகியவற்றால் தமிழகத்தையும், தமிழினத்தையும் தலைநிமிர வைத்தவர்களைப் பற்றிய வரலாறுகளைத் தேடி நூல்களாக்கி, நெஞ்சார அவர்தம் புகழை எடுத்துரைத்து, என்றும் நிலைத்திருக்கும் வகையில் அவர்களுக்குத் தக்க நினைவுச் சின்னங்களை அமைத்து மக்கள் உள்ளத்தில் நிலை நிறுத்துவதில் வல்லவரான தமிழக முதல்வர் அவர்கள் டாக்டர் அம்பேத்கரையும் தமிழினத்திற்குச் சொந்தமாக ஆக்கிக்கொண்டு அவருக்குச் செய்துள்ள சிறப்பு, தமிழக மக்களின் சார்பாகச் செய்யப்படும் சிறப்பாகவே கருதத்தக்கதாகும். இந்தச் செயல் காலத்தால் செய்தது மட்டுமல்ல, தமிழகத்தின் கடந்த கால வரலாறுகளைத் தேக்கி வைத்திருக்கும் முதலமைச்சர் டாக்டர் கலைஞர் அவர்களின் நெஞ்சத்தின் உணர்ச்சி வெளிப்பாடு என்பது உண்மை என்பதற்கு எண்ணற்ற சான்றுகளைக் காட்டலாம்.

சில ஆண்டுகளுக்கு முன்பு ஆம்பூரில் நடந்த ஒரு திருமணத்தில் அங்கு மணமகளுக்குத் 'சங்கமித்திரை' என்று பெயர் சூட்டியிருந்ததைக் குறிப்பிட்டு, தமிழகத்தில் பகுத்தறிவு இயக்கத்தின் ஒரு அங்கமாகக், குறிப்பாக வட ஆற்காடு மாவட்டத்தில் திருப்பத்தூர், வாணியம்பாடி, ஆம்பூர் பகுதிகளில் மலர்ந்த பௌத்த இயக்கம் பகுத்தறிவு இயக்கம் ஆகியவற்றோடு மண மகளின் பெற்றோர் கொண்டிருந்த தொடர்பினால், போதி மரக்கிளையை இலங்கைக்குக் கொண்டுசென்று நட்டதோடு அங்குப் பௌத்தம் தழைக்க உழைத்த, அசோகச் சக்கரவர்த்தியின் மகள் சங்கமித்திரையின் பெயரைச் சூட்டியிருக்கிறார்கள் என்பதைச் சுட்டிக்காட்டி, அயோத்திதாசரும் ம. சிங்கார வேலரும் பெரியார் ஈ.வெ.ராவும் தங்கவயல் பண்டிதமணி அப்பா துரையாரும் திருப்பத்தூர் பெரியசாமிப் புலவரும் வளர்த்த பௌத்த மறுமலர்ச்சி இயக்க வரலாற்றை நினைவுகூர்ந்து உணர்ச்சி பொங்க ஆற்றிய உரை, ஒரு நூற்றாண்டுக்காலத் தமிழக நிகழ்ச்சி

களை டாக்டர் கலைஞர் அவர்கள் நினைவில் தேக்கி வைத்திருப்பவர் என்பதை வெளிப்படுத்தியது.

சென்ற நூற்றாண்டின் இறுதியில், சென்னையில் பண்டிதர் க. அயோத்திதாசர் துவக்கிவைத்து, கோலார் தங்கவயலிலும் பெங்களூரிலும் வட ஆற்காடு மாவட்டத்திலும் பரவிய பௌத்த இயக்கத்திற்கும், 1956இல் அண்ணல் டாக்டர் அம்பேத்கர் அவர்கள் பௌத்த நெறியைத் தழுவுவதற்கு எடுத்த முடிவிற்கும் இடையே நெருங்கிய தொடர்பு உண்டு. சமய இயக்கமாகத் தொடங்கிய பௌத்த இயக்கம் தமிழக ஆதிதிராவிட மக்களின் சமூக, அரசியல் இயக்கமாக வளர்ந்த வரலாற்றை இந்தக் கட்டுரை வெளிப்படுத்துகின்றது.

சங்க காலம் முதலே தமிழகத்திற்கு அறிமுகமாயிருந்த பௌத்தம் கி.பி. 400-600 ஆகிய ஆண்டுகளில் அதன் பொற் காலத்தைக் கண்டது. தமிழகப் பக்தி இயக்கமும், ஆதிசங்கரரின் வேதாந்த இயக்கமும், சமண பௌத்த சமயங்களை வீழ்த்தி, குறிப்பாக இந்த இயக்கங்கள் பௌத்தத்தை இந்திய நாட்டிலிருந்து வெளியேற்றி உள்நாட்டில் இந்து சமயத்தின் ஒரு அங்கமாக ஆக்கிவிட்டன. இந்திய நாடெங்கும் ஓங்கி வளர்ந்திருந்து வீழ்ந்து விட்ட பௌத்தம் பத்தொன்பதாம் நூற்றாண்டின் இறுதியில் மீண்டும் தமிழகத்தின் தலைநகரம் சென்னையில் மறுமலர்ச்சியுற்று எழுந்து வட ஆற்காடு மாவட்டம், கோலார் தங்கவயல், பெங்களூர், ஊப்ளி, வட ஆற்காடு மாவட்டத்தினர் குடியேறி வாழ்ந்த பர்மா, தென்னாப்பிரிக்கா ஆகிய இடங்களில் பரவி தமிழகச் சமூகச் சீர்திருத்த அரசியல் இயக்கங்களுக்குப் பின்புலமாக அமைந்தது.

சென்னையில் பௌத்தத்திற்கு வித்திட்ட பெருமை கர்னல் எச்.எஸ். ஆல்காட் (1832-1907) அவர்களைச்சாரும். அவரைத் தொடர்ந்து க. அயோத்திதாசப் பண்டிதர் (1845-1914) ம. சிங்கார வேலர் (1860-1946) பேராசிரியர் பி. இலட்சுமிநரசு ஆகியோர் அதனை வளர்த்தனர். அயோத்திதாசர் சென்னையில் 'கௌதமா அச்சியந்திர சாலை என்ற பெயரில் அச்சகம் அமைத்து பௌத்த விளக்க நூல்களையும் துண்டு வெளியீடுகளையும் வெளியிட்டார். இவர் வெளியிட்ட 'தமிழன்' (1907-1912) வார இதழில் தூய தமிழ்க் கட்டுரைகள் வெளிவந்தன. பௌத்த நெறி விளக்கக்

கட்டுரைகள், பின்னர் 'பூர்வ தமிழொளியாம் புத்தரது ஆதிவேதம்' என நூலாக வெளியிடப்பட்டது. சென்னையில் அயோத்திதாசர் ஏற்படுத்திய சாக்கைய பௌத்த சங்கமும், சிங்காரவேலர் ஏற்படுத்திய 'சென்னை மகாபோதி சங்கமும்' (1912) அறிவியல் கருத்துகளையும் பகுத்தறிவுக் கொள்கைகளையும் பரப்பின. இவற்றை "நாத்திகப் பேச்சுக்கள்" என எதிர்த்தவர் பலர். இந்த எதிர்ப்புகளை மீறிச் சென்னையிலும் வட ஆற்காட்டிலும் பலர் பௌத்தர்களாக ஆனார்கள். கோலார் தங்கவயலில் அயோத்தி தாசரின் உறவினரான எம்.ஒய். முருகேசர் என்பவர் 1907இல் பௌத்த சங்கங்களை அமைத்துப் பலரைப் பௌத்தராக்கினார். பாடசாலைகளையும் நூலகங்களையும் அமைத்தார். தங்கவயல் நூலகத்தில் பௌத்த நூல்களும், ஓலைச்சுவடிகளும், வெளிநாட்டு இதழ்களும் சேர்க்கப்பட்டு, பௌத்த ஆய்வுக் களஞ்சியமாக விளங்கியது. வெளிநாட்டு பிக்குகள் அங்கு வந்து தங்கிச் சென்றனர்.

திருப்பத்தூர் பெரியசாமிப் புலவர், தங்கவயல் அப்பாதுரையார், அனுமந்தர், அய்யாகண்ணுப் புலவர் ஆகியோரின் முயற்சியால் வேலூர், குடியேற்றம், பள்ளிகொண்டா, கீழ்ச்சூர், சக்கரமல்லூர், வன்னிவேடு வாலாசாபாத், ஏனாத்தூர், அங்கம்பாக்கம் ஆகிய ஊர்களில் பௌத்த சங்கங்கள் அமைந்தன. 1909ஆம் ஆண்டு முதல் இந்தப் பௌத்த சங்கங்களின் கூட்டங்களும் பின்னர் ஒருங்கிணைந்த மாநாடுகளும் நடந்தன. 1917ஆம் ஆண்டில் சென்னையில் நடந்த முதலாவது பௌத்த மஹா ஜனக் கூட்டத்தில் மாண்டேகு-சேம்ஸ்போர்டு குழுவினரிடம் தாழ்த்தப்பட்டோருக்கு உரிமைகள் வழங்கக் கேட்டு மனு கொடுக்க முடிவெடுத்ததைத் தொடர்ந்து பௌத்த இயக்கம் அரசியல் தன்மை கொண்டதாக அமைந்தது. வட ஆற்காடு மாவட்டத்திலும், பெங்களூர், கோலார் தங்கவயல் ஆகிய ஊர்களிலும் நடந்த பௌத்த நெறி விளக்க கூட்டங்கள், பகுத்தறிவு பிரச்சாரமாகச் சமூக, அரசியல் பேச்சுகளாக மாறின.

திருப்பத்தூர் வழக்கறிஞரும், பின் நாளில் நீதிக்கட்சியின் தலைவருமாக விளங்கிய ஜி. சாமிநாயுடு வீட்டில் தங்கிச் செல்வதை வழக்கமாகக் கொண்டிருந்த பெரியார் ஈ.வெ.ரா. அவர்கள் ஆம்பூர், வாணியம்பாடி, திருப்பத்தூர் ஆகிய ஊர்களின்

வழியே செல்லும்போதெல்லாம் பௌத்த இயக்கத்தாரின் பேச்சுகளில் ஈடுபாடு கொண்டு கேட்டார். பகுத்தறிவுக்கு ஒவ்வாத சமூக வேற்றுமைகள், சமய, சாஸ்திரச் சடங்குகள் ஆகியவற்றை எதிர்த்து வந்த பெரியார் ஈ.வெ.ரா. அந்தக் கருத்துகளுக்கு ஆதரவளித்துப் பாராட்டினார்.

தங்கவயலில் பௌத்த இயக்கத்தை வளர்த்த பண்டிமணி அப்பாதுரையாரும், பெரியார் ஈ.வெ.ராவும் ஒத்த கருத்துடைய இதயம் ஒன்றி நண்பர்களாக மாறினர். பெரியார் நடத்திய 'குடியரசு' (1925) இதழ் பௌத்த இயக்க நூல்களுக்கு விளம்பரம் தந்து அறிமுகப்படுத்தியது. பண்டிதமணி அப்பாதுரையார் நடத்திய 'தமிழன்' (1921-22, 1926-1935) இதழ் பெரியாரின் பகுத்தறிவு விளக்க நூல்களுக்கு விளம்பரம் தந்தது. 'குடியரசு' இதழில் திருக்குறள், புத்தர் கொள்கைகள் பாராட்டி வெளியிடப்பட்டன. 'தமிழன்' இதழில் பெரியார் புகழ்பாடும் பாடல்கள் வெளிவந்தன. இந்த இரண்டு இதழ்களும் கொள்கை நோக்கில் ஒன்றையொன்று சார்ந்து ஒரே குரலாக ஒலித்தன.

அப்பாதுரையாரும், அவரது மருகன் 'பிரசண்டாமாருதம்' இதழாசிரியர் இரத்தின சபாபதியும் அமைத்த 'சமதர்ம நடிகர் சங்கம்' (1934) 'பழந்தமிழர் இளைஞர் நடிகர் சங்கம்' ஆகியவற்றின் மூலம் பகுத்தறிவுக் கொள்கைகளை நாடகங்களாக்கித் தங்க வயலிலும் வட ஆற்காடு மாவட்ட ஊர்களிலும் அரங்கேற்றினர். பெரியார் ஈ.வே.ரா.இந்த நாடகங்களுக்குத் தலைமைத் தாங்கினார். சீர்திருத்தக் கருத்துள்ள பாடல்கள் கதாகாலட் சேபங்கள் மூலமும், நூல்கள் வாயிலாகவும் பரப்பப்பட்டன. 1932ஆம் ஆண்டில் திருப்பத்தூரில் ஆசிரியராகப் பணியாற்றிக் கொண்டிருந்த ப. ஜீவானந்தமும் இந்த இயக்கங்களில் பங்கு கொண்டார். 1925 முதல் 1930 வரை தமிழ்நாட்டில் சுயமரியாதை இயக்கத்திற்குக் கால்கோளப்பட்ட ஆண்டாகும். அந்தகாலப் பகுதியில் குத்தூசி குருசாமி, குஞ்சிதம் அம்மையார், கே.வி. அழகர்சாமி, புதுவை அ. பொன்னம்பலனார், சி.பி. சின்னராஜு (சிற்றரசு) கு.மு. அண்ணல் தங்கோ ஆகியோர் 'பௌத்த மகா நாடுகள்' என நடந்த கூட்டங்களில் கலந்துகொண்டு சொற் பொழிவாற்றினார்.

இதே காலத்தில் மராட்டிய மாநிலத்தில் தாழ்த்தப்பட்ட மக்களின் தனிப்பெரும் தலைவராக, அமெரிக்கா, இங்கிலாந்து, ஜெர்மனி ஆகிய நாடுகளிலுள்ள பல்கலைக்கழகங்களில் பொருளா தாரம், சமூகவியல், தத்துவம், சட்டம் ஆகிய துறைகளில் பதினேழு ஆண்டுகள் படித்துப் பட்டங்களைப் பெற்றுப் பேரறிஞராகத் திரும்பி இருந்த டாக்டர் அம்பேத்கர், சமூகக் கொடுமைகளையும், மூடத்தனத்தையும், பெண்ணடிமையையும், சாதி ஏற்றத்தாழ்வு களையும் எதிர்த்து நடத்திவந்த அறப்போர்களின் காரணமாக வெளியுலகுக்குத் தெரியலானார். வட ஆற்காட்டிலும், தமிழகத்தி லும் நடந்த கூட்டங்களில் டாக்டர் அம்பேத்கரையும், அவரது சமூக விடுதலைப் போராட்டத்தையும் பாராட்டிப் பேசுவதைப் பெரியார் ஈ.வெ.ராவும் அவரைப் பின்பற்றிய சுயமரியாதை இயக்கப் பெரியவர்களும் வழக்கமாகக் கொண்டனர்.

பௌத்த இயக்கமாகத் தொடங்கி 1940ஆம் ஆண்டுக்குப் பின்னர் ஆதிதிராவிட மக்களின் அரசியல் இயக்கமாக மாறிய 'தாழ்த்தப்பட்டோர் சங்கம்' 1942ஆம் ஆண்டில் அகில இந்திய அளவில் பிற மாநில அமைப்புகளோடு சேர்ந்து 'அகில இந்தியத் தாழ்த்தப்பட்டோர் சம்மேளனம்' என வளர்ந்தது. இந்தச் சம்மேளனத்தின் கிளைகள் வட ஆற்காடு மாவட்ட வடக்கு வட்டங்களில் செல்வாக்கு மிக்க அமைப்பாக விளங்கின. அகில இந்திய சம்மேளனத்தின் தலைவராகத் தமிழக நீதிக்கட்சியின் தலைவர்களுள் ஒருவராக விளங்கிய இராவ் பகதூர் பேராசிரியர் ந. சிவராசு (1892-1964) அவர்களை டாக்டர் அம்பேத்கர் தேர்ந்தெடுத்தார். பேராசிரியர் சிவராசு அவர்களின் துணைவியார் மீனாம்பாள் சிவராசு அவர்கள் 1938ஆம் ஆண்டு இந்தி எதிர்ப்புப் போரில் வீராங்கனையாக விளங்கினார். மீனாம்பாளின் தந்தை வேலூர் கோ. வாசுதேவப்பிள்ளை பர்மாவில் பெரும் செல்வராக வாழ்ந்தவர். இந்திய தேசியக் காங்கிரசின் இரண்டாவது மாநாட்டில் (1856) வெளிநாடுகளிலுள்ள இந்தியரின் முதல் பிரதிநிதியாகக் கலந்து கொண்டவர்; மீனாம்பாளின் பாட்டன் மதுரைப்பிள்ளை பர்மாவுக்கும் இந்தியாவுக்கும் இடையே 'மதுரை மீனாட்சி', 'குயின் விக்டோரியா' என இரு கப்பலகளை விட்டவர். தமிழ்ப் புலவர்களை ஆதரித்த வள்ளலாக விளங்கி அவர்கள் பாடிய பாடல்கள் கொண்ட 'மதுரை பிரபந்தம்' என்ற

1000 பக்கங்களுக்கு மேற்பட்ட நூலுக்கு நாயகனாக விளங்கியவர். இத்தகைய செல்வச் சிறப்புமிக்க குடும்பத்தில் பிறந்த மீனாம்பாள், அவருடைய கணவர் பேராசிரியர் சிவராசு, அமிர்தவாசகம், சொப்பனேஸ்வரி அம்மாள் ஆகியோர் முதலாவது இந்தி எதிர்ப்புப் போரின்போது ஆதிதிராவிட மக்களின் பிரதிநிதிகளாகக் கலந்துகொண்டார். வட ஆற்காடு மாவட்டத்தின் சிற்றூர்களிலும் பேரூர்களிலும் பேசிச் சுயமரியாதைக் கொள்கைகளைப் பரப்பினர். இவர்தம் பிரச்சாரத்தால் ஒன்று திரண்டு நின்ற வட ஆற்காடு மாவட்ட ஆதிதிராவிட மக்கள் 'நீதிக்கட்சியின் படைவீரர்கள்' எனப் போற்றப்பட்டனர்.

இந்த வளர்ச்சியின் விளைவாக வட ஆற்காடு மாவட்ட தாழ்த்தப்பட்டோர் சம்மேளனத்தினர் 'உதயசூரியன்' சின்னத்தைத் தம் கட்சியின் கொடியாகக் கொண்டிருந்தனர். 1941ஆம் ஆண்டில் தோல் பதனிடும் தொழிலாளர் சங்கத் தலைவராக விளங்கிய ஜே.ஜே. தாஸ் 'உதயசூரியன்' என்னும் பெயரில் மாத இதழை வெளியிட்டார்; பேச்சாளர்கள் 'உதயசூரியன்' புகழை மேடைகளில் பாடிப் பரப்பினர்; குழந்தைகளுக்கு 'உதயசூரியன்' எனப் பெயரிட்டு மகிழ்ந்தனர். 'சூரியோதயம்' 'சூரியவதனி' என நாடகங்கள் நடிக்கப்பட்டன. பேரறிஞர் அண்ணா கே.வி. அழகர்சாமி, சி.பி. சிற்றரசு ஆகியோர் இந்த நாடகங்களுக்குத் தலைமை வகித்துச் சமூக சமத்துவக் கருத்துக்களையும் பகுத்தறிவுக் கொள்கைகளையும் பரப்பினர்.

தங்கவயல் பௌத்த சங்கத்தார், சடங்குகள் அற்ற திருத்திய திருமணங்களை 1917ஆம் ஆண்டு முதலே நடத்தலாயினர். மணமக்கள் வாழ்க்கை ஒப்பந்தம் படிப்பதும், சீர்திருத்தத் திருமணங்களை நடத்த வேண்டியதை வலியுறுத்திச் சொற்பொழிவாற்றலும் ஏற்பட்டன. மணமக்களுக்கு வாழ்த்திதழ் படித்தளிப்பதும், தலைவர்களை வரவழைத்து உரையாற்ற வைப்பதும் வழக்கமாயிற்று. வட ஆற்காடு மாவட்டத்திலும், பெங்களூர், கோலார் தங்கவயல் ஆகிய இடங்களிலும் நடந்த திருமணங்களில் பெரியார் ஈ.வெ.ரா., பேரறிஞர் அண்ணா, சுயமரியாதை இயக்கத்தின் முதன் முதலாகக் கலப்பு மணம் செய்து கொண்டிருந்த (1929) குருசாமி தம்பதியர், கே.வி. அழகர்சாமி, கிண்டலும் நகைச்சுவையும் கலந்து பேசும் சிற்றரசு, கு.மு.

அண்ணல்தங்கோ ஆகியோர் இந்தத் திருமணங்களில் ஆற்றிய உரை மக்களைச் சமூக, அரசியல் துறைகளில் தெளிவுள்ளவர்களாக்கின.

1932இல் டாக்டர் பி.ஆர். அம்பேத்கர் இலண்டன் வட்ட மேசை மாநாட்டில் போராடி, இந்திய நாட்டுத் தாழ்த்தப்பட்ட மக்களுக்குத் தேர்தல்களில் தனித் தொகுதிச் சலுகையைப் பெற்றதைத் தொடர்ந்து காங்கிரசார் தெரிவித்த எதிர்ப்பின் விளைவாகப் 'பூனா ஒப்பந்தம்' என்னும் உடன்பாடு ஏற்பட்டது. இது தொடர்பாகக் காந்தியடிகள் மேற்கொண்ட உண்ணாவிரதம் இந்திய நாட்டு மக்களை உணர்ச்சிவயமாக்கியது. டாக்டர் அம்பேத்கருக்கு எதிராக அமைந்த அந்த உணர்ச்சிமயமான கட்டத்தில் தமிழகத்தில் சுயமரியாதை இயக்கத்தார், டாக்டர் அம்பேத்கரை ஆதரித்தனர். இந்தக் கட்டத்தில் வட ஆற்காடு மாவட்டத்தில் ஆதிதிராவிட மக்களின் தலைவராகத் தளபதி கிருஷ்ணசாமி வளர்ந்து வந்தார்.

சென்னையில் பௌத்த இயக்கத்தைத் தோற்றுவித்த அயோத்திதாசரின் உற்ற நண்பர் பேராசிரியர் இலட்சுமிநரசு எழுதிய ஆராய்ச்சிக் கட்டுரைகள் பகுத்தறிவு இயக்கத் தோழர்களுக்குத் தெளிவை அளித்தன. குறிப்பாக அவரது "The Essence of Buddhism" (1907) "A Study of Caste" (1922) ஆகிய நூல்கள் பகுத்தறிவாளர்களுக்கு கைவிளக்காகப் பயன்பட்டன. வெளிநாட்டிலும், தமிழகத்திலும் பன்முறை பதிப்பு பெற்ற அவரது நூல்கள் டாக்டர் அம்பேத்கர் பௌத்தராக மாறுவதற்கும், "Buddha and His Dhamma" என்ற நூலை எழுதுவதற்கும் தூண்டுதலாக அமைந்தன.

புதிய பௌத்த இயக்கம் உச்ச நிலையை எட்டியிருந்த காலத்தில் (1925-1940) அயோத்திதாசரின் நூல்கள் தங்கவயலிலிருந்து புதிதாகப் பதிப்பித்து வெளிவந்தன. இ.நா. ஐயாக்கண்ணுப் புலவர் 'திருப்பாசுரக் கொத்து' (1930) 'பகவத்தியான பக்திரசக் கீர்த்தனைகள்' (1930) ஆகிய பாடல் நூல்களையும், அப்பாதுரையார் 'புத்தர் அருளறம்' நூலையும் வெளியிட்டனர். இந்த இயக்க வளர்ச்சியால் பகுத்தறிவுக் கொள்கைகளை ஏற்றுக் கொண்டு ஏற்கனவே பக்குவப்பட்டிருந்த

வட ஆற்காடு மாவட்ட ஆதிதிராவிட மக்கள், ஈரோட்டில் அரும்பிய சமதரும சுயமரியாதை இயக்கக் கருத்துக்களை வரவேற்று ஆதரித்தனர். ஆம்பூர் ஈ. சுப்பிரமணியம் வெளியிட்ட 'தென்நாடு' (1942) இதழும், பள்ளிகொண்டா மு. கிருஷ்ணசாமி வெளியிட்ட 'சமத்துவ சங்கு' (1947) இதழும் சீர்திருத்தக் கருத்துக்களைத் தாங்கி வந்தன.

வட ஆற்காடு மாவட்டத்தில் 'அகில இந்தியத் தாழ்த்தப்பட்டோர் சம்மேளனம்' ஆதிதிராவிட மக்களின் பேராதரவு பெற்றுத் திகழ்ந்த இக்காலப் பகுதியில் சம்மேளனத்தின் தலைவர்களுள் ஒருவராகவும் சிறந்த பேச்சாளராகவும் விளங்கிய மு. கிருஷ்ணசாமி 'தளபதி' எனப் போற்றப்பட்டார்.

இந்த வளர்ச்சியைத் தொடர்ந்து தந்தை பெரியாருக்கும் அண்ணல் அம்பேத்கருக்கும் இடையே ஏற்பட்ட தொடர்பு இறுதிவரை அவர்கள் உற்ற நண்பர்களாகப் பழகுவதற்கு உதவியது. இருவரும் ஒருவருடன் ஒருவர் கலந்து பேசித் தம் கொள்கை முடிவுகளை எடுத்தனர்.

தாழ்த்தப்பட்ட மக்களின் சமூகக் கொடுமைகளைத் தொலைத்திடத் தாம் இஸ்லாத்தில் சேரப்போவதாக (1935) அண்ணல் அம்பேத்கர் அறிவித்தபோது, பெரியார் 'தயவுசெய்து அவசரமாக முஸ்லீம் மதத்துக்கு மாறிவிடாதீர்கள், உங்களவர்களில் குறைந்தது பத்தாயிரம் பேரையாவது முஸ்லீம் ஆக்கிவிட்ட பிறகே நீங்களும் இஸ்லாமாகுங்கள்' எனத் தந்தி அனுப்பினார்.

1954இல் பர்மாவில் நடந்த உலக பௌத்தர் மாநாட்டில் கலந்துகொண்ட டாக்டர் அம்பேத்கர் பெரியாரிடம் தாம் பௌத்தராக மாற இருப்பதைத் தெரிவித்து ஆதரவு கேட்டார். தாம் இந்து மதத்திற்கு உள்ளேயே இருந்து அதனைத் தகர்ப்பதாகவும், டாக்டர் அம்பேத்கர் பெருங்கூட்டத்தோடு பௌத்தத்திற்கு மாறவேண்டுமெனவும் பெரியார் தெரிவித்தார். 1954இல் பெரியார் ஈ.வெ.ரா. தாமே ஈரோட்டில் பௌத்த மாநாடு நடத்தினார். சென்னைக் கூட்டத்தில் அவர் ஆற்றிய உரை 'புத்தநெறி' என நூலாகி வந்தது. 1953இல் திருச்சியில் நடந்த திராவிட முன்னேற்றக் கழக மாநாட்டில் கலைவாணர் என்.எஸ். கிருஷ்ணன் அவர்களின் 'புத்தர் வரலாறு' வில்லுப்பாட்டு நிகழ்ச்சி

இடம்பெற்றது. 1956இல் டாக்டர் அம்பேத்கர் மூன்று இலட்சம் மக்களுடன் பௌத்த நெறியைத் தழுவியபோது "விடுதலை" இதழ் அதனைப் 'போற்றத்தக்க செய்கை' எனப் பாராட்டி வரவேற்றது.

சென்னையில் தோன்றி வட ஆற்காடு மாவட்டத்தில் போற்றி வளர்க்கப்பட்ட பௌத்த இயக்கத்திற்கும் தமிழகப் பகுத்தறிவு இயக்கத்திற்கும் இந்த மதமாற்ற நிகழ்ச்சி வெற்றிச் சிகரமாக அமைந்தது.

பெரியார் ஈ.வெ.ரா. தமது கோரிக்கைகளுக்கு ஆதரவு திரட்டிட 1940இல் பம்பாய்க்குச் சென்று டாக்டர் அம்பேத் கரையும், முஸ்லீம்களின் தலைவர் ஜனாப் ஜின்னா அவர்களையும் சந்தித்தார். பெரியாருக்கும் அவருடன் சென்றிருந்த பேரறிஞர் அண்ணா, பி. பாலசுப்பிரமணியம், டி.ஏ.வி. நாதன், கே.எம், பாலசுப்பிரமணியம் ஆகியோருக்கும் டாக்டர் அம்பேத்கர் விருந்து வைத்து உபசரித்துக் கருத்துக்களைப் பரிமாறிப் பூரிப்பில் ஆழ்த்தி அனுப்பி வைத்தார்.

பம்பாயில் பெரியார் ஈ.வெ.ரா., டாக்டர் அம்பேத்காரைச் சந்தித்த நிகழ்ச்சி வட ஆற்காடு மாவட்ட ஆதிதிராவிட மக்களுக் குப் பெருமகிழ்ச்சியை அளித்தது. பெரியார் திருவத்திபுரத்திற்கு வருகை தந்தபோது இதைக் குறிப்பிட்டு நன்றி தெரிவித்து வரவேற்றுப் படித்தளித்துப் பாராட்டினார்.

சமூகக் கொடுமைகளையும் மூடத் தனத்தையும் ஒழித்து மக்கள் தன்மானமுள்ளவர்களாக, சரிநிகர் சமானமாக வாழ வேண்டுமெனத் தளராது உழைத்த தந்தை பெரியார் ஈ.வெ.ராவும் அவர்பால் பெருமதிப்பு கொண்டிருந்த டாக்டர் அம்பேத்கரும் இந்த நூற்றாண்டில் இரட்டைக் குழல் துப்பாக்கியாகச் செயல்பட்டவர்.

இந்த வகைகளில் எல்லாம் வட ஆற்காடு மாவட்டத் தோடும் தமிழகத் தலைவர்களோடும் தொடர்புடைய டாக்டர் அம்பேத்கர் அவர்களின் பெயரைப் பகுத்தறிவுக் கொள்கைகளால், பிழைப்பைத்தேடி வெளி மாநிலங்களுக்குச் சென்ற இடத்தில் சேர்ந்து பழகிய நேசத்தால், வீட்டுக்கொருவராய் இராணுவத்தில் சேர்த்து அண்ணன், தம்பிகளாய்ப் பழகிய உறவினால் 'யாதும் ஊரே; யாவரும் கேளிர்' என வாழும் மன வளர்ச்சி பெற்ற

மக்களைக் கொண்ட வட ஆற்காடு மாவட்டத்தின் வடக்குப் பகுதிக்கு 'வட ஆற்காடு அம்பேத்கர் மாவட்டம்' எனப் பெயர் சூட்டிய சிறப்பு தமிழர் அனைவருக்கும் பெருமையளிப்பதாகும்.

அதனினும் மேலாக, அம்பேத்கர் மாவட்ட ஆட்சித் தலைவரின் புதிய எழிலார்ந்த அலுவலகக் கட்டிடங்களுக்கு முன் 'பாரத் ரத்னா' பாபாசாகேப் டாக்டர் பி.ஆர். அம்பேத்கர் அவர்களின் உருவச் சிலையை நிறுவி, அவரது நூற்றாண்டு விழா நிகழ்ச்சிகளைத் துவக்கி வைப்பதற்கு மாண்புமிகு தமிழக முதல்வர் டாக்டர் கலைஞர் அவர்கள் பேருளம் கொண்டுள்ளார்கள்.

ஒன்றுபட்ட தமிழினத்தின் உயர்வுக்கு அயராது உழைப் பதில் முதல்வராக விளங்கும் டாக்டர் கலைஞர் அவர்களின் ஆட்சிக்காலத்தில் இந்த வரலாற்று சிறப்புமிக்க நிகழ்ச்சிகள் இடம்பெறுதல் எல்லோர்க்கும் மகிழ்ச்சியும் மனநிறைவும் அளிப்பதாகும். இந்தக் கட்டுரை எழுதுவதற்கு ஆதாரக் குறிப்புகளும் தகவல்களும் தந்தவர்கள்:

1. கோலார் தங்கவயல் பௌத்த சங்கச் செயலாளர் திரு. ஐ. உலகநாதன், தங்கவயல் திரு. ஆர். ஞானசூரியன், திரு. மா. பூபாலன், திரு. மோகன்ராஜ்.
2. பெங்களூர் பௌத்த சங்கத் தலைவர் போதிதாசன் (வாசுதேவன்), செயலாளர் மா.ஐ. உலகநாதன், 'டெக்கான் ஹெரால்ட்' நாளிதழின் தலைமை செய்தியாளர் திரு. ஆர். விஜயகுமார், 'இனப்போர்' ஆசிரியர் 'கோமகன்' - திரு. முனிரத்தினம், சமூகப் பணியாளர்கள் திரு. வேதகுமார், திரு. பக்தவசலம்.
3. சென்னை திரு. எம்.ஒய்.எம். குருநாதன், ஆராய்ச்சியாளர் திரு. டி.பி. கமலநாதன்.
4. பள்ளிகொண்டா திரு. ப.கி. மனோகரன், எம்.ஏ.
5. குடியேற்றம் திரு. ஜி.கே. இராசகோபால்.

- நன்றி : 'கற்பி' இதழ்
1990 வேலூர் வடாற்காடு மாவட்டத்திற்கு டாக்டர் அம்பேத்கர் பெயர் சூட்டியபோது எழுதிய கட்டுரை

❖❖

துணை நூற்பட்டியல்

நேர்காணல்கள் பற்றிய குறிப்புகள்
1. பாபாசாகேப் அம்பேத்கர்
2. பண்டித அயோத்திதாசர்
3. பெரியார் ஈ.வே.ரா.
4. சிந்தனைச்சிற்பி சிங்காரவேலர்
5. திவான்பகதூர் இரட்டைமலை சீனிவாசனார்
6. ராவ்பகதூர் எம்.சி.ராசா
7. குத்தூசி குருசாமி
8. ராவ்சாகேப் எல்.சி.குருசாமி
9. ஐயா எச்.எம்.ஜெகநாதம்
10. சுவாமி சகஜானந்தம்
11. ராவ்பகதூர் தந்தை ந.சிவராஜ்
12. பேராசிரியர் இலட்சுமி நரசு
    உள்ளிட்ட ஆளுமைகளின் பேச்சும் எழுத்தும் மற்றும் அவர்களைப் பற்றிய வரலாற்று நூல்கள்
    (தமிழ், ஆங்கிலம்)
13. பகவன் தாஸ், நானக்சந்த் ரட்டு, வசந்மூன் உள்ளிட்டோரின் ஆங்கில நூல்கள்

கட்டுரைகள்
1. ஐயா அன்பு பொன்னோவியம், ஏ.கே.சாமி, பேரா.எஸ்.பெருமாள், பேரா.கோ.தங்கவேலு, எக்ஸ்ரே ந.அ.கருணாகரன் உள்ளிட்டப் பலரின் கட்டுரைகள்.
2. **அண்ணலின் கேரள வருகை பற்றி** இராமச்சந்திரன், அஜய்சேகர் உள்ளிட்டோர் கட்டுரைகள்.
3. **கர்நாடக வருகை பற்றி** கே.எஸ்.சீத்தாராமன், சங்கர் மாகர், டாக்டர் எஸ்.கே.கொள்ளேலிகர் உள்ளிட்ட பலரின் கட்டுரைகள். தமிழக வருகை பற்றி சில கட்டுரைகள் - நூல்கள்
    1. தமிழ்நாட்டில் அம்பேத்கர் -கே.திருஞானம்.
    2. அம்பேத்கரும் தமிழ்நாடும் - இரா.உமா.

3. தமிழ்நாட்டில் அம்பேத்கர்
-முனைவர் மு.நீலகண்டன்.

4. தென்னாட்டில் அம்பேத்கர் -பெங்களூர் கோமகன் (1980 களில் வெளிவந்த நூல். இன்னும் இந்நூலாசிரியர் கைகளில் கிடைக்காத நூல். இந்நூலின் சில செய்திகள் சில ஏடுகளில் இருந்து எடுத்தாளப் பட்டுள்ளன)

இதழ்கள்

(நேரடியாகவும் நூல்கள் வழியாகவும் பயன்தந்த பல்வேறு இதழ்களில் சில)
குடியரசு, விடுதலை, மூக்நாயக்,பகிஷ்கரித் பாரத், ஜனதா (இதழ்களின் ஆங்கில ஆக்கம்),ரிவோல்ட்,(ஆங்கிலம்), புதுவை முரசு, ஜெய் பீம் (ஆங்கிலம்), அறவுரை, உணர்வு, இனப்போர், அம்பேத்கரிஸ்ட், பௌர்ணமி, கற்பி (1990), தமிழரசு, கற்பி (வழக்கறிஞர் கௌதமன்), எழுச்சி,தலித் முரசு, சிந்தனையாளன், உண்மை,புதிய கோடாங்கி, போதிமுரசு,

உரையாடல்கள் / நேர்காணல்கள்

கடந்த ஐந்தாண்டுகளுக்கு மேலாகப் பல பெரியோர்களோடு நடத்திய நேர்காணல்கள்/ உரையாடல்கள் இந்த நூலாக்கத்திற்குப் பயன் தந்துள்ளன. சில பெயர்கள் வருமாறு:
அமரர் பெ.சந்திரசேகரன்
அமரர் தலித் எழில்மலை
அமரர் அம்பேத்கர் பிரியன்
அமரர் புலவர் வே.பிரபாகரன்
டாக்டர் செ.கு.தமிழரசன்
ஐயா அன்பன்
கவிஞர் தமிழ்மறையான்
ஐயா எரிமலை இரத்தினம்

ஐயா எழில்.இளங்கோவன்
ஐயா செல்லதுரை இசக்கிமுத்து
மூத்த வழக்கறிஞர் கௌதமன்
ஐயா வாலாசா வல்லவன்
ஐயா பௌத்த ஜீவா
ஐயா ஆ.ஜெய்சன்
ஐயா ஆ. மனோகரன்
ஐயா வை.ஜெயராமன்

கோலார் தங்க வயல்
ஐயா மு.தேவகுமார்
ஐயா துரை. ராஜேந்திரன்
ஐயா சந்திரசேகரன் சீத்தாராமன்

பெங்களூர்
டாக்டர் பூரணேசன்
அன்பர் முரளி பூசர்பூ
பத்திரிகையாளர் இரா.வினோத்

திருப்பத்தூர் (வேலூர் மாவட்டம்)
ஐயா இராகுலன்
டாக்டர் வினோதினி
ஐயா சகாதேவன்
ஐயா கஜேந்திரன்-வாணியம்பாடி

தார்வாடு
டாக்டர் மாருதி ஹெப்பள்ளி.

ஆந்திரா
மல்லபள்ளி லக்ஷ்மையா

புதுச்சேரி
சமூகவியல் அறிஞர் ஞான.அலாய்சியஸ்.

கோயமுத்தூர்
பொறியாளர் அ.கருணாகரன்

சிறப்புப் பெயரகராதி

அ

அசோகச் சக்கரவர்த்தி 295
அட்டன், ஏ.டபுள்யு. 289
அண்டனப்ப அங்காடி 51
அண்ணல் காந்தியார் 137,138,148
அண்ணல் தங்கோ, கு.மு. 298, 301
அத்திப்பாக்கம் வேங்கடாசல நாயகர் 121
அப்துல்காதர், சி.எ. 293,
அப்பாத்துரையார், கா. 187
அப்பாதுரையார் 301
அப்பாதுரையார், ஜி. 92, 148
அபே துபைஸ் 121
அம்புஜம்மாள், பி.கே. 262
அம்பேத்கர் - பெரும்பான்மையான பக்கங்களில்
அம்ரமாலே (ஆம்ரபாலி) 281,
அமராவதி 41
அமிர்தவாசகம் 300,
அய்யன் காளி 61,130
அய்யாக்கண்ணு புலவர் 102, 297
அயோத்திதாச பண்டிதர் 174
அயோத்திதாசர் 295, 296,297, 301
அல்லாடி கிருஷ்ணசாமி அய்யர் 191,
அல்லாரம் கல்லம்மா 279
அலாய்சியஸ், ஞான. 92,99,132,133
அலெக்சாண்ட்ரியா 173
அலெக்ஸாண்டர் 183
அழகர்சாமி, கே.வி. 298, 300
அறச்செல்வன் 179,
அறிஞர் அண்ணா 77,153,154,157,164,179,300,303
அனகாரிக தம்மபாலா 99,

அன்பு செல்வம் 58
அன்பு பொன்னோவியம் 84,
அன்னை மீனாம்பாள் 67, 77, 78, 84
அன்னை வீரம்மாள் 60
அனுமந்தர் 297,

ஆ

ஆசைத்தம்பி 197,
ஆண்டாள் சந்நிதி கே. ராமகிருஷ்ணன் 103,
ஆண்டி, வி.ஐ. 103,
ஆதய்யா 220
ஆதிசங்கரர் 296
ஆதிமூலம், ஜே.சி. 103,
ஆபிரகாம் பண்டிதர் 134
ஆறுமுகம், சி.எம். 263

இ

இப்ராஹிம், ஐ.எம். 111,
இயேசு நாதர் 176
இரட்டைமலை சீனிவாசன் 42, 62, 64, 71, 72, 73, 74, 75, 76 81, 84, 109, 114, 129, 130, 137, 272, 277, 287, 288, 290
இரத்தின சபாபதி 298
இராசகோபால், ஜி.கே.. 304
இராசன், பி.டி. 59, 60, 67, 77, 82,
இராசு வி,பி. 148
இராமச்சந்திர தீட்சிதர், எஸ். 124,
இராமச்சந்திர ரெட்டி 292
இராமசாமி, ஈ.வெ. 128, 245
இராமநாதன், எஸ். 169
இராமலிங்க சுவாமிகள் 246,
இராமாபாய் 48
இராமானுஜர் 246

இராஜாராம் மோகன்ராய் 246
இராஜாஜி 77,
இலட்சுமிநரசு, பி. 296, 301
இளங்கோ, பி. 108
இன்ஜினியர் முனுசாமி 103,

உ

உபாலே (உபாலி) 281,282
உமா ஜெயபாலன் 258
உலகநாதன், ஐ. 304
உலகநாதன், மா.ஐ. 304

எ

எக்ஸ்ரே கருணாகரன் 69
எக்ஸ்ரே ந.அ. கருணாகரன் 287
எட்கர் தர்ஸ்டன் 121,
எட்வர்டு 59
எடிசன் 259'
எல்லீஸ் 125,
எழிலரசு மு.பா 84,85
எஸ்வந்த் ராவ் 66
எஸ்வந்தராவ் அம்பேத்கார் 273

ஏ

ஏங்கல்சு 84

ஐ

ஐடேல் 51
ஐந்தாம் ஜார்ஜ் மன்னர் 287
ஐயாக்கண்ணுப் புலவர், இ.நா. 301

ஒ

ஓல்ட்ஹாம், சி.எப். 124,
ஔவையார் 135

க

கட்டி 273
கணபதி 265
கந்தையாபிள்ளை, ந.சி. 125,
கபாலி 265,
கபிலர் 246,
கமலநாதன், டி.பி. 218, 304
கமலநாதன், தி.பெ. 218,
கர்மவீரர் காமராசர் 141,142
கர்னல் ஆல்காட் 99, 121,
கர்னல் எச்.எஸ். ஆல்காட் 296
கல்கத்தா மௌலவி அப்துல் ரசாக் மாலிகா பாதி 111,
கல்லோல்கர் எஸ்.கே. 50
கலைஞர் கருணாநிதி 153, 161, 179
கவாய், ஜி.ஏ. 138
கவாஸ்ஜி ஜஹாங்கிர் 63
கவிஞர் கண்ணதாசன் 153,165
கவிஞர் குடியரசு 153,
கவிஞர் சுரதா 153,
கஸ்தூரிரங்க சந்தானம் 117
காசி விசுவநாத அப்பாதுரையார் 162
காந்தி அண்ணல் எம்.கே. 42, 65, 70, 71,72,73,74, 109, 115, 116,117,159,206, 233,234, 235, 238,44,246,247, 248, 260, 270, 276, 277, 287,288, 301
கார்ல் குஸ்தவ் ஒப்பர்ட் 125
காரல் மார்க்சு 182, 284
காலின் மெக்கன்சி 121

கி

கியூரி 78
கிருபாசரன் மஹாஸ்தவிரர் 99
கிருஷ்ணசாமி 273
கிருஷ்ணசாமி, மு. 302

கிருஷ்ணமாச்சாரி, டி.டி. 191,192
கிருஷ்ணன், என்.எஸ். 302
கிருஷ்ணன், சி. 245
கில்பர்ட்ஸ் 103

கு

குஞ்சிதம் அம்மையார் 298,
குட்டி காந்தி 115,
குடந்தை எல்லப்பன் 292,
குடியரசு 162,163
குத்தூசி குருசாமி 160, 243, 298
குப்தர் 278
குமாரராஜா முத்தையா செட்டியார் 289
குயின் விக்டோரியா' 299
குருசாமி தம்பதியர் 300
குருசாமி, எஸ். 196,197
குருநாதன், எம்.ஒய்.எம். 304
குஸ்ரோ-இ-அலீம் 221

கெ

கென்னடி, ஜே. 183

கே

கே.கே.பிள்ளை 162
கேசரி திலகர் 270
கேப்ரியல் அப்பாதுரையார் 162, 196,198
கேல்கார், என்.சி. 111
கேளப்பன் 64,
கேளப்பன், கே. 128,

கை

கைதான், டி.பி. 191
கைர்மோட் 206

கொ

கொல்லம் ஸ்ரீ நாராயணசுவாமி 65

கோ

கோப்ரேகாட் 273
கோபாலசுவாமி ஐயங்கார், என். 191,
கோமகன் 108, 304
கோலப்ப கனகசபாபதிப்பிள்ளை 163
கோவிந்தராஜன் வாணியம்பாடி 197,

கௌ

கௌதம சன்னா 130, 218
கௌரா குருஜி 51

ச

சக்கரவர்த்தி ராஜகோபாலாச்சாரி 114, 117
சகோதரன் ஐயப்பன் 61, 66
சங்கமித்திரை 295
சங்கர சுவாமி, எம்.பி. 103,
சங்கராச்சாரி 267
சங்கராச்சாரியார் 111,
சண்டே அப்சர்வர் பி. பாலசுப்பிரமணியம் 67
சத்திய வாணிமுத்து 169, 170, 179, 180
சத்ரபதி சாகு மகாராஜா 50
சந்தானம் 116
சந்திரமோகன் 157,
சப்ரு 54,
சம்பத், ஈ.வி.கே. 197,
சரண்சிங் 179
சலீம் யூசுப் ஜி 253, 254
சவத்கர், எஸ்.வி. 96
சவிதா அம்மையார் 210
சவுத்பரோ 41, 216, 217

சவுந்தரபாண்டியனார், டபிள்யூ.பி.ஏ. 58,59,60,67,77

சா

சாத்தான்குளம் ராகவன் 110,111
சாமி, டி.ஏ.எஸ். 293
சாமி, ஜி.என். 197
சாமிதுரை 263
சாமிதுரை, P.M., M.L.A. 211
சாமிதுரை, பி.எம். 262
சாமிநாயுடு, ஜி. 297
சாரிபுத்ரா 281,

சி

சிங்காரவேலர் 99,
சிங்காரவேலர், ம.வெ. 233,240
சிங்காரவேலர், ம. 295,296 ,297
சித்திரமுகி 179,
சிதம்பரசாமி 197,
சிதம்பரசாமி கவுண்டர் 196,
சிதம்பரம் பிள்ளை, வ.உ. 77,186
சிரத்தானந்தர் 111,
சிவசண்முக பிள்ளை, ஜே. 289
சிவராம் ஜன்ம காம்ளே 137
சிவராஜ், என். 42, 211, 251, 253,256,258,160, 277, 288,290,291,292,293 299,300
சிவாஜி கணேசன் 157
சிவாஜி சத்ரபதி 156,157
சிற்றரசு 300
சிற்றரசு, சி.பி. 300
சின்னராஜு, சி.பி. 298

சீ

சீதாராமன், கே.எஸ். 101,103,104
சீனிவாசன் அருண் 74,

சு

சுந்தரம், ஆ. 218,
சுந்தர்ராவ், டி. 289,291,292
சுப்பய்யா, M.L.A. 211
சுப்பிரமணி 103,
சுப்பிரமணியம், ஈ. 302
சுப்பைய கவுண்டர் கோவை 197,
சுப்பையா ஜே. 46
சுப்பையா ஜே.எச். 46
சுப்ரமணியம் செட்டியார், கே.சி. 293,
சுரதா 160
சுவாமி சகஜானந்தா 77,84, 289
சுவாமி தயானந்த சரஸ்வதி 246,
சுவாமி தர்மதீர்த்தர் 188,189,190
சுவாமி துரை, பி.எம். 103,
சுவாமிநாதன் 292
சுவார்ட்ஸ் 174, 178

செ

செந்தமிழ்ச் செல்வி 182
செம்ஸ்பர்ட் 237
செல்லதுரை 170,
செல்லதுரை இசக்கிமுத்து 180
செல்லமுத்து, B. 211
செல்வநாதன், பி. 289
செல்வமுத்து, பி. 103,
செழியன் 179
சொப்பனேஸ்வரி அம்மாள் 300

சே

சேகர், டி.ஆர். 103,
சேஷையங்கார், டி.ஆர். 125
சோமன்னகவுடா 51
சோலங்கி, பிஜி 41
சோனி, ஆர்.எல். 98

சை

சைமன் 42,73,81, 236
சையத் நிஜமதுல்லா 67
சையத் முகமது சாதுல்லா 191,

ஞா

ஞானசூரியன், ஆர். 304
ஞானசூரியன், சி. 211

டா

டாக்டர் எ. கிருஷ்ணசாமி 293,
டாக்டர் எஸ். தர்மாம்பாள் 197,
டாக்டர் எஸ். ராஜமாலதி
டாக்டர் ஏ.வி.எம். சாமி ஹான்காக் 103,
டாக்டர் கலைஞர் 295,296,304
டாக்டர் சோலங்கி 138
டாக்டர் தேவதாஸ் 116
டாக்டர் பராஞ்ச் பாய் 111,
டாக்டர் பூரணேசன் ராஜூ 170
டாக்டர் மாருதி ஹெப்பள்ளி 57
டாக்டர் மூஞ்சே 138
டாக்டர் ராதாகிருஷ்ணன் 77,
டாக்டர் ராம் பிரசாத் 138,

டெ

டென்னிஸ் கின்கார்டு 156

த

தத், ஆர்.சி. 189,
தந்தை ந.சிவராஜி 67,75, 77,78,79,80, 81,82,83,84,85,110,210,255
தந்தை பெரியார் 77, 84,98, 110, 113, 114, 154,160, 170,179,180,195, 196,198
தந்தை பெரியார் ஈ.வெ.ரா 67,77
தமிழ் மறையான் 69
தலித் எழில்மலை 117,120
தனகோபால், M. 211
தனஞ்செய்கீர் 46, 47,59, 61,62, 79,80,96,97,109,115,121,122,167

தா

தாதாசாகிப் கெலுஸ்ர் 156
தாமஸ் 173
தாலமி 184
தாஸ், ஆர்.ஏ. 103
தாஸ், ஜே.ஜே. 300

தி

தியாகராாசர் 197,
திரு.வி.க. 77
திருச்சி சிவப்பிச்சை 292
திருமதி சிவராஜ் 257,
திருமதி சுப்பையா 46
திருமதி மத்ரே 46
திருமதி ராஜ் மணி தேவி 46
திருமயிலை இராகவதாசர் 217
திருமலை நாயக்கர் 177
திருவள்ளுவர் 156,198,246,256

து

துரை ராஜேந்திரன் 50
துரை, எம்.சி. 103
துரை, வி.சி. 211

தே

தேக்கம் பட்டி பாலசுந்தரராசு 59, 60, 67
தேவகுமார் 50
தேஜ் பகதூர் சப்ரு 288

தோ

தோழர் ஏ.எஸ்.கே 160

ந

நடராஜன், என்.வி. 197,
நடேசன் 103
நடேசன், ஆர். 85,
நந்தனார் 82,
நந்திதுர்கம் பாலசுந்தரம் 103,
நரேந்திர ஜாதவ் 52
நல்லையா, கே.ஜே. 289
நவாப் சந்தா சாகிப் 178

நா

நாகநாதர் 179
நாதமுனி 103,
நாதன், டி.ஏ.வி. 303
நாயுடு, ஜி.டி. 67, 83, 259
நாராயண குரு 61, 130, 188, 189
நாராயண பிள்ளை 62
நாவலர் நெடுஞ்செழியன் 83, 153,
நானக் சந்த் ரத்து 253

நி

நியோகி 267
நிஜாம் 45, 46, 219

நீ

நீதிபதி கிருஷ்ணசாமி நாயுடு 289

நெ

நெடுஞ்செழியன், இரா. 197,

நே

நேரு 54, 267, 271

ப

பக்கிரிசாமி பிள்ளை எம்எல்ஏ 197,
பகத்சிங் 77
பக்தவசலம் 304.
பசவண்ண 114,
பசுமாத்தூர் முருகேசன் சாமிதுரை 261
பட்டாபி சீத்தாராமையா 91
பண்டித அயோத்திதாசர் 42, 62, 72, 75, 99, 102, 129, 132, 133, 134, 139, 156
பண்டித ஜவகர்லால் நேரு 141
பண்டிதமணி அப்பாதுரையார் 102, 295, 297, 298
பத்துல சாயண்ணா 219
பத்மநாபன், ஆ, 78, 153
பரமேஸ்வரமேனன் 189
பரேல் 51
பரோடா இராஜா 132
பரோடா மகாராஜன் 133, 134
பரோடா மன்னர் 270
பழனிசாமி, கே.எம். எம்எல்சி 197,
பன்னீர்செல்வம், சர்.ஏ.டி. 65,

பா

பாக்யரெட்டி வர்மா 219
பாண்டுரங்கன் 290
பாரதிதாசன் 160
பாரதியார் 156,157,159,187
பார்வதி 41
பாரி செழியன் 194
பால் 177
பால்கரஸ் 99
பாலகுருசிவமும், என்.பி.ஐ. 289
பாலசுப்பிரமணியம், கே.எம். 303
பாலசுப்பிரமணியம், பி. 150, 303
பாலசுப்ரமணியம் முதலியார், பி, 292
பாவேந்தர் பாரதிதாசன் 77

பி

பிக்கு போதானந்த 91
பிக்குணி ஞான ரத்தினம் 196,
பிரம்மா 265,
பிரான்சிஸ் சேவியர் 176
பிரேம்குமார் 46
பிரேமா ரேவதி 254,
பிள்ளை, கே.வி. 293,

பீ

பீல்ட் மார்ஷல் வேகவுண்ட் வேவல் 251
பீவர்லி நிகோலஸ் 269

பு

புத்தர் 94, 113,161, 171,195, 195,196,197,198,241,246, 265,279,280,281,283,284,285,286,298
புதுவை அ. பொன்னம்பலனார் 298,

பூ

பூபாலன், மா 304
பூரணலிங்கம் பிள்ளை 125
பூரணேசன் 180

பெ

பெரிப்ளூஸ் 184
பெரியசாமிப் புலவர் 102, 295, 297
பெரியார் 86, 87, 88, 114, 153, 159, 164, 169, 197
பெரியார் ஈ.வெ.இராமசாமி 86, 111,
பெரியார் ஈ.வெ.ரா 64, 96, 142, 157, 291, 292, 294, 295, 297, 298, 299, 300, 302, 303
பெருமாள் பிள்ளை, ஆ. 217
பெருமாள், எஸ்.இ. 103,
பெருமாள், கே.சி. 103,
பெருமாள், சா 294
பென்டோனியஸ் 173
பெஸ்கி 178

பொ

பொப்லி அரசர் 289
பொன்னுசாமி 120

பே

பேரறிஞர் அண்ணா 197, 201, 202
பேராசிரியர் அம்பேத்கர் பிரியன் 84,
பேராசிரியர் அன்பழகன் 153,
பேராசிரியர் தம்மானந்த கோசாம்பி 99,
பேராசிரியர் நமச்சிவாயம் சிவராஜ் 148
பேராசிரியர் முயிர் 124
பேராசிரியர் லட்சுமிநரசு 99, 102
பேராசிரியர் லாஸ்ஸன் 183

போ

போதிதாசன் 304
போப், ஜி.யு. 125,
போலே, ஆர்.ஆர். 277

ம

மக்சிம் கார்க்கி 91
மகாகவி பாரதியார் 77,
மகாத்மா காந்தி 54,
மகாத்மா ஜோதிராவ் புலே 121,156
மகாலையனா 281,
மகாஸ்தவிரர் சந்திரமணி 99,
மகேஷ் 265,
மணவாளன், C.M. 211
மணியர், வி.பி.எஸ். 196,
மதுரை மீனாட்சி 299
மதுரைப்பிள்ளை 299
மதுரைப்பிள்ளை, எம்.சி. 289
மதுரைப்பிள்ளை, பெ.மா. 186,
மயிலைச் சின்னத்தம்பி ராசா 137
மரகதமணி 179,
மல்லால சேகரா, ஜி.பி. 196
மலாலசேகரா 196,198
மள்ள பள்ளி லட்சுமய்யா 232
மன்னார், வி.கே. 103,
மனோகரன், ஆ 286
மனோகரன், ப.கி. 30

மா

மாகர், எஸ்.வி.50
மாண்டேகு 63,216,217
மாண்டேகு செம்ஸ் போர்டு 217,297

மாண்டேகு பிரபு 218
மாண்டேகு, இ.எஸ். 217
மாதவராவ், என். 191, 192
மாதவன், டி.ஏ.வி. 128,
மாதவன், டி.கே. 64,
மாய்சாகேப் சவிதா அம்பேத்கர் 211
மார்க்சும் 84,
மார்ட்டீன் லுத்தர் 279
மார்த்தாண்டன், இ.உ. 110
மாலி, பி.எச். 51
மாவீரன் அய்யன்காளி 66,
மாவீரன் நெப்போலியன் 120

மி

மிசஸ் சிவராஜ் 254
மிண்டோ மார்லி 237
மிர் லாயிக் அலி 221
மிலிந்த் 258

மீ

மீனாட்சிபுரம் செல்வராசு 59,60,67
மீனாம்பாள் 253,258,300
மீனாம்பாள் சிவராஜ் 252, 291,292,299

மு

முகம்மது இப்ராஹிம், எம்.சி. 293
முகிலன் க. 46,47, 59, 62,63,97,115,121,167
முடியரசன் 165
முத்தம்மா 219
முத்து, எம்.எஸ். 169,179
முத்துசாமி அய்யா 263

முத்தையா முதலியார், எஸ். 293,
முரளி பூசர்பூ 57, 108
முருகேச பாகவதர், வீ.வே. 161,179
முருகேசர், எம்.ஓய். 297
முன்ஷி, கே.எம். 191,
முனிரத்தினம் 304
முனுசாமி, எம். 108

மூ

மூஞ்சே 110

மெ

மெடோனீரா அரசி 147

மே

மேடம் பிளாவட்ஸ்கி 99,
மேயர் சுந்தரராவ் நாயுடு 69

மை

மைசூர் மகாராஜா 50
மைத்ரி 254

மோ

மோகன் 80
மோகன்ராஜ். 304

யூ

யூ நூ 98

ர

ரமாபாய் 290

ரா

ராணி 287
ராதா ரகுநாத் முகர்ஜி 183
ராதாகிருஷ்ணன், எஸ். 204,
ராபர்ட் கால்டுவெல் 125,
ராபர்ட் டி நொபிலி 174, 176,177
ராமச்சந்திரன், எம்.ஜி. 153, 179
ராமசாமி ஐயர் சர் சி.பி. 65,
ராமசாமி, எஸ்.எஸ். 197,
ராமசாமி, சே.கா. 211
ராமசாமி, வி.வி. 197,
ராம்சே மக்டொனால்டு 288
ராவ், பி.என். 191
ராவ்சாகிப் எல்.சி. குருசாமி 62,138,289,
ராவ்சாகிப் வி.ஐ. முனுசாமிபிள்ளை 289,
ராவ்பகதூர் ஆர். சீனிவாசன் 287,288,290,291
ராவ்பகதூர் என். சிவராஜ் 68, 146
ராவ்பகதூர் சீனிவாசன் 138,
ராவ்பகதூர் வி.ஐ. முனுசாமி 138,
ரானடே 189, 206
ராஜ விக்கிரமா, எஸ். 262
ராஜ விக்ரம் 263
ராஜகுமார், சா 262
ராஜகோபால், ஆர். 292
ராஜகோபாலாச்சாரி 115
ராஜ்போஜ், P.N. 211
ராஜ்போஜ், பி.என். 256,257
ராஜவர்மா, எஸ். 262
ராஜா 139
ராஜா, எம்.சி. 42,62,73,75,84,109,136,137,138,239
ராஜாபாதர், வி.டி. 103,
ராஜாஜி 169
ராஜேந்திரன், எஸ்.எஸ். 153
ராஜேந்திரன், துரை. 92

ரி
ரிவிட்லைன் கோதண்ட பாணி 103,

ரெ
ரெட்டைமலை சீனிவாசன் 218
ரெவரண்ட் ஜான் ரத்தினம் 289,

ரே
ரேவப்பாகாலே 51

ரை
ரைஸ் டேவிட்ஸ் 99, 125

ல
லட்சுமி நரசு 68, 89, 90, 91, 92, 99, 121, 139

லா
லார்ட் செம்ஸ் போர்டு, எச்.இ. 217,
லார்டு லோத்தின் பிரபு 288

லோ
லோதியன் 205
லோதியன் பிரபு 42

வ
வசந்த்மூன் 92, 172
வலின்சிண்ஹா 91
வழக்கறிஞர் செல்வராஜ் 170, 180
வள்ளுவர் 196, 197

வா

வாசுதேவப்பிள்ளை, கோ. *299*
வாசுதேவன் *304*
வாணி நிலையம் சிவநேசன் *103,*
வாலாசா வல்லவன் *169,180*

வி

விக்டோரியா *217*
விசுவநாதம், கி.ஆ.பெ. *197,*
விவேகானந்தர் *246*
விஜயகுமார், ஆர். *304*
விஷ்ணு *265,*

வீ

வீரசிவாஜி *279*
வீரமணி, கி. *88*
வீரமுனிவரின் *177*
வீராசாமி, வ. *210*
வீரையா, வி. *197,*

வெ

வெங்கட ராவ், பி.எஸ். *219, 221,232*
வெங்கடராவ் *219,220,221*
வெள்ளோடி, எம்.கே. *204*

வே

வேங்கடசாமி, மயிலை சீனி. *182*
வேதகுமார் *304,*
வேம்படிதாளம் சுந்தரம் *120*
வேமன்ன *114*
வேலாயுதம், A.T. *273*
வேலூர் சுப்ரமணியம் *292,*

வை

வைத்தியா 189
வைஸ் ராய் 46,60

ஐ

ஐக்கப்பனவர் எஸ். ஹெச். 57,
ஐக்கரியா 197,
ஐட்ஜ் கோபால் 103,
ஜனாப் ஜின்னா 303

ஜா

ஜாட்-பாட்-ஜோடக் 275
ஜாதுநாத் சர்க்கார் 189,
ஜார்ஜ் கோமகன் 211
ஜார்ஜ் மன்னர் 287
ஜார்ஜ் ஜோசப் 64,
ஜான் டி பிரிட்டோ 177
ஜானகி அம்மாள் 179

ஜி

ஜின்னா 54

ஜீ

ஜீவானந்தம், ப. 298

ஜெ

ஜெயபாலன் க. 57,
ஜெய்பீம் சிகாமணி, P.M. 211

ஜே

ஜேம்ஸ் திரமென்ஹீர் 121,
ஜோசப் பெஸ்கி 177

ஜோ

ஜோதிபா பூலே 78, 220

ஸ்

ஸ்டான்லி ரைஸ் 125

ஸ்ரீ

ஸ்ரீமதி திருப்புகழ் அம்மாள் 217,
ஸ்ரீமான் எம். சண்முகம் பிள்ளை 217,
ஸ்ரீமான் எம்.சி. ராஜா 217
ஸ்ரீமான் கே. முனுசாமி பிள்ளை 217,
ஸ்ரீமான் சி. ஓங்காரம் 217,
ஸ்ரீமான் பி.வி. சுப்ரமணியம் பிள்ளை 217,
ஸ்ரீமான் வி. முக்குந்து பிள்ளை 217,
ஸ்ரீமான் வி.ஜி. ராஜரத்தினம் பிள்ளை 218,
ஸ்ரீமான் வி.ஜி. வாசுதேவ பிள்ளை 218,
ஸ்ரீமான் வேணுகோபால் பிள்ளை 218

ஷெ

ஷெர்ரிங் 121,

ஹா

ஹாட் கிரேவ் 121

Ambedkar
Buddha 239
Deputy Gandhi 115
Gandhi 235
Govindaraj 260
Joel Ajith 260
Krishnamahari 192
RajendraPrasad, Dr. 192
Swamydurai, P M, 261

தென்னிந்தியாவில் பாபாசாகேப் அம்பேத்கர் : சில பதிவுகள்

ஆந்திர மாநிலம் காக்கிநாடா, பித்தாபுரம் ராஜா கல்லூரி வளாகம் 29.09.1944

ராஜா முத்தையா செட்டியார் பாபாசாகேப் அம்பேத்கருக்கு சென்னையில் தேனீர் விருந்தளித்தார். 22.09.1944

தென் ஆற்காடு மாவட்ட ஷெடியூல்ட் வகுப்பு பெடரேஷன் முதல் மாநாடு

25—4—49 ஞாயிறு காலை 9-மணியளவில் கெல்லிக்குப்பம் பாரி கம்பெனி அருகிலுள்ள மைதானத்தில் அமைக்கப்பட்டுள்ள ராமாபாய் அம்பேத்கார் பந்தலில் அகில இந்திய ஷெடியூல்ட் வகுப்பு பெடரேஷன் தலைவர், திரு. என். சிவராஜ் B.A., B.L., அவர்கள் தலைமையில் நடைபெறும்.

திறப்பாளர் : ஆ. ரத்தினம் ("உரிமை" ஆசிரியர்) சென்னை.

கொடியேற்றுபவர் : எம். கிருட்டிணசாமி (சென்னை மாகாண ஷெடியூல்ட் வகுப்பு பெடரேஷன் செயலாளர்).

படத்திறப்பு

மாபெருந்தலைவர் அண்ணல் டாக்டர் அம்பேத்கார், திருவள்ளுவர், வீரநியாயி கெங்காதரன், எல். நடராசன், அயோத்திதாஸ் பண்டிதர், தாத்தா ஆர். சீனிவாசன், எம். சி. ராசா, ஆர். வீரையன், அரிகூர் அப்பாதுரையார், மீனாம்பாள் சிவராஜ், சௌந்தரி அமிர்தவாசகம் ஆகிய தலைவர்களின் படங்களை முறையே எம். ஆதிமூலம் (ஆம்பூர்), புலவர் ஆறுமுகம் (சிதம்பரம்), எஸ். இ. சுப்ரமணியம் (சென்னை), வி. பி. எஸ். மணியர் (சென்னை), பி. பார்த்தசாரதி (பெங்களூர்), டாக்டர் டி. டி. ராசன் (திருச்சி), ஆ. சிவராமசாமி (தஞ்சை), எம். ஆண்டி (தூத்துக்குடி), ஜே. சி. ஆதிமூலம் (தங்கவயல்), ஆசிரியை, என். தாம்பரவேணி அம்மையார் (சென்னை), ஆர். ஜார்ஜ் (சென்னை) ஆகியவர்கள் திறந்துவைப்பார்கள்.

பொதுக்கூட்டம்

அன்று மாலை 6-மணிக்கு தலைவர். என். சிவராஜ், B.A., B.L., அவர்கள் தலைமையில் மாபெரும் பொதுக்கூட்டம் நடைபெறும். பல தோழர்கள் "தாழ்த்தப்பட்டவர்களும் தற்கால நிலைமையும்" என்பதைப்பற்றி சொற்பொழிவாற்றுவார்கள். கிளைகளில் தோழர்கள் கே. எம். சாமி (ஆம்பூர்), எம். தனப்பால் (குடியாத்தம்), ஆர். டி. எஸ். மூர்த்தி (ராணிப்பேட்டை), எ. ஜெயராமன் (ராணிப்பேட்டை), கவிஞர், அரைராசன் (தங்கவயல்), கவிஞர். மாணிக்கவாசகம் (சென்னை), R. P. தங்கவேல் (கெல்லிக்குப்பம்).

செயலாளர் :
R. ரங்கநாதன்.

வரவேற்பாளர் :
E. R. E. லட்சுமணன்.

குறிப்பு :—மகாநாட்டிற்கு வரும் தோழர்கள் செஞ்சட்டை அணிந்து வரும்படியும், தங்களிடமிருக்கும் பெடரேஷன் கொடிகளை கொண்டு வரும்படியும் கேட்டுக்கொள்ளப்படுகிறது.

T. வில்லியம் & கம்பெனி, வேப்பேரி மதராஸ் 7.

வரலாறுகளை அடுத்தத் தலைமுறைக்குத் தரும் துண்டறிக்கைகளில் ஒன்று

பெல்காமில் பேராசிரியர்கள் டாக்டர் அம்பேத்கருக்குச் சிறப்பு செய்கின்றனர். -1940

பாபாசாகேப் அம்பேத்கர், சக்கரவர்த்தி ராஜகோபாலாச்சாரி குடும்பத்துடன் - 1948

முனைவர் க. ஜெயபாலன்
சில குறிப்புகள்

விழுப்புரம் மாவட்டம் மேல்மலையனூர் வட்டம் ஆத்திப் பட்டில் ஏ.கண்ணன்-க.அலமேலு தம்பதியினருக்கு இரண்டாவது மகனாக 10.03.1974 இல் பிறந்தார். பி.லிட்., (இளங்கலை), எம்.ஏ., (முதுகலை), டி.எப்.டி., (பட்டயச் சான்றிதழ்) பிஎச்.டி., (முனைவர்) ஆகிய பட்டங்களை முறையே தருமபுரம் ஆதீனம் கலைக்கல்லூரி, (திருச்சிராப்பள்ளி பாரதிதாசன் பல்கலைக் கழகம்), மதுரைகாமராசர் பல்கலைக்கழகம், தமிழ்நாடு திரைப் படம் மற்றும் தொலைக்காட்சி பயிற்சி நிறுவனம், மாநிலக் கல்லூரி (சென்னைப் பல்கலைக்கழகம்) ஆகிய உயர் கல்வி நிறுவனங்களில் இருந்து பெற்றார்.

சென்னை நந்தனம் அரசு கலைக்கல்லூரியில் தமிழ்இணைப் பேராசிரியராகப் பணியாற்றி வருகிறார். தமிழ் இலக்கியம், பௌத்தம், ஊடகம், அடித்தள மக்கள் வரலாறு, மறைக்கப்பட்ட முன்னோடிகளின் வாழ்க்கை வரலாறுகள், அவர்களது படைப்பு கள் எனத் தொடர்ந்து பல்வேறு களங்களில் இயங்கி வருபவர். அவற்றை நூல்களாக, கட்டுரைகளாக, உரைகளாக வழங்கிக் கொண்டிருப்பவர். நெறியாளராக இருந்து முனைவர் பட்ட ஆய்வாளர்களையும் உருவாக்கி வருபவர்.

அண்மையில் 2021 தமிழக அரசு நாட்டுடைமை ஆக்கிய மகா மதுர கவிஞர் முருகேச பாகவதரை அடையாளம் கண்டு 2010லேயே மறு பதிப்பு செய்தது மிகக் குறிப்பிடத்தக்க ஒன்று.

தமிழில் அதிகம் பேசப்படாத மதுரகவிஞர் முருகேச பாகவதரைப் பற்றி 22 நாட்கள் இணைய வழியில் கருத்தரங் காகப் பாபாசாகேப் அம்பேத்கர் கலை இலக்கியச் சங்கம் வழியே பல்வேறு அறிஞர்களைக் கொண்டு நடத்தினார். 2019இல் நூற்றாண்டு கண்ட கோலார் தங்கவயல் சித்தார்த்தா புத்தக சாலைக்குச் சென்னைப் பல்கலைக் கழகத்திலும் பின்னர் கோலார் தங்க வயலிலும் பல்வேறு சான்றோர்கள், அறிஞர்களின் உறுதுணையுடன் சித்தார்த்தா புத்தகசாலை நூற்றாண்டு விழாவை நடத்தி அதற்கான விரிந்த ஒரு ஆய்வு மலரையும் வெளியிட்டார்.

இவரின் 'அடித்தட்டு மக்களின் விடுதலையே அனைவருக்குமான விடுதலை' 2013ல் தமிழக அரசின் பாராட்டை, நிதி உதவியை பெற்ற நூலாகும். இவரின் "பௌத்தத் தமிழ் இலக்கிய வரலாறு (20 ஆம் நூற்றாண்டு)" மிக விரிவான ஆய்வுப் பரப்பைக் கொண்டு உருவாக்கப்பட்ட நூலாகும். ஆங்கிலத்தில் பேராசிரியர் தாமஸ் மூலமாக மொழிபெயர்க்கப் பட்டுள்ளது. 'தமிழில் கதைப்பாடல் சார் திரைப்படங்கள் (1956-1960)' என்ற தலைப்பில் 2007இல் ஆய்வை நிகழ்த்தி மனித நேயச் செம்மல் பேரா.ப.மகாலிங்கம் நெறிப்படுத்தலில் முனைவர் பட்டம் பெற்றவர்.

செம்மொழித் தமிழாய்வு மத்திய நிறுவனத்தில் 'சங்கப் புறப்பாடல்களில் கருத்தாடல் நெறி' என்னும் தலைப்பில் குறிப்பிடத்தக்கதொரு குறுந்திட்ட ஆய்வையும் 2014-2015 இல் நிறைவு செய்துள்ளார். இத்திட்டத்தில் இவருக்கு உதவி ஆய்வாளராக முனைவர் பெ.விஜயகுமார் விளங்கினார். இந்த நூல் உருவாக்கத்திலும் மிக முக்கியமான பங்களிப்பைச் செய்துள் ளார். பல்வேறு முன்னோடிகளின் வரலாறுகளைத் தொடர்ந்து தேடி வருகிற வகையில் தற்போது பேரா.லட்சுமி நரசு, இ.நா.ஐயாக் கண்ணு புலவர் உள்ளிட்டோரின் பணிகளை ஆய்ந்து வருகிறார்.

பௌத்தப் பயணமாக நேபாளம், வியட்நாம் உள்ளிட்ட நாடுகளுக்குச் சென்று வந்துள்ளார். தஞ்சை தமிழ்ப் பல்கலைக் கழக பேரவைக் குழு உறுப்பினராகவும் 2019முதல் உள்ளார். பிக்கு போதி பால அவர்களுடன் இணைந்து 'மனித மன

வகைபாடுகள்' (புக்கலபஞ்ஞதி) உள்ளிட்ட சில நூல்களைக் கொண்டு வந்துள்ளார். 'மிலிந்தரின் வினாக்கள்' (மிலிந்தபண்ஹ) நூலையும் தமிழில் மொழிபெயர்த்துள்ளார். 'தேரகாதை'யும் சில பகுதிகளையும் தமிழாக்கியுள்ளார். இவைகள் விரைவில் நூலாக வர உள்ளன.

திரிபிடகத் தமிழ் நிறுவனம் வழியே இன்னும் தமிழில் மொழிபெயர்க்கப்படாத சம்யுக்த நிகாயம், அங்குத்தர நிகாயம் உள்ளிட்ட பௌத்த மறைநூல்களை எளிமையான முறையில் தமிழில் உரைகளாகத் தொடர்ந்து வழங்கி வருகிறார். அவை இணைய தளங்களில், யூடியூபில் இப்பொழுதும் காணக் கிடைக்கின்றன. நவீன கால பௌத்த மறுமலர்ச்சி முன்னோடிகள் என்ற தலைப்பின் கீழ் 240 ஆளுமைகளைப் பற்றி விரிவாக எழுதியுள்ளார்.

'புத்தரின் வரலாற்றில் பெண்கள்' என்ற தலைப்பில் சிறிய நூல் நல்ல வரவேற்பு பெற்றுள்ளது. அண்மையில் அறம் பதிப்பகம் வெளியிட்டுள்ள 'ஒப்பீட்டு நோக்கில் பௌத்தமும் தமிழும்' நூல் அனைவராலும் சிறந்த வரவேற்பைப் பெற்றுள்ளது. தினமணி, தினத்தந்தி உள்ளிட்ட ஏடுகள் சிறந்த மதிப்புரையை வழங்கி உள்ளன. பல்வேறு கருத்தரங்குகளில் மாநில, தேசிய, பன்னாட்டு அளவில் பற்பல கட்டுரைகளை வழங்கியுள்ளார். பற்பல வாழ்த்துகளையும் பாராட்டுகளையும் பெற்றுள்ள இவருக்கு 'விடுதலைக் கலை இலக்கியப் பேரவை' மூலமாக எழுச்சித்தமிழர் தொல்.திருமாவளவன் அவர்களின் கைகளால் 'சிறந்த பௌத்த எழுத்து'க்கான விருது 21.02.2021 மார்ச் மாதம் வழங்கப்பட்டது.

எல்லோரையும் அன்போடு ஊக்கப்படுத்தி ஆற்றுப் படுத்தும் அண்ணன் முனைவர் க. ஜெயபாலன் மென்மேலும் பல்வேறு நூல்களை எழுதிட வாழ்த்துகின்றோம். அவரின் நீண்ட கால உழைப்பில் வெளிவந்த இந்த நூலை வெளியிடுவதில் பெருமை கொள்கிறோம்.

முனைவர் **து.பார்த்திபன்**
செயலாளர்
பாபாசாகேப் அம்பேத்கர் கலை இலக்கியச் சங்கம்.

**பாபாசாகேப் அம்பேத்கர்
கலை இலக்கியச் சங்க வெளியீடுகள்**

1. சித்தார்த்தா புத்தகசாலை நூற்றாண்டு விழா மலர்
   தொகுப்பு : முனைவர் க. ஜெயபாலன் மற்றும் குழுவினர்
   விலை: ரூ.500/-

2. வைரஊசி (வஜ்ரசூசி)
   பதிப்பு : முனைவர் து.பார்த்திபன்
   விலை : ரூ.50/-

3. புழுதி படிந்த சொற்கள்
   ஆசிரியர் : கவிஞர் சித்தார்த்தன்
   விலை : ரூ.150/-

4. அயோத்திதாச பண்டிதரின் பெண் விடுதலைச் சிந்தனைகள்
   தொகுப்பு : முனைவர் பெ. விஜயகுமார்
   விலை : ரூ.320/-

5. அயோத்திதாச பண்டிதரின் சொற்பொழிவுகள் -
   தொகுப்பு : முனைவர் பெ. விஜயகுமார்
   விலை : ரூ.150/-

நூல்கள் கிடைக்குமிடம் :

B 33, த.வீ.வா.குடியிருப்பு, முகப்பேர் சாலை,
திருமங்கலம், சென்னை - 600 040
தொடர்பு எண்கள் : 9003056091, 9884744460